திருத்தக்க தேவரின்

சீவக சிந்தாமணி

சீவக சிந்தாமணி

மூலம்: திருத்தக்க தேவர்

நாவல் வடிவம்: ராம் சுரேஷ்

கிழக்கு

சீவக சிந்தாமணி
Seevaga Sinthamani
Novel Format by Ram Suresh ©

First Edition: May 2010
256 Pages
Printed in India.

ISBN 978-81-8493-448-9
Kizhakku - 487

Kizhakku Pathippagam
No.33/15, Eldams Road,
Alwarpet, Chennai - 600 018.
Phone : 044 - 42009601/03/04
Fax : 044 - 43009701

Email : support@nhm.in
Website : www.nhm.in

Author's Email: sudamini@gmail.com
Cover Image : Lalitha

Kizhakku Pathippagam is an imprint of New Horizon Media Private Limited

This book is sold subject to the condition that it shall not, by way of trade or otherwise, be lent, resold, hired out, or otherwise circulated without the publisher's prior written consent in any form of binding or cover other than that in which it is published and without a similar condition including this the rights under copyright reserved above, no part of this publication may be reproduced, stored in or introduced into a retrieval system, or transmitted in any form or by any means (electronic, mechanical, photocopying, recording or otherwise), without the prior written permission of both the copyright owner and the above-mentioned publisher of this book.

சமர்ப்பணம்

படித்தலின் போதையைப்
பழக்கப்படுத்திய
அப்பாசாமி ராஜாமணிக்கு.

அவசியமான முன் குறிப்பு

தமிழின் தொன்மைக்குச் சான்றாக விளங்கும் இலக்கியங்களுள் ஐம்பெரும் காப்பியங்களான சிலப்பதிகாரம், சீவக சிந்தாமணி, மணிமேகலை, வளையாபதி, குண்டலகேசி ஆகியவை மிக முக்கியமானவை.

இந்த ஐந்து காப்பியங்களுள் வளையாபதியும் குண்டல கேசியும் இன்று நமக்கு முழுமையாகக் கிடைப்பதில்லை. இரண்டிலும் மிகச்சில பாடல்கள் மட்டுமே நமக்கு வாசிக்கக் கிடைக்கின்றன. கிடைக்கிற பாடல்களை வைத்து இந்தக் காப்பியங்கள் எதை, யாரைப் பற்றிப் பேசுகின்றன என்று அறுதியிடுவது சிரமம்.

ஆனால் சிலப்பதிகாரம், சீவக சிந்தாமணி, மணிமேகலை மூன்றும் நமக்கு முழுமையாகக் கிடைக்கின்றன. கதை வளமும் காவியச் சுவையும் கவித்துவ எழிலும் மிக்க இந்த அற்புதமான இலக்கியங்களுக்கு நல்ல தமிழ் உரைகளும் இருக்கின்றன.

ஆனால் துரதிருஷ்டவசமாக இன்றைய வாசகர்கள் வாசித்து, பொருள் புரிந்து காப்பியத்தை ரசிக்கச் செய்யக் கூடிய விதத்தில் அவை இல்லை. பண்டித மொழி அல்லது பாடப்புத்தக மொழியில் எழுதப்பட்டிருக்கும் உரை நூல்களைத் தற்கால வாசகர்கள் அநேகமாகத் தொடுவதே இல்லை.

உரை நூல்களின் தன்மையால் இப்பேரிலக்கியங்கள் சமகால, எதிர்கால வாசகர்களுக்குக் கிட்டாமலேயே

போய்விடக்கூடாது என்று கிழக்கு பதிப்பகம் தீவிரமாகக் கருதியதன் விளைவுதான் நாவல் வடிவில் காப்பியங்கள் என்னும் புதிய திட்டம்.

காப்பியங்களின் மூல ஆசிரியர்கள் எழுதியிருப்பதற்கு மேல் இம்மியும் இந்நாவல் வடிவில் இருக்காது. அதே சமயம் தற்காலத் தமிழ் உரைநடையின் சகல சாத்தியங்களையும் பயன்படுத்தி, வாசிப்பை எளிமையான, ரசமான, விறுவிறுப்பான அனுபவமாக மாற்றும் ரசவாதத்தை இதில் எழுத்தாளர்கள் நிகழ்த்தியிருக் கிறார்கள். தற்கால நாவல் ஒன்றை வாசிப்பது போலவே நீங்கள் இக்காப்பியத்தை வாசிக்க இயலும். ரசிக்க இயலும். கதையின் தன்மையை, போக்கை, கட்டுக் கோப்பை உள்வாங்கிக்கொள்ள இயலும். இதனை முற்றிலும் ரசித்து வியந்தபிறகு நிச்சயமாக மூல நூலை வாசிக்கும் வேட்கை உங்களை ஆட்கொள்ளும் என்று உறுதியாக நம்புகிறோம்.

நமது புராதனமான இலக்கியங்களைக் கட்டிக்காப்பது மட்டுமல்ல; காலம் தோறும் தோன்றும் புதிய வாசகர் களுக்கு அவற்றைக் கடத்திச் செல்லவேண்டியதும் நமது கடமை என்று கிழக்கு நம்புகிறது. அதற்கான முதல் படியாக இம்முயற்சியை மேற்கொண்டிருக்கிறோம்.

சாகாவரம் பெற்ற காப்பியங்களை முதலில் நாவல் வடிவத்தில் சுவாரசியமாகப் படியுங்கள். பிறகு மூல நூலைத் தேடிச் செல்லுங்கள். தமிழ், என்றுமுள தமிழாக விளங்குதற்கு நாம் செய்யக்கூடிய எளிய கடமை இதுவே.

-பதிப்பாசிரியர்

உள்ளே

	கதாபாத்திரங்கள்	/ 12
பாகம் 1: நாயகன் பிறந்தான்		**/ 17**
1.	விசயையின் கனவு	/ 19
2.	ஆட்சி மாற்றம்	/ 21
3.	மயிற்பொறி	/ 24
4.	கட்டியங்காரனின் சதி	/ 29
5.	சச்சந்தன் கொலை	/ 31
6.	சீவகன் பிறந்தான்	/ 33
7.	வளர்ப்புத்தந்தை	/ 35
8.	விசயை கொண்ட துறவு	/ 38
9.	குழந்தைப் பருவம்	/ 39
10.	அச்சணந்தி அடிகள்	/ 40
பாகம் 2: வேடர்கள் வேட்டை		**/ 45**
11.	பசுக்கூட்டம் கடத்தல்	/ 47
12.	நந்தகோன் பண்ணை	/ 48
13.	கட்டியங்காரன் படை	/ 49
14.	வேடர்களும் கட்டியங்காரன் படையும்	/ 52
15.	சீவகனும் வேடர்களும்	/ 53
16.	பதுமுகன் திருமணம்	/ 56

பாகம் 3: காந்தர்வதத்தை / 59

17.	சீதத்தன்	/	61
18.	கலுழவேகனின் நாடகம்	/	64
19.	யாழ்ப்போட்டி	/	68
20.	கட்டியங்காரனின் பொறாமை	/	71
21.	யாழ்ப்போட்டியில் சீவகன்	/	73
22.	போரில் முடிந்த போட்டி	/	76
23.	காந்தர்வதத்தை திருமணம்	/	80

பாகம் 4: குணமாலை / 83

24.	ராசமாபுரத்து இளவேனில்	/	85
25.	சுண்ணப்போட்டி	/	87
26.	சுரமஞ்சரியின் கோபம்	/	90
27.	சுதஞ்சணன்	/	92
28.	மதம் பிடித்த யானை	/	95
29.	குணமாலையின் காதல்	/	98
30.	தத்தையின் ஊடல்	/	99
31.	குணமாலை திருமணம்	/	101
32.	கட்டியங்காரனின் கோபம்	/	102
33.	சிறைப்பட்டான் சீவகன்	/	103
34.	சிறைச்சாலையில் மாயம்	/	105

பாகம் 5: பதுமை / 107

35.	சீவகனின் பயணம்	/	111
36.	காட்டுவழி	/	114
37.	பல்லவநாடு	/	117
38.	பாம்பு விஷம்	/	119
39.	பதுமை திருமணம்	/	121
40.	பிரிவு	/	123
41.	தொடரும் பயணம்	/	125

பாகம் 6: கேமசரி / 127

42. துறவிகளின் அறியாமை / 129
43. தக்கநாடு / 132
44. கேமசரியின் நாணம் / 134
45. கேமசரியின் சோகம் / 135
46. மீண்டும் பயணம் / 137

பாகம் 7: கனகமாலை / 140

47. அநங்கமாவீணை / 141
48. பவதத்தன் / 144
49. ஏமமாபுரம் / 146
50. கனகமாலை / 150
51. தடமித்தன் கொடுத்த தண்டனை / 154
52. நந்தட்டன் சோகம் / 157
53. இணைந்த சகோதரர்கள் / 160
54. தண்டகாரணியத்தில் அன்னை / 162
55. தோழர்கள் ஆலோசனை / 166
56. தொடங்கும் முன்பே முடிந்த போர் / 169
57. அன்னையைத் தேடி / 170

பாகம் 8: விமலை / 173

58. அன்னையைக் கண்டான் / 175
59. விமலை / 179

பாகம் 9: சுரமஞ்சரி / 185

60. பந்தயம் / 187
61. சுரமஞ்சரி / 189
62. சுரமஞ்சரி திருமணம் / 193
63. சுநந்தை / 196

பாகம் 10: இறுதிப்போர்	/ 199
64. விதேய நாட்டு மாமன்	/ 201
65. திரண்டது பெரும்படை	/ 206
66. கட்டியங்காரனுடன் கோவிந்தன்	/ 209
67. வில்வித்தைப் போட்டி	/ 211
68. போர் ஆலோசனை	/ 214
69. தொடங்கியது பெரும்போர்	/ 216
70. சீவகன் படையின் தாண்டவம்	/ 218
71. கட்டியங்காரன் முடிவு	/ 223
72. கட்டியங்காரன் அந்தப்புரம்	/ 226
பாகம் 11: இலக்கணை	/ 229
73. முடிசூட்டுவிழா	/ 231
74. இலக்கணை திருமணம்	/ 234
75. ஆட்சி	/ 237
76. அன்னையின் ஆசை	/ 238
பாகம் 12: முக்தி	/ 243
77. மனம் ஒரு குரங்கு	/ 245
78. உபதேசம்	/ 247
79. ஆட்சி மாற்றம்	/ 250
80. சிந்தாமணியான சீவகன்	/ 252

கதாபாத்திரங்கள்
(கதையில் தோன்றும் வரிசைப்படி)

விசயை	:	ஏமாங்கத நாட்டின் பட்டத்து ராணி, சீவகனின் தாய்
சச்சந்தன்	:	ஏமாங்கத நாட்டின் மன்னன், சீவகனின் தந்தை
கட்டியங்காரன்	:	சச்சந்தனின் மந்திரி, பின்னர் ஏமாங்கத நாட்டின் மன்னன்
நிமித்திகன்	:	சச்சந்தனின் மந்திரி
உருத்திரதத்தன்	:	சச்சந்தனின் மந்திரி
அறிவு	:	சச்சந்தனின் மந்திரி
பெருந்தச்சன்	:	தச்சுக்கலைஞன்
மதனன்	:	கட்டியங்காரனின் மைத்துனன், மந்திரி
தருமதத்தன்	:	சச்சந்தனின் மந்திரி
சண்பகமாலை	:	விசயையின் பணிப்பெண்
கந்துக்கடன்	:	ஏமாங்கத நாட்டு வணிகன்
சுநந்தை	:	கந்துக்கடனின் மனைவி
சீவகன்	:	காப்பிய நாயகன்
நந்தட்டன்	:	கந்துக்கடன் சுநந்தையின் மகன்

நபுலன், விபுலன்	: இரட்டையர், சீவகனின் தோழர்கள்
அச்சணந்தி அடிகள்	: சீவகனின் குரு
நந்தகோன்	: யாதவர்குலத் தலைவன்
பதுமுகன்	: சீவகனின் தோழன்
கோவிந்தை	: நந்தகோனின் மகள்
சீதத்தன்	: ஏமாங்கத நாட்டு வணிகன்
தரன்	: வித்தியாதர நாட்டு மந்திரி, மந்திர தந்திரங்களில் தேர்ந்தவன்
கலுழவேகன்	: வித்தியாதர நாட்டு மன்னன்
தாரணி	: வித்தியாதர நாட்டு அரசி
காந்தர்வதத்தை	: வித்தியாதர நாட்டு இளவரசி, சீவகனின் மனைவி
வீணாபதி	: காந்தர்வதத்தையின் தோழி, திருநங்கை
பதுமை	: சீதத்தனின் மனைவி
அனங்கமாலை	: கட்டியங்காரன் அந்தப்புர நாட்டியப்பெண், சீவகன்மேல் ஒருதலைக்காதல் கொண்டவள்.
நாகமாலை	: கட்டியங்காரனின் பணிப்பெண்
புத்திசேனன்	: சீவகனின் தோழன்
சுரமஞ்சரி	: ஏமாங்கத நாட்டு வணிகன் குபேரதத்தனின் மகள், சீவகனின் மனைவி
குணமாலை	: ஏமாங்கத நாட்டு வணிகன் குபேரமித்திரனின் மகள், சீவகனின் மனைவி
கனகபதாகை	: சுரமஞ்சரியின் பணிப்பெண்
மாலை	: குணமாலையின் பணிப்பெண்
சுதஞ்சணன்	: தேவன், சாபத்தால் நாயாகப் பிறப்பெடுத்தவன்

அசனிவேகம்	:	கட்டியங்காரனின் பட்டத்து யானை
தேசிகப்பாவை	:	பல்லவ தேசத்து நாட்டியப்பெண்
உலோகபாலன்	:	பல்லவ தேசத்து இளவரசன்
பதுமை	:	பல்லவ தேசத்து இளவரசி
தனபதி	:	பல்லவ தேசத்து மன்னன்
திலோத்தமை	:	பல்லவ தேசத்து அரசி
சுபத்திரன்	:	தக்க நாட்டு மன்னன்
நிப்புதி	:	தக்க நாட்டு அரசி
கேமசரி	:	தக்க நாட்டு இளவரசி, சீவகனின் மனைவி
அநங்கமாவீணை	:	பவதத்தனின் மனைவி
பவதத்தன்	:	மத்திம தேசத்து வணிகன்
தடமித்தன்	:	மத்திம தேசத்து மன்னன்
விசயன்	:	மத்திம தேசத்து இளவரசன்
அசலகீர்த்தி	:	மத்திம தேசத்து இளவரசன்
கதம்பன்	:	மத்திம தேசத்து இளவரசன்
கனகன்	:	மத்திம தேசத்து இளவரசன்
கனகமாலை	:	மத்திம தேசத்து இளவரசி, சீவகனின் மனைவி
அநங்கவிலாசினி	:	கனகமாலையின் பணிப்பெண்
ஸ்ரீதத்தன்	:	சீவகனின் தோழன்
தேவதத்தன்	:	சீவகனின் தோழன்
கோவிந்தன்	:	விதேய நாட்டு மன்னன், சீவகனின் மாமன்
சாகரதத்தன்	:	ராசமாபுரத்து வணிகன்
விமலை	:	சாகரதத்தனின் மகள், சீவகனின் மனைவி
சுமதி	:	குபேரதத்தனின் மனைவி, சுரமஞ்சரியின் தாய்

இலக்கணை	: விதேய நாட்டு இளவரசி, சீவகனின் மனைவி
சிங்கநாதன்	: விதேய நாட்டு படைத் தளபதி
பூரணசேனன்	: கட்டியங்காரனின் படைத் தளபதி
அரிச்சந்தன்	: கட்டியங்காரனின் மந்திரி
பவணமாதேவன்	: பூமிமாபுரத்து மன்னன்
அசோதரன்	: பூமிமாபுரத்து இளவரசன், சீவகனின் முற்பிறவி
கணதரர்	: சமணத் துறவி
ஸ்ரீவர்த்தமான தீர்த்தங்கரர்	: சமணம் எடுத்துரைத்த துறவி

பாகம் 1

நாயகன் பிறந்தான்

1

விசயையின் கனவு

திடுக்கிட்டு விழித்துக்கொண்டாள் விசயை.

கனவுதானா? இவ்வளவு நிஜம்போலவும் கனவு வருமா?

எழுந்த வேகத்தில் முரசுகட்டில் ஆடியது. சச்சந்தன் முனகிக் கொண்டே திரும்பினான்.

சச்சந்தனை வைத்த கண் வாங்காமல் பார்த்தாள் விசயை. எவ்வளவு பெரிய வீரன். ஏமாங்கத நாட்டுச் சக்கரவர்த்தி. பார்க்கும் பெண்ணெல்லாம், இவன் பார்வை தன்மேல் விழாதா என்று ஏங்கவைக்கும் அழகன். என்மேல் காதல் கொண்ட கணவன்.

காதலுக்காக இவன் செய்த தியாகம் தெரிந்தால், வேறு யாரும் தியாகம் செய்தோம் என்றே சொல்லமாட்டார்கள். இவன் அருகில் இருக்கையில் எனக்கென்ன பயம்? இவன் முகத்தைப் பார்த்தாலே கவலை ஓடிவிடாதா?

மறுபடியும் கண்களை மூடிப் படுத்தாள். தூக்கத்தில், அதே கனவு தொடர்ந்தது.

பெரிய அசோகமரம். பழுப்பும் பச்சையுமாகப் பார்த்த இடத்தி லெல்லாம் இலைகள் கொட்டிக்கிடந்தன. ஒரு கிராமமே நிழலுக்கு ஒதுங்கலாம் போலப் படர்ந்திருந்த மரம். வயதோ எப்போது விழும் என்கிற சுவடோ தெரியாத மரம்.

என்ன நடக்கிறதென்று நிதானிப்பதற்குள், அந்த மரம் பெரும் சத்தத்துடன் விழத் தொடங்கியது. மரத்தின் மேலிருந்த புறாக் களும் காகங்களும் செய்வதறியாமல் சத்தமிட்டன. அங்கும் இங்கும் சிதறிப் பறந்தன. சிறிது நேரத்திலேயே சத்தம் ஒடுங்கி யது. மரம் தரை சாய்ந்தது.

மரத்தின் கீழ் ஒரு சிறு செடி. அசோகச் செடி. முளைவிட்டு வேக மாகவும் அழகாகவும் வளர்ந்தது. அதன் மேல் மணிமாலைகள் தோன்றத் தொடங்கின. செடியின் உச்சியில் ஒரு மகுடமும் தோன்றியது.

பெரியமரம் விழுந்த அதே இடத்தில் புதிய செடி மெல்ல மெல்ல மரமாகத் தொடங்கியிருந்தது.

மீண்டும் திடுக்கிட்டு விழித்தாள் விசயை.

அவள் எழுந்த அதே நேரத்தில் சச்சந்தனும் எழுந்துவிட்டான்.

'தூங்கவில்லையா?'

'இல்லை. தூக்கம் வரவில்லை.'

'ஏன்?'

'கனவு ஒன்று கண்டேன். அதன் பொருள் புரியவில்லை. ஆனால், கலக்கமாக இருக்கிறது.'

'என்ன கனவு? சொல்லேன்!'

சொன்னாள்.

'கவலைப்படாதே கண்ணே! கனவுகளின் அர்த்தம் சொல்லக் கூடிய ஜோதிடர்களை நாளை வரச் சொல்கிறேன். இதன் பொருளைச் சொல்லிவிடுவார்கள். ஆனால்...'

'ஆனால் என்ன மன்னா?'

'உன்னை நான் தைரியசாலி என்றல்லவா நினைத்தேன். கனவுக்குப் பயப்படும் பேதைப்பெண் போல் இருக்கிறாயே!'

சிரித்துக்கொண்டே படுத்தாள் விசயை. தூங்கிவிட்டாள்.

சச்சந்தன் கட்டிலில் இருந்து இறங்கினான். அரண்மனை மாடத்தில் யோசித்தபடி நடந்தான்.

விசயை கண்ட கனவுக்கு என்ன அர்த்தம்? நான் நினைப்பது சரிதானா?

ஒருவேளை சரியாக இருந்தால்?

சேச்சே. கட்டியங்காரன் அவ்வளவு தூரம் செல்லமாட்டான்.

அப்படியானால் கனவுக்கு வேறு என்ன அர்த்தம்?

அவசரப்பட்டுவிட்டேனா? நிமித்திகன் சொன்னதைக் கேட்டிருக்கவேண்டுமோ?

2

ஆட்சி மாற்றம்

கட்டியங்காரனுக்குத் தன் காதுகளையே நம்பமுடியவில்லை. சச்சந்தனே சொல்கிறானே? இருந்தாலும், இப்போது உடனே ஒப்புக்கொள்ளக் கூடாது.

'பட்டத்து யானைக்குப் போடவேண்டிய பட்டுத்துணியை நாய் மேல் போடலாமா அரசே? என்னிடம் ராஜாங்க பொறுப்புகளைக் கொடுப்பது சரியல்ல மன்னா!'

'இல்லை கட்டியங்காரா, நான் சொல்வதை மறுக்காதே! அரச நிர்வாகம் முழுமுனைப்புடன் செய்யவேண்டிய வேலை. இப்போது நான் இருக்கும் நிலையில், என்னால் முழுமுனைப்பைக் காட்ட முடியாது. உனக்கே தெரியும்.'

‘அப்படியென்ன நிலைமை அரசே! எங்களுக்கும் தெரிவிக்க லாமே!’ - நிமித்திகன், மூத்த அமைச்சன். போருக்குச் செல்ல வேண்டிய நல்ல நாளை, கோள்நிலை பார்த்துச் சொல்பவன். நீதிமுறைகளைப் படித்து அறிந்தவன்.

‘சொல்வதற்கென்ன நிமித்திகா! விதேய நாட்டில் இருந்து வந்த தில் இருந்தே எனக்கு எந்த வேலை மேலும் கவனம் செல்வ தில்லை. எல்லா நேரத்தையும் விசயை கூடவே இருந்து கழிக்கச் சொல்கிறது என் இளமை.’

‘பெண், இன்பம்தானே மன்னா?’

‘பெறாதவனுக்கு அது தானே! பெற்றவனுக்கு அது தேனே.’

‘கவிதை பாடும் மனோநிலை தவறல்ல மன்னா! அதற்காக அரசாட்சியை வேறோர் ஆள்மீது சுமத்தி, நாட்டையும் செல்வத் தையும் விட்டுச் செல்வது சரியா?’

‘கட்டியங்காரனை வேறோர் ஆள் என்று ஏன் சொல்கிறாய் நிமித்திகா? அவனைப்போல ஒரு நண்பன் எங்கு தேடினாலும் கிடைப்பானா? எத்தனை போர்கள், எத்தனை வெற்றிகள் அவனால்? உனக்குப் பொறாமையோ?’

‘எனக்குப் பொறாமையா? பெண் இன்பம் என்றும் கண்ணை மறைக்கும் என்பது சரியாகத்தான் இருக்கிறது. திலோத்தமையை எல்லா திசையிலும் பார்க்கவேண்டும் என்பதற்காக நான்கு முகங்கள் கொண்டானே பிரம்மன் – வேதம் ஓதியும் சாப விமோசனமே பெற்றும் இன்றும் இந்த உலகம் அவனை மதிக்கிறதா? ஒரே மனைவியைக் கொண் டாடினார்களே ஐந்து பாண்டவர்கள் - அவர்களைத்தான் மதிக்கிறதா? காமம் உன் கண்ணை மறைக்கிறது சச்சந்தா! இது நல்லதற்கில்லை.’ நிமித்திகன் பக்கம் திரும்பக்கூட இல்லை சச்சந்தன்.

மன்னனின் பார்வையைப் பார்த்தான் உருத்திரதத்தன். அறிவுரைப் படி கேட்காவிட்டாலும் பரவாயில்லை. அறிவுரையையே கேட்காவிட்டால்? இனியும் பயப்படக் கூடாது.

‘அமைச்சர் பேச்சைக் கேட்காமல் இந்திரன்கூட ஆட்சி நடத்து வதில்லை. நீயென்ன பிரமாதம் சச்சந்தா? நீ எடுக்கும் முடிவு

உனக்கு மட்டுமல்ல, யாருடைய காதலுக்காக இவ்வளவு பெரிய முடிவெடுக்கிறாயோ அந்த விசயைக்கே கேடாகத்தான் முடியும் என்றுகூடப் புரிந்துகொள்ளும் அறிவு உனக்கில்லையா?'

சச்சந்தனுக்கு இப்போது கோபம் தலைக்கேறியது. நிமித்திகனைப் பார்த்தான்.

'நிமித்திகா! நீதானே சொல்வாய்? இன்பம் துன்பம் எதுவும் நம் கையில் இல்லை, எல்லாம் விதி என்று? இதுவும் விதியாக இருந்தால் இருந்துவிட்டுப் போகட்டும். உன் பொறாமையால் கட்டியங்காரனைக் கேவலப்படுத்தாதே!'

'அமைச்சன் என்பவன் நல்லது கெட்டது இரண்டையும்தான் சொல்லவேண்டும். உன் பேச்சுக்குத் தாளம் போட்டால் மட்டும்தான் உனக்குக் கேட்கும் என்றால் என்ன செய்வது? போ! உன் காதல் மனைவியிடம் போய் இரவு பகல் பாராமல் கலவி செய். சம்போகத்தில் மூன்று போகம் விளைவி. எனக்குப் பொறாமையா? இல்லை என்று நிரூபிக்க எனக்கு ஒரே வழிதான் தெரிகிறது. நான் துறவு மேற்கொள்கிறேன். நீ நன்றாயிருக்க வேண்டித் தவம் செய்கிறேன்.'

கட்டியங்காரன் நிம்மதிப் பெருமூச்சுவிட்டான். இவனை வேலையைவிட்டு அனுப்பவேண்டிய தொல்லையும் இப்போது இல்லை.

'மன்னா! உன் கட்டளை எனக்கு வேதவாக்கு. உன் காதலைக் கொச்சைப்படுத்துபவர்கள் என்ன வேண்டுமானாலும் சொல்லட்டும். எனக்குப் புரிகிறது உன் வேதனை. ஆனால் ஒரு சிறு வேண்டுகோள்!'

'சொல் கட்டியங்காரா!'

'இறுதிவரை ஏமாங்கத நாட்டுக்கு நீதான் மன்னன். நான் உன் சேவகன் மட்டும்தான். முடியும் குடையும் உனக்குத்தான் உரிமை.'

மன்னன் கிளம்பி அந்தப்புரம் செல்லும்வரை மரியாதையாகக் குனிந்துகொண்டிருந்தான் கட்டியங்காரன். பிறகுதான் நிமிர்ந்தான். சிரிக்கத் தொடங்கினான்.

23

3

மயிற்பொறி

‘உவ்வே!’ பெரும் சத்தத்துடன் வாந்தியெடுத்தாள் விசயை.

கவலை தோயக் காதல் மனைவியிடம் ஓடி வந்தான் சச்சந்தன்.

‘என்னாயிற்று கண்ணே? யாரங்கே! மருத்துவச்சியை அழைத்து வாருங்கள்.’

‘வேண்டாம் மன்னா!’

‘என்ன சொல்கிறாய் விசயை? உனக்கு உடல்நலம் ஏன் சரியில்லை? ஏன் மருத்துவச்சியை வேண்டாமென்கிறாய்?’

‘இன்று மட்டும் அல்ல மன்னா, சில வாரங்களாகவே வாந்தி வந்துகொண்டுதான் இருக்கிறது. மருத்துவச்சியை நேற்று வரவழைத்துப் பார்த்தேன்.’

‘என்ன சொன்னாள்? எந்த உணவில் பிழை? அந்த சமையல்காரர்களை...’ நறநறத்தான் சச்சந்தன்.

‘உணவில் பிழையில்லை. உடம்பிலும் பிழையில்லை. இது விருத்தி மசக்கை.’ சொல்வதற்குள்ளே விசயையுடைய கன்னங்கள் சிவந்தன.

‘ஆஹா! என்னிடம் சொல்ல ஏன் இவ்வளவு தாமதம்?’

‘நீங்கள் மட்டும் நல்லவரா? அந்தக் கனவின் பலனை இன்னும் எனக்குச் சொல்லவில்லை நீங்கள். நேற்று சுவடிகளைப் படித்தீர்கள். ஆனால் சொல்ல மனம் வரவில்லை.’

‘நீயும் நானும் ஒரே விஷயத்தைத்தான் சொல்கிறோம் கண்ணே! உன் கனவுக்கான பலன் ஆரம்பமாகிவிட்டது.’

‘என்ன சொல்கிறீர்கள்?’

‘உன் கனவில் வந்த அசோகச் செடிதான் உன் வயிற்றில் உரு வாகத் தொடங்கியிருக்கிறது கண்ணே. உன் மகன் பெருவெற்றி பெறுவான். பெரும் மணிமகுடம் தரிப்பான். எட்டு முத்து மாலைகள் இருந்ததாகவா சொன்னாய் அந்தச் செடிமேல்?’

‘ஆமாம்.’

‘எட்டு மனைவியரோடு பெரும் குடும்பத்தை உருவாக்குவான். ஒப்பாரும் மிக்காரும் இல்லாத பேரரசனாக வருவான் நம் மகன். அதுதான் அந்த அசோகச் செடியின் மீதான மகுடத்தின் பலன்.’

விசயை பூரிப்பில் இன்னும் மலர்ந்தாள். சச்சந்தன் அவள் கண்களை ஆசையோடு பார்த்தான்.

ஒரு நிமிடம் கழித்துத்தான் விசயைக்கு எதோ தவறு என்று உரைத்தது. ‘சரி, எல்லாம் சொன்னீர்கள். அந்த அசோக மரத்தைப் பற்றிச் சொல்ல மறந்துவிட்டீர்களே? அது ஏன் பெரும் சத்தத் துடன் கீழே விழுந்தது?’

‘அதை விடு. உன் உடல்நலத்தைக் கவனிக்கவேண்டிய நேரம் இது.’

‘எதையோ மறைக்கிறீர்கள். உண்மையைச் சொல்லுங்கள், அதன் அர்த்தம் என்ன?’

சச்சந்தன் தலையைக் குனிந்துகொண்டான். எப்படிச் சொல்வது என்று புரியவில்லை. வார்த்தைகளைப் பலமுறை மனத்துக்குள் சொல்லிப்பார்த்துவிட்டுச் சொன்னான்.

‘அந்த மரம் நான்தான்.’

விசயைக்கு கண்கள் இருண்டன. பாதம் இருக்குமிடம் தெரிய வில்லை. தலை சுற்றியது. வேரறுந்த மரமாகக் கீழே விழுந்தாள்.

சச்சந்தன் பதற்றப்படவேயில்லை. அவள் முகத்தில் தண்ணீர் தெளித்து எழுப்பினான். சிரித்தான். ‘கனவு கண்டால்? உடனே பலித்துவிடுமா? இதையெல்லாம் போய் நம்புகிறாயே! பெண்கள் பேதைகள் என்பது சரியாகத்தான் இருக்கிறது.’ தன் கவலையை மறைத்துச் சிரித்தான்.

'மன்னா!' பணிப்பெண் குரல் கேட்டது.

'என்ன?'

'அமைச்சர் அறிவு வந்திருக்கிறார். தாங்கள் வரச் சொன்னீர்கள் என்று சொன்னார்.'

சச்சந்தன் விசயையிடம் 'நான் போய்ப் பார்த்துவிட்டு நொடியில் வந்துவிடுகிறேன். இரவு நாடகமும் கூத்தும் ஏற்பாடாகி இருக்கிறது. கவலை இல்லாமல் போய் ஓய்வெடு!'

அறிவு அந்த அந்தப்புரத்தில் இருந்த ஓர் அழகான ஆசனத்தில் கூச்சத்துடன் அமர்ந்திருந்தான்.

'சொல் அறிவு. நான் சொன்ன விஷயம்?'

'மன்னா! அந்தக் கனவு விஷயம். நான் விசாரித்துவிட்டேன். அரசியின் கனவுக்கு அர்த்தம் நீங்கள் சொன்னதுதான்.'

'ம். இப்போது என்ன செய்யலாம்?'

'இப்போது எதைச் செய்து, என்ன பிரயோஜனம் மன்னா? நிமித்திகனும் உருத்திரதத்தனும் தலைபாடாகச் சொன்னார்கள். அப்போது கேட்டிருக்கவேண்டும். எல்லா உரிமைகளையும் கட்டியங்காரனுக்குக் கொடுத்துவிட்டீர்கள். அவன் சரியான நேரம் பார்த்துக் கொண்டிருக்கிறான். கனவும் அதையேதான் சொல்கிறது.'

சச்சந்தனால் எதுவும் பேச முடியவில்லை.

'சரி. நடந்ததைப் பற்றிப் பேசி ஒரு உபயோகமும் இல்லை. நடப்பதைப்பற்றிப் பேசலாமா?'

'சொல்!'

'ஒரு பொறி செய்ய ஆணையிடுங்கள். தீமை நடக்காமலிருக்க அருகனை வேண்டுவோம். ஆனால் நடந்துவிட்டால்? பொறியின் மூலம் தப்பிக்கவாவது வாய்ப்பிருக்கும் அல்லவா?'

'பொறியா? எப்படிப்பட்ட பொறி? யார் அதைச் செய்வார்கள்?'

'பெருந்தச்சனைப் பற்றி நீங்கள் கேள்விப்பட்டிருக்கிறீர்களா?'

'ஆமாம். நல்ல கைவேலைக்காரன்.'

'அவனை வரச் சொல்கிறேன். நீங்கள் ஆணையிட்டால் அவனால் முடியும்.'

'சரி. என்ன பொறி அது?'

'ஒரு வாகனம். வானத்தில் பறக்கும் வாகனம். கட்டியங்காரனால் துரத்தமுடியாத வாகனம்.'

'வரச்சொல் அவனை!'

ஒரு வாரம். விசயைக்கு மசக்கை உச்சத்துக்குப் போன வாரம். உணவின்றி மெலிந்து தன் அழகை இழந்துவிடுவாளோ எனத் தோன்றவைத்த வாரம். சச்சந்தன் கவலையின் உச்சியில் மிதந்த வாரம். கட்டியங்காரனின் கைங்கர்யங்கள் தெரிய ஆரம்பித்த வாரம்.

பெருந்தச்சன், சச்சந்தனின் முன்னே வந்தவுடன் பவ்யமாகத் தலைகுனிந்தான்.

'மன்னா! பொறி தயார். பார்க்க வருகிறீர்களா?'

தோட்டத்தில் எந்தப் பொறியையும் காணவில்லை. வழக்கம் போல மயில்களும் மானும்தான் ஆடிக்கொண்டிருந்தன.

'என்ன தச்சா? எங்கே பொறி?'

'அதோ அங்கே இருக்கிறதே மன்னா!'

'அங்கே இரண்டு மயில்கள்தான் இருக்கின்றன.'

'மன்னா, அதில் ஒன்றுதான் மயில். இன்னொன்று பொறி.'

'இவ்வளவு தத்ரூபமாகவா செய்யமுடியும்? அபாரம் தச்சா! அபாரம். வேலை செய்யுமா?'

'நீங்களே பாருங்கள் மன்னா! இதோ இங்கே ஒரு விசை இருக்கிறது.' உடலும் மயில்போலத்தான் இருந்தது. தடவிப் பார்த்தபோதுதான், கழுத்துக்குக் கீழே விசை இருப்பது தெரிந்தது.

‘இந்த விசையை வலப்பக்கம் திருப்பினால், மயில் வானத்தில் பறக்கும்.’

‘இடப்பக்கம்?’

‘பொறி கீழிறங்கும் மன்னா. முயற்சித்துப் பாருங்களேன்.’

சச்சந்தனால் நம்பவே முடியவில்லை. பொறிமேல் அமர்ந்து வலப்பக்கம் திருப்பியதும் ஒரு நொடியில் வானத்தில் பறந்தது அந்த மயில் பொறி. அந்தப்புரம் முழுவதும் கண்ணில் தெரிந்தது. இன்னும் கொஞ்சம் மேலே போனதும், ராசமாபுரம் அரண் மனையும் நகரமும் தெளிவாகத் தெரிந்தன. மேலே போகப் போக ஏமாங்கத நாடே தெரிய ஆரம்பித்தது.

இடப்பக்கம் விசையை அழுத்தினான் சச்சந்தன். கீழிறங்கியது மயில்பொறி.

‘பெருந்தச்சா! உன் திறமையை என்னால் வார்த்தைகளால் கூற முடியவில்லை. உனக்கு ஒரு நாடளவுப் பொன் கொடுத்தாலும் தகும். ஆனால், இப்போது என்னால் ஒரு பொன் அறையை மட்டும்தான் தரவியலும்.’

‘இது உங்கள் விருப்பத்தை நிறைவேற்றக் கிடைத்த வாய்ப்பு அரசே! என் பாக்கியம்.’

தச்சன், மன்னனை வணங்கிக்கொண்டே பின்பக்கமாகச் சென்றான்.

‘யாரங்கே! அரசியை அழைத்து வா!’

விசையை வந்தாள்.

‘விசயை, வா! இந்தப் பொறியைப் பார்! அற்புதமான பொறி. வா வானத்தில் ஏறிப் பறக்கலாம்.’

மலைகளின் மேலும் ஏரிகளின் மேலும் பறக்கையில்தான் விசயைக்கே தெரிந்தது, ஏமாங்கத நாட்டின் நீர்வளமும் விவசாய பலமும். உற்சாகமாகக் கண்கள் விரியச் சுற்றிச் சுற்றி பார்த்தபடி வந்த விசயையிடம் சச்சந்தன் சொன்னான்:

‘நீயும் இதைத் தனியாக ஓட்டக் கற்றுக்கொள்ளவேண்டும்.’

4

கட்டியங்காரனின் சதி

கட்டியங்காரன் கோபமாக இருந்தான். இன்று சபையில் எப்படியும் இதைப்பேசிவிட வேண்டும். ஆனால், இன்னும் ஏற்பாடுகள் முடிந்ததா இல்லையா என்று உறுதியாகத் தெரியவில்லை. மதனனை இன்னும் காணவில்லை.

மதனன், கட்டியங்காரன் மனைவியின் அண்ணன். மைத்துனன் துணையோடு மலை தாண்டும் முயற்சி. நடக்கும் நடக்கும். இதுவரை எல்லாம் நினைத்தபடி நடந்துகொண்டுதானே இருக்கிறது.

மதனன் வேகமாக வந்தான்.

‘மாமா, நீங்கள் சொன்னபடியே எல்லாவற்றையும் செய்துவிட்டேன். வணிகர்கள் இனி பிரச்னை செய்யமாட்டார்கள்.’

‘வணிகர்களை விடு. அவர்களுக்கு யார் மன்னனோ அவன்தான் தெய்வம். இன்னும் பல விசுவாசிகள் இருப்பார்களே, அவர்கள்?’

‘நீங்கள் சொன்னதுபோலத்தான் நடக்கும். மசிந்தவர்களுக்குப் பணமும் பொருளும். மசியாதவர்களுக்கு சிறைச்சாலையும் இருளும்.’

‘ம். அப்படியானால், நல்லபடியாகத்தான் ஏற்பாடுகள் எல்லாம் நடந்து வருகின்றன. மந்திரிசபையில் மட்டும் இன்னும் சிலர் இருக்கிறார்கள். அவர்களை என்ன செய்வது என்றுதான் இன்னும் புரியவில்லை.’

‘மந்திரிசபை ஆட்களைப்பற்றி என்ன கவலை? நிமித்திகன் போன்ற ஆட்களை இரண்டொரு சுடுசொல் சொன்னாலே போதும். துறவு மேற்கொள்கிறேன் என்று ஓடிவிடுவார்கள்.’

மந்திரிகள் ஒவ்வொருவரக வர ஆரம்பித்தனர். மதனன் 'சரி. நான் போய் என் இருக்கையில் அமர்ந்துகொள்கிறேன். அநாவசிய சந்தேகம் ஏற்படும்.' - இப்படிச் சொல்லிவிட்டு நகர்ந்தான்.

'மந்திரிகளே! நான் இன்று உங்களை வரச் சொன்னதற்கு முக்கிய மான காரணம் ஒன்று இருக்கிறது.' கட்டியங்காரன் குரலில் வருத்தத்தை வரவழைத்துக்கொண்டு சொன்னான்.

'என்ன செய்வதென்றே புரியவில்லை. எனக்கு ஒரு தெய்வம் இரவு பகலாக நெருக்கடி கொடுக்கிறது. மன்னனுக்குப் பகை யான தெய்வம்போல இருக்கிறது – மன்னனைக் கொல்ல வேண்டும் என்கிறது. பலி கேட்கிறது. எனக்கு இந்த நெருக்கடி யிலிருந்து விலக வேறு வழி தெரியவில்லை.'

சபையில் பெருத்த அமைதி. ஒருவாறு எதிர்பார்த்திருந்த செய்தி தான் என்றாலும் வரும்போது பேரிடியாகத்தான் இருந்தது. சில நொடிகளுக்கு பின்னரே சலசலப்புத் தொடங்கியது. தருமதத்தன் கனைத்துக்கொண்டான்.

'இதென்ன கட்டியங்காரா விளையாட்டாக இருக்கிறது? மன்னன் பெண்மோகம் கொண்டது தவறுதான். அதைவிட உன்னை நம்பியதுதான் பெரிய தவறாக ஆகி இருக்கிறது. தவறே செய்திருந்தாலும் மன்னன் நம் தெய்வம். நீ சொல்லும் தெய்வம், என் மன்னனைவிடப் பெரிய தெய்வமாக இருந்துவிடமுடியுமா? இப்படி ஒரு வார்த்தையைப் பேசுவது உனக்கு மட்டுமல்ல, நாட்டுக்கே நல்லதில்லை!'

'வாய்க்கு ஒன்றும் குறைச்சலில்லை. மன்னன் என்று சொன் னாலே பயம் வருகிறது தருமதத்தருக்கு!' மதனன் இளக்கார மாகப் பார்த்தான்.

'இந்த மாதிரி ஒரு அமைச்சர் என் முன்னே பேசுகிறார். அதைச் சர்வ சாதாரணமாகப் பொறுத்துக்கொள்கிறேன். நான் என்ன மன்னனுக்கு எதிராகவா பேசுகிறேன் தருமதத்தா? அவர் இப்போது இறந்தால், வானில் உள்ள தேவருக்கெல்லாம் மன்ன னாவார் என்றுதான் அந்த தெய்வம் எனக்குச் சொல்கிறது. என் ஆட்சியில் இந்த நாடு பிழைக்கும். உனக்கு அந்தக் கவலை யெல்லாம் வேண்டாம்.'

கட்டியங்காரனுக்கு மதனன் இருக்கும் தைரியம் வந்துவிட்டது.

‘நிமித்திகன் சொன்னதில் இருந்த உண்மையை அரசன் உணரவில்லை. இப்போது அனுபவிக்கப்போகிறான். நான் சொன்னதில் இருந்த உண்மை உனக்குப் புரியவில்லை. உனக்கு என்ன நடக்கும் என்று சொல்ல ஜோதிடம் தேவையில்லை கட்டியங்காரா!’ தருமதத்தன் கோபமாக வெளியேறினான், அவையை விட்டு.

மதனன், கட்டியங்காரன் அருகே வந்தான். ‘பார்த்தீர்களா மாமா? வெத்துவேட்டுகள் எத்தனை பேர் கூடப்போனார்கள் என்று? வெறும் இரண்டு பேர்! நாம் நம் வேலையை ஆரம்பிக்கலாம்!’

5

சச்சந்தன் கொலை

‘கண்ணே விசயை. உன்னை நடக்கவேண்டாமென்று எத்தனை முறை சொல்லி இருக்கிறேன்? நிறைமாதம். எப்போது வேண்டு மென்றாலும் இளவரசன் வெளியே வந்துவிடுவான்.’

‘மருத்துவச்சிகள்தான் சொன்னார்கள் மன்னா. உடலுக்குச் சிறு பயிற்சிகள் கொடுத்தால், பிரசவம் எளிதாக இருக்குமாம்.’

பணிப்பெண் பதற்றமாக வந்தாள். ‘மன்னா, ஒரு செய்தி.’

‘அருகே வந்து சொல்!’

‘இல்லை மன்னா! பயமாக இருக்கிறது. கட்டியங்காரனின் படைகள் அந்தப்புரத்தைச் சுற்றி வளைத்துவிட்டன.’ அவளுக் கல்லவா தெரியும், அவளுடைய பயமும் கெட்டசெய்தி சொல் பவர்களுக்குக் கிடைக்கும் முடிவும்.

‘யாரங்கே! படைகள் தயாராகட்டும். அந்தப்புர வாசலைத் தாழிட்டு ஆயிரம் வீரர்களை மதிலுக்கு அனுப்புங்கள்!’ சொல்லி

வாய் மூடும்போதுதான் அவனுக்கே புரிந்தது, அவனுடைய ஏவலுக்கு அங்கே ஆளே இல்லை என்பது.

'விசயை!'

'இல்லை மன்னா. அந்த வார்த்தையைச் சொல்லாதீர்கள்!' அவள் கண்களில் நீர் அருவியாகக் கொட்டியது.

'சொல்வதற்கு முன்பாகவேவா? சரி. நான் சொல்லவில்லை. அதுதான் நீயே புரிந்துகொண்டுவிட்டாயே.'

'உங்களை விட்டு உயிரற்ற சவமாகத்தான் பிரிவேன்.' வயிற்றில் அடித்துக்கொண்டு அழத் தொடங்கிய விசயையின் கைகளை வலுக்கட்டாயமாக விலக்கினான்.

'பைத்தியக்காரத்தனமாக எதையாவது செய்யாதே விசயை. உன்னுடைய உயிர் இப்போது உன்னுடையது மட்டும் அல்ல. இந்த நாட்டுக்கே முக்கியமான செல்வம். சச்சந்த மகாராஜாவின் வம்சத்தைத் தழைக்கவைக்கப்போகும் செல்வம். விதி என்ன செய்ய நினைத்திருக்கிறதோ? அதை உன்னாலும் என்னாலும் மாற்ற முடியுமா?'

'இருந்தாலும்...'

'என் கடமை என்ன தெரியுமா இப்போது? வாசலில் நிற்கிறானே கட்டியங்காரன், அவனை எமனிடம் அனுப்பவேண்டும். அதற்கு? போர் செய்யவேண்டும். போருக்குக் கிளம்பும்முன் தன் மனைவியின் பாதுகாப்புக்கு ஏற்பாடு செய்யாமல் கிளம்புபவன் மன்னனே இல்லை. நல்லவேளை. மயிற்பொறி தயாராக இருக் கிறது. நீயும் அதை ஓட்டக் கற்றுக்கொண்டுவிட்டாய். விதேய நாட்டுக்குச் சென்றுவிடு! இரண்டொரு நாளில் முடிக்க வேண்டியவர்களை முடித்துவிட்டு நானே வந்து உன்னை அழைத்துச் செல்கிறேன்.'

வேண்டாவெறுப்பாகத்தான் மயில் பொறியில் ஏறினாள் விசயை.

'அருகனை வணங்கிக் கிளம்பு!'

மயிற்பொறி வானேறும் வரை காத்திருந்து பார்த்துவிட்டு, கோப மாகத் திரும்பினான் சச்சந்தன்.

‘இப்போது கட்டியங்காரன் படைகளுக்குக் கருமாதி செய்ய வேண்டியதுதான்.’

அது ஒரு சமமற்ற போர். ஒரு தனி வீரன். அவனுக்கு எதிராக ஆயிரம் வில்வீரர்கள். பலநூறு யானைகள். போதாக்குறைக்கு, காலாட்படையில் கணக்கே இல்லாத வீரர்கள்.

சச்சந்தன் கொஞ்சமும் மனம் தளரவில்லை. விழுந்தாலும் எரிநட்சத்திரமாக விழவேண்டும் என்று முடிவெடுத்தான்.

முதலில் யானைகளைக் குறிவைத்தான். நீண்ட வாள் ரத்தச் சேற்றில் புரண்டது. யானைகளின் தும்பிக்கைகளைத் துண்டாக்கிக்கொண்டே போனது அவன் வாள். அது சுழன்ற வேகத்தில், வில் வீரர்கள் எய்த எந்த அம்பாலும் அவன் உடம்பைத் தொடக்கூட முடியவில்லை. இறுதியாக, கட்டியங்காரன் விட்ட சக்கரம் சச்சந்தனின் கேடயத்தைப்பிளக்கும்வரை.

6

சீவகன் பிறந்தான்

விசயை பதற்றத்தோடு பறந்துகொண்டிருந்தாள். மயில் பொறி பறக்கத் தொடங்கியதும் தெரிந்த கட்டியங்காரனின் மிகப்பெரிய படை அவள் கலக்கத்தை அதிகரித்திருந்தது. பயம், சோர்வு, களைப்பு எல்லாவற்றையும் மீறி மெதுவாக பொறியைச் செலுத்திக்கொண்டு இருந்தாள். கட்டியங்காரனின் வெற்றி முரசு கேட்டது.

யானைகள் பிளிறும் சத்தத்துக்கு ஊடே கேட்ட முரசின் சத்தம், அறிவிப்பது ஒரே செய்தியாகத்தான் இருக்க முடியும். அவள் பொட்டிழந்ததைக் கொண்டாடுகிறான் கட்டியங்காரன்.

பொறியின் மேலேயே மயங்கிச் சாய்ந்தாள் விசயை. மயில் பொறி இடதுபுறமாகச் சாய்ந்தது.

தரை இறங்கியது. அந்த இடம் ராசமாபுரத்தின் வடக்கு எல்லை சுடுகாடு.

அந்த வலி வந்தது. உயிர்போகும் வலி. பிரசவ வலி. அதில், மயக்கம் இருந்த இடம் தெரியாமல் ஓடிப்போனது. விசயை சுற்றிச் சுற்றிப் பார்த்தாள்.

வலியையும் மீறி அவள் இருந்த இடமும் நிலைமையும் அழுகையை மேலும் கூட்டின.

'எத்தனை மருத்துவச்சிகள் தயாராக இருந்தார்கள்? எவ்வளவு மிருதுவான படுக்கை இந்தக் குழந்தை வரவுக்காகத் தயாராகக் காத்திருந்தன? இங்கே, எரிந்தும் எரியாத நிலையில் பிணங்கள். இந்தப் புகைமூட்டத்தில் பிறக்கவா இவன் ராஜகுலத்தில் வந்து உதித்தான்?'

ஒரு கட்டத்தில், விசயையின் அழுகைக் குரல் நின்றது. குழந்தையின் அழுகுரல் கிளம்பியது.

குழந்தையை கஷ்டப்பட்டுத் தலை தூக்கிப் பார்த்தாள். ஆண் குழந்தை. கனவின் பலன்கள் சரியாகத்தான் இருக்கின்றன. அப்பனைக் கொன்று பிறந்திருக்கிறான். அழகான குழந்தை.

தன் ரத்தத்தால் குழந்தைக்கு வீரத்திலகமிட்டாள். 'எல்லாம் நல்ல படியாக நடந்திருந்தால், நீ பிறந்த செய்தி கேட்டு, நாடே சந்தோஷ அலையில் அல்லோலகல்லோலப்பட்டிருக்கும். விழாக்கோலம் பூண்டிருக்கும். பரிசுகள் என்ன, ஆடல், பாடல் என்ன என்று அமர்க்களப்பட்டிருக்கும். இப்படி பிணம் சூழ்ந்த படுக்கையிலா பிறப்பாய் சிந்தாமணியே?'

சூரியன் நீங்கிப் பிறைநிலவு வந்தது வானத்தில். என் வாழ்க்கையும் அதுபோலத்தான் இருக்கிறது.

மழை தூறத் தொடங்கியது. 'ஐயோ! இதுவரை பட்ட கஷ்டமெல்லாம் போதாதா? மழையில் குழந்தையை வைத்துக்கொண்டு நான் என்ன செய்வேன்?' யாரோ வரும் சத்தம் கேட்டுத் திரும்பினாள். ஒரு கூனி.

'அரசி, என்னை உங்களுக்குத் தெரிந்திருக்க நியாயமில்லை. நானும் உங்கள் அரண்மனையில் பணிசெய்த பெண்தான். என் பெயர் சண்பகமாலை.'

‘நல்ல நேரத்தில் வந்தாய் சண்பகமாலை. எனக்கு உதவிசெய்ய யாருமே இல்லை என்று நினைத்துக்கொண்டிருந்தேன். இப்போது எனக்காக தெய்வமே வந்ததுபோல இருக்கிறது.’ முனகிக்கொண்டே சொன்னாள் விசயை.

‘இப்போது இங்கே இருப்பது புத்திசாலித்தனமான காரியமில்லை ராணி. இந்தக் குழந்தையைக் கொண்டுபோய் வளர்க்க ஒருவன் இப்போது இங்கே வருவான். உடனே நாம், குழந்தையை விட்டுவிட்டு மறைந்துகொள்ளவேண்டும்.’

விசயைக்கு சண்பகமாலையை நம்புவதைத் தவிர வேறு வழி தெரியவில்லை. மெதுவாக எழுந்தாள் விசயை.

‘ராணி! உங்கள் முத்திரை மோதிரத்தைக் கழற்றிக் கொடுங்கள்! குழந்தையின் விரலில் அரசர் பெயர் பொறித்த மோதிரத்தைப் போட்டுவிடலாம். அடையாளத்துக்கு.’

அவள் சொன்னபடியே செய்தாள் விசயை. பிறகு சுடுகாட்டின் ஒரு மூலையில் ஒளிந்துகொண்டு, குழந்தையைப் பார்த்தபடி காத்திருந்தார்கள் விசயையும் சண்பகமாலையும்.

7

வளர்ப்புத் தந்தை

கந்துக்கடன் பதற்றமாக இருந்தான். அறைக்கு உள்ளே இருந்தாள் சுநந்தை. அவள் வலியால் கதறுவதைக் கேட்க முடியவில்லை. எவ்வளவு பணம் இருந்து என்ன? பிரசவ வலியை அவள்தானே அனுபவிக்க வேண்டும்?

வெளியே இருந்து வந்த தகவல்களும் அவன் கலக்கத்தை அதிகப்படுத்திக்கொண்டுதான் இருந்தன. சச்சந்த மகாராஜாவைக் கட்டியங்காரன் கொன்று வெற்றி முரசு கொட்டி ராஜா

ஆகிவிட்டான். சச்சந்தன் மறைவு கஷ்டமாகத்தான் இருந்தது. இருந்தாலும் விதியை யார் வெல்ல முடியும்?

வணிகருக்கு யார் அரசாண்டால் என்ன? நான் என் பொருளை விற்றால்தான் என் வீட்டில் அடுப்பெறியும்.

இன்னுமா பிரசவம் ஆகவில்லை? இவ்வளவு நேரமாகக் கேட்டுக்கொண்டிருந்த சுநந்தையின் கூக்குரல் அடங்கிவிட்டிருந்தது. ஆனால் குழந்தை?

மருத்துவச்சி வெளியே வந்தாள்.

'குழந்தை பிறந்துவிட்டதா? என்ன குழந்தை?' ஆவலும் பதற்றமும் ஒன்றுசேரக் கேட்டான் கந்துக்கடன்.

'மன்னிக்கவும். குழந்தை இறந்தே பிறந்தது.'

கந்துக்கடன் நிலைகுலைந்தவனாக, அப்படியே தரையில் சரிந்து உட்கார்ந்துவிட்டான். அவனும் அவளும் இவ்வளவு கஷ்டப்பட்டது குழந்தை இறந்தே பிறப்பதற்குத்தானா? சுநந்தை தாங்குவாளா இதை?

'அவளுக்குத் தெரியுமா?'

'தெரியும். செய்தி கேட்டதும் மயங்கிவிட்டார்.'

நிச்சயம் அவள் தாங்கிக்கொள்ள மாட்டாள். கந்துக்கடனுக்கு உலகத்தின் மீதே கோபம் வந்தது.

அன்றொரு நாள் முனிவர் ஒருவர் ஆசி கொடுத்தாரே? உனக்குக் குழந்தை சுடுகாட்டில் கிடைக்கும் என்று? ராஜா இறக்கும்போது குழந்தை பிறக்கும் என்பதைத்தான் பூடகமாகச் சொல்கிறார் என்று நினைத்தேன். ஒருவேளை...

ஒரு முயற்சி செய்து பார்க்கலாம். தவறில்லை.

மருத்துவச்சியிடம் 'அந்தக் குழந்தையை வாழையிலையில் சுற்றி எடுத்துக்கொண்டுவா!'

'இப்போதேவா? அதற்கு என்ன அவசரம்?'

'சொன்னதைச் செய்!'

கந்துக்கடன் குழந்தையைத் தூக்கிக்கொண்டு சுடுகாட்டுக்குப் போனான்.

இருண்டு கிடந்தது அந்தச் சுடுகாடு. எங்கே போகிறோம் என்று தெரியாத, பிணங்கள் பயமுறுத்தும் இருட்டு. தனியாக வந்தது தவறோ என்று நினைக்கவைக்கும் இருட்டு.

அத்தனை இருட்டில், காட்டின் நடுவில் மட்டும் திடீரென ஒரு ஒளி தோன்றியது. ஒளி தோன்றிய இடத்துக்குச் சென்றான் கந்துக்கடன். முனிவர் உண்மையைத்தான் சொல்லி இருக்கிறார். ஒரு குழந்தை கையையும் காலையும் உதைத்தபடி கிடந்தது.

எவ்வளவு அழகான குழந்தை! அது என்ன? குழந்தையின் மேல் மோதிரத்தைப் பார்த்தான். ஹா! இது இளவரசன்! அதுவும் சுடுகாட்டுக்கு நடுவில்! மோதிரத்தை கவனமாகத் தன் பைக்குள் போட்டுக்கொண்டான் கந்துக்கடன்.

தன் குழந்தையை சுடுகாட்டில் புதைத்துவிட்டு, இளவரசனைத் தூக்கிக்கொண்டான்.

'ஹச்!' குழந்தை தும்மியது.

'சீவ!' என்று தன்னையறியாமல் உரக்கக் கூறினாள் ஒளிந்திருந்த விசயை.

குழந்தையின் முதல் தும்மலுக்கு வாழ்த்துக்கூறக்கூட ஒளிந் திருக்கவேண்டி இருக்கிறது!

கந்துக்கடன் குரல் கேட்டுச் சுற்றுமுற்றும் பார்த்தான். யாரையும் காணவில்லை. 'சீவ!' இதென்ன அசரீரியா?

குழந்தையுடன் வீட்டுக்கு வந்தான். மருத்துவச்சியிடம் 'சுநந்தை விழித்துவிட்டாளா?' என்று கேட்டான்.

'ஆம். அழுதுகொண்டு இருக்கிறார்.'

அறைக்குள் நுழைந்தான் கந்துக்கடன்.

'சுநந்தை! அழுவதை நிறுத்து! அழவேண்டிய அளவுக்கு எதுவும் நடக்கவில்லை. நம் குழந்தை இறந்து பிறந்தது உண்மைதான். ஆனால், சுடுகாட்டுக்கு எடுத்துச் செல்லும் வழியில் உயிர் பிழைத்துவிட்டான். நம் பிரார்த்தனை தந்த பலன். இதோ! செத்துப் பிழைத்த உன் குழந்தையைப் பார் சுநந்தை!'

குழந்தையை நீட்டினான். அவள் குழந்தையை வாங்கி, நெஞ்சோடு அணைத்துக்கொண்டாள். அழுகை அப்படியே ஆனந்தக் கண்ணீராக மாறியிருந்தது சுநந்தைக்கு.

'ஆ! எவ்வளவு அழகான குழந்தை!' மாறி மாறி முத்தமிட்டாள்.

கொஞ்சியபடியே அவள் கேட்டாள். 'என்ன பெயர் வைக்கலாம்?'

'செத்துப் பிழைத்த குழந்தை. நீண்ட நெடுங்காலம் வாழ வேண்டிய குழந்தை. இவன் பிழைக்கும்போது அசரீரி போல ஒரு குரல் கேட்டது. அது சொன்ன வார்த்தை 'சீவ!'

'சீவகன்?'

'அதேதான். அந்தப் பெயரைத்தான் நானும் நினைத்தேன் சுநந்தை!'

8

விசயை கொண்ட துறவு

சூரியன் தன் மஞ்சள் கிரணங்களைச் சுடுகாட்டின் மேல் செலுத்தத் தொடங்கி இருந்தான். அதிகாலையில் பனி பெய்து அடங்கத் தொடங்கியிருந்ததில் புகைமூட்டத்துக்கான காரணம், பிணம் எரிவதாலா, பனியினாலா என்று தெரியவில்லை.

விசயை அந்த ஒரு நாளில் வாழ்நாள் மொத்தத்துக்குமான வலியையும், துயரத்தையும் பெற்றிருந்தாள். கணவன் இறந்து போனான். குழந்தை பிறந்து, கண்ணெதிரே பறிபோனது. இளவரசியாகப் பிறந்து அரசியாக வாழ்ந்த வருடங்களையெல்லாம் ஒரேயொரு நாள் கணக்குத் தீர்த்துவிட்டது.

அழுகையும் கழிவிரக்கமும் சேர்ந்துகொள்ள அப்படியே சோர்ந்து விழுந்து கிடந்தாள்.

சண்பகமாலை மெதுவாக அவளை எழுப்பினாள். 'பொழுது புலர்ந்துவிட்டது தாயே! நாம் இனியும் இங்கே இருக்க முடியாது.'

'நாம் எங்கே செல்வது சண்பகா? நமக்கு ஏது கதி? விதேய நாட்டுக்கே சென்றுவிடலாமா?'

'அது சரியில்லை அரசி. கணவனை இழந்துவிட்டீர்கள். குழந்தையைப் பறிகொடுத்துவிட்டீர்கள். பிறந்த வீட்டுக்குச் சென்றால் அங்கே யாரும் மதிக்கமாட்டார்கள்.'

'பிறகு?'

'இருளோடு இருளாக யார் கண்ணிலும் படாமல் அமரிக்கை ஆற்றுக்குச் சென்றுவிடலாம்.'

'ஆனால்... அதுதானே நம் ஊருக்குச் செல்லும் வழி?'

'இல்லை. ஆற்றிலிருந்து ஐம்பது யோசனை தூரம் சென்றால் நம் ஊர் வரும். அதைத் தாண்டி மேலே சென்றால் தண்டகாரணியம் என்றொரு காடு வரும். அந்தக்காட்டில் துறவு பூண்ட பல முனிவர்கள். நாமும் அதையே செய்யலாம்.'

'சரியாகச் சொன்னாய் சண்பகமாலை! எல்லாவற்றையும் இழந்து நிற்கும் எனக்கு இப்போதைக்கு என் மகன் நன்றாக வாழ வேண்டும். அதற்கு இறைவனை நோக்கிப் பிரார்த்திப்பது தவிர வேறு வழியில்லை. துறவுதான் சரியான முடிவு.'

அவர்கள் கிளம்பினார்கள்.

9

குழந்தைப் பருவம்

கந்துக்கடன் அப்போதுதான் கடையிலிருந்து வீட்டுக்கு வந்திருந்தான்.

'சீவகன் எங்கே?'

‘வெளியே விளையாடப்போயிருக்கிறான். ஏதாவது சாப்பிடு கிறீர்களா?’ சுநந்தை, குழந்தை பிழைத்த மகிழ்ச்சியில் ஒரு சுற்று பெருத்துப்போயிருந்தாள்.

‘சீவகனுக்குக் கல்விக்கு ஏற்பாடு செய்யவேண்டும். அவன் இப்படி விளையாடிக்கொண்டு மட்டும் இருக்கக் கூடாது.’

‘குழந்தைதானே! இன்னும் கொஞ்சநாள் போகட்டும்.’

‘இல்லை சுநந்தை. அவன் சாதாரணக் குழந்தை இல்லை. என்னைப் போல் வணிகனாக மட்டும் இருக்கமாட்டான். இந்த நாட்டையே ஆளும் ஜாதகம் அவனுடையது என்று ஜோதிடர்கள் கூறியிருக் கிறார்கள். ஞாபகமிருக்கிறதா? கட்டியங்காரன், வெற்றிபெற்ற நாளில் பிறந்த குழந்தை என்று எவ்வளவு கொட்டிக் கொடுத்தான்! அழகும் அதிர்ஷ்டமும் ஆளும் யோகமும் கூடிப் பிறந்தவன் சீவகன். அவனுடைய வளர்ச்சியை நாம் தள்ளிப்போடலாமா?’

‘ஆனால் குருகுலம், கல்வி என்று கிளம்பினால் குழந்தை நம்மை விட்டு விலகிச் சென்றுவிடுவானே! எவ்வளவு கஷ்டப்படுவானோ? அவனைப் பிரிந்து நாம் எவ்வளவு கஷ்டப்படுவோமோ?’

‘கல்வியைக் கஷ்டம் என்று நினைக்கலாமா? அது ஒவ்வொரு வருக்கும் அவசியம் அல்லவா? குறிப்பாக, சீவகன் போன்ற ஒருவனுக்கு மிக அவசியம் அல்லவா? அச்சணந்தி அடிகளிடம் கேட்டேன். அவர் ஒப்புக்கொண்டுவிட்டார். இன்னும் சில நாள் களில் அவனுடைய கல்வி ஆரம்பித்துவிடும்.’

10

அச்சணந்தி அடிகள்

நந்தவனத்தில் பூக்கள் பூத்துக் குலுங்கிக்கொண்டிருந்தன. வித விதமான பூக்களின் வாசம் சூழலையே மயக்கத்தில் ஆழ்த்திக் கொண்டிருந்தது.

'அந்த மாம்பழம் வேண்டும் எனக்கு!' என்றான் நந்தட்டன்.

நபுலன், 'ஒரு அம்பிலா?'

'பின்னே? நூறுமுறை முயற்சிக்கவேண்டுமா?'

'யார்? நபுலனா? வெகு அருகில் இருக்கும் குறியையே மூன்று அம்புகளையாவது வீணடித்துத்தான் அவனால் வீழ்த்த முடியும்.' விபுலனுக்கு அண்ணன் மேல் என்றும் நம்பிக்கையே இருந்ததில்லை.

'இருங்கள். நான் முயற்சிக்கிறேன்' என்று வில்லை வளைத்தான் நபுலன்.

அம்பை எடுப்பதற்குள் மாம்பழம் கீழே விழுந்தது. 'இதெப்படி சாத்தியம்?'

'நான்தான் வீழ்த்தினேன். வரும் வழியில் நீங்கள் பேசிக்கொண்டிருந்ததைக் கேட்டேன். எதற்கு நபுலனின் அம்பை வீணடிக்க வேண்டும்? அதுதான் நானே வீழ்த்திவிட்டேன்.' சீவகன் அழகனாக ஆயிருந்தான்.

'குதிரையில் வரும்போதா குறிவைத்தாய்? நின்றுகொண்டு நீ அம்புவிட்டால் குறிதவறாது. அது உண்மை. ஆனால் வேகமாக வரும்போதும் உன்னால் குறி தவறாமல் அம்பைச் செலுத்த முடியுமா? உன் திறமையை எவ்வளவு தரம்தான் நிரூபிப்பாய் சீவகா?' நபுலன் வியந்தான்.

சீவகன் குதிரையில் இருந்து இறங்க முயற்சிக்கும்போது நந்தட்டன் சொன்னான். 'உன்னை அச்சணந்தி அடிகள் பார்க்கவேண்டும் என்று சொன்னார். அருவிக்கு அருகில் இருக்கிறார். சீக்கிரம் போ சீவகா!'

அச்சணந்தி அடிகள் அருவியின் கீழ் அருகனைப் பிரார்த்தித்துக் கொண்டிருந்தார். சீவகன் அவரை வணங்கினான்.

'அழைத்தீர்களா அடிகளே?'

'ஆம் சீவகா! உன்னிடம் ஒரு கதை சொல்லவேண்டும். உட்கார்!'

சீவகன் பாறைமேல் இருந்த தூசியைத் துடைத்துவிட்டு அமர்ந்தான். 'சொல்லுங்கள் குருவே!'

'ஒரு ராஜா இருந்தான். மனைவிமேல் இருந்த அதீதக் காதலால் தன் ராஜ்ஜிய பாரத்தைத் தன் அமைச்சனுக்குக் கொடுத்துவிட்டு அந்தப்புரத்திலேயே குடியிருந்தான். '

'யார் அந்த ராஜா அடிகளே?'

'குறுக்கிடாதே! முழுவதையும் சொல்லி முடித்துவிடுகிறேன். அரசி நிறைமாத கர்ப்பிணி. வெளியே அமைச்சனின் படைகள். ஒரு பறக்கும் மயிற்பொறி செய்திருந்தான் அரசன். அதில் ராணியை ஏற்றி அனுப்பிவிட்டு, வீரசொர்க்கம் அடைந்தான் மன்னன்.'

'மயிற்பொறி ஒரு சுடுகாட்டில் இறங்கியது. அங்கே ஒரு மகனைப் பிரசவித்தாள் ராணி. அந்த மகன், நாடாள வேண்டியவன். அந்த மகனை ஒரு வணிகன் தத்தெடுத்து வளர்த்தான்.'

அச்சணந்தி அடிகள் பேசாமல் இருந்ததால் இப்போது கேட்கலாம் என்று நினைத்தான் சீவகன். 'யார் அந்தக்குழந்தை அடிகளே?'

'நீதான் சீவகா! நீயேதான் அந்தக் குழந்தை.'

'அப்படியானால் கந்துக்கடன் என் தந்தை இல்லையா? சுநந்தை என் தாய் இல்லையா?' அதிர்ச்சியோடு கேட்டான் சீவகன்.

'இல்லை. அவர்கள் உன் வளர்ப்புப் பெற்றோர்.'

'அப்படியானால் நான் ஓர் அனாதையா?'

'உன் தந்தை உயிரோடு இல்லை. தாய் துறவறம் பூண்டிருக்கிறாள். உன் நலனுக்காகப் பிரார்த்தித்துக் கொண்டிருக்கிறாள்.'

'ஐயோ! நான் என்னவோ என்னை அதிர்ஷ்டசாலி என்று நினைத்துக்கொண்டிருந்தேனே. பிறந்தவுடனே தந்தையைக் கொன்ற துரதிர்ஷ்டசாலியா நான்?' சீவகன் கண்களில் நீர்.

'அழாதே! வருத்தப்படாதே! நீ ஆற்றவேண்டிய கடமை நிறைய இருக்கிறது. நயவஞ்சகனான கட்டியங்காரன்தான் இன்று ஏமாங்கத நாட்டுக்கு அரசன். நீ இருக்கவேண்டிய இடத்தில் அவன். அநீதியை வாழவிடலாமா?'

'அவன் எங்கே வாழப்போகிறான்? நீங்கள் என்னிடம் சொல்லி விட்டீர்கள் அல்லவா? அவன் முடிவின் ஆரம்பம் இப்போதே தொடங்கிவிட்டது.' சீற்றத்துடன் எழுந்தான் சீவகன்.

'ஒரு நிமிடம் சீவகா! உணர்ச்சிவசப்படாதே. நீ எனக்கு ஒரு வாக்குக் கொடுக்கவேண்டும்.'

'என்ன வாக்கு அடிகளே?'

'உணர்ச்சிவசப்பட்டு எடுக்கும் முடிவுகள் எதுவும் சரியானதாக இருக்காது. பொறுமையாகச் சிந்தித்து முடிவெடு! உன் கோபம் யார் அறிவுரையையும் கேட்கவிடாது. எனவே...'

'எனவே?'

'என்ன ஆனாலும் இன்னும் ஒரு வருடத்துக்கு நீ கட்டியங்காரன் மேல் கோபம் கொள்ளக் கூடாது. அதற்கான சந்தர்ப்பங்கள் எத்தனையோ ஏற்படலாம். இருந்தாலும் பொறுமை காக்க வேண்டும்.'

'நான் ஏன் குருவே பொறுமை காக்கவேண்டும்? நானும் சாதாரண மனிதன்தானே?'

'இல்லை சீவகா, இல்லை. நீ சாதாரண மனிதன் இல்லை. என்னையே எடுத்துக்கொள்! துறவியாக விரும்பியவன் நான். அதற்காக என் ராஜ்ஜியத்தை மகனுக்குக் கொடுத்துவிட்டுக் கிளம்பியவன். ஆனால்...'

'ஆனால்?'

'துறவிகளுக்கு வரக் கூடாத ஒரு வியாதி எனக்கு வந்துவிட்டது.'

'அதென்ன வியாதி?'

'பசி சீவகா! பசி. யானைத் தீ என்று சொல்வார்களே அந்தப் பசி. காட்டில் தவம் இருக்கவேண்டிய நான் நாட்டுக்குள் வரக் காரண மாக இருந்தது பசி. என்ன தவம் செய்தும் தீராத பசி. அந்த வியாதியும் தீர்ந்தது ஒரு நாள்.'

'என்றைக்குக் குருவே?'

'கந்துக்கடன் வீட்டில் சாப்பாடுக்காக வந்த அன்று உன்னைப் பார்த்தேனே! அன்றுதான். அன்றுதான் எனக்குத் தெரிந்தது, நீ சாதாரண மனிதன் இல்லை என்று. உன் கதையும் அன்றே எனக்குத் தெரிந்துவிட்டது. இருந்தாலும் இன்றுவரை நான் உன்னிடம் சொல்லவில்லை. ஏன் தெரியுமா?'

'ஏன்?'

'அன்றைய தினத்தில் உனக்குப் போதுமான கல்வியோ, சண்டைப் பயிற்சியோ இல்லை. உன்னிடம் சொல்லி இருந்தால் அன்றே கிளம்பி இருப்பாய் பழிதீர்க்க. உன்னைத் தீர்த்துக் கட்டியிருப்பான் கட்டியங்காரன். ஆனால் இன்று, உன்னிடம் கல்வி இருக்கிறது. போர்த் திறத்தில் பயிற்சியும் இருக்கிறது. குறைவது ஒன்றே ஒன்றுதான்.'

'என்ன குறை குருவே?'

'மனத்தை அடக்கும் பயிற்சி. உனக்கு விஷயம் தெரிந்திருந்தாலும் உடனே போரில் குதிக்காமல் இருக்க மனத்தை அடக்கும் பயிற்சி. அதற்குத்தான் ஒரு வருட அவகாசம் கேட்கிறேன்.'

சீவகன் பேசாமல் இருந்தான்.

'உன் கோபம் எனக்குப்புரிகிறது சீவகா!. ஆனால், கோபத்தை அடக்காமல் நாட்டைக் கட்டுப்படுத்த முடியாது. நீ இந்த வாக்கை எனக்குக் கொடுத்துத்தான் ஆகவேண்டும்.'

நீண்ட யோசனைக்குப் பிறகு சீவகன் சொன்னான். 'சரி குருவே! நீங்கள் சொல்கிறபடியே செய்கிறேன். எந்தச் சூழ்நிலையிலும் ஒரு வருடத்துக்கு கட்டியங்காரன் உயிர் என்னால் போகாது.'

'நன்றி சீவகா. என் கடமை முடிந்துவிட்டது. நான் மீண்டும் துறவறத்துக்குச் செல்கிறேன்.'

அச்சணந்தி அடிகள் குருகுல உடையில் இல்லாமல், துறவாடை யில் இருப்பதை அப்போதுதான் கவனித்தான் சீவகன்.

'அருகர் உனக்குத் துணையிருப்பார்' அச்சணந்தி எழுந்து மெல்லக் காட்டை நோக்கி நடக்க ஆரம்பித்தார்.

சீவகன் அவர் மறையும்வரை அவரையே பார்த்துக்கொண்டிருந் தான்.

பாகம் 2

வேடர்கள் வேட்டை

11

பசுக்கூட்டம் கடத்தல்

நெடிது வளர்ந்த, அடர்த்தியான மரங்கள் நெருக்கமாக இருந்த அடர்ந்த காடு அது. இரண்டடி நடந்தாலே இருள் சூழ்ந்துவிடும். பழக்கப்பட்டவர்களுக்கு மட்டுமே பாதை தெரியும். எந்த மரத்தடியில் மலைப்பாம்பு சுருண்டு கிடக்கும், எந்த மரத்துக்குப் பின்னால் புலியோ சிங்கமோ இருக்கிறது என்பது தெரியாமல் நுழைபவர்கள், மரணத்தின் வாயிலில் கால் வைப்பவர்கள்.

காட்டுக்குள்ளே வேடர்கள் கூட்டமாகக் கூடியிருந்தார்கள்.

'வேட்டைக்குப் போய் வெகு காலம் ஆகிறது' என்றான் ஒருவன்.

'என்ன உளறுகிறாய்? நம் தொழிலே வேட்டைதானே!'

'காட்டு வேட்டையைச் சொல்லவில்லை. நாட்டு வேட்டையைச் சொல்கிறேன். பசுமாட்டுக் கறி தின்று வெகு காலம் ஆகிறது.'

தலைவன் போல் இருந்தவன் சொன்னான். 'உண்மைதான். நாம் இப்படி காட்டுக்குள்ளேயே பதுங்கி இருந்தால் நம்மைப் பற்றி நாட்டில் உள்ளவர்கள் மறந்தே போய்விடுவார்கள். அவர்களுக்கு நம்மிடம் பயமும் இருக்காது.'

எல்லோரும் அவர்களுடைய ஜோசியனைப் பார்த்தார்கள். அவன் குறி சொல்லும் நேரம் வந்துவிட்டதை உணர்ந்தான்.

எழுந்து நின்றான். கண்ணை மூடிக்கொண்டான். பறவைகள் ஒலியைக் கூர்ந்து கேட்டான். பிறகு சொன்னான்: ‘நல்லதும் கெட்டதுமாகச் செய்திகளைத் தருகின்றன பறவைகள்.’

‘நல்லதை முதலில் சொல்!’

‘நாம் பசுமாடுகளைக் கைப்பற்றிவிடுவோம். ஆயர்கள் படையை எளிதில் தோற்கடித்துவிடுவோம். பிறகு ஏமாங்கத நாட்டின் படை நம் காட்டுக்குள் வரும்.’

‘அப்போது என்ன நடக்கும்?’

‘அவர்களையும் வென்றுவிடுவோம்.’

‘அவ்வளவுதானே? கிளம்புங்கள் எல்லோரும். நந்தகோன் பண்ணையில் மாடுகள் நமக்காகக் காத்திருக்கின்றன.’

எல்லோரும் கிளம்பிப் போன பிறகும், ‘கெட்ட செய்தியைச் சொல்லவே இல்லையே!’ என்ற யோசனையில் தனியாக நின்றுகொண்டிருந்தான் ஜோதிடன்.

12

நந்தகோன் பண்ணை

பண்ணையின் வாசலில் சாணத்தின் மணம் வீசியது. நூற்றுக் கணக்கான மாடுகளை நீளமான வரிசையில் கட்டிப்போட்டிருந் தார்கள். பொட்டும் புண்ணாக்கும் கழுநீரும் கொட்டும் தொட்டி கள் நிரம்பி வழிந்துகொண்டிருந்தன. பசுக்களுக்குப் பசி இல்லை.

‘என்னடா இன்று இத்தனை பேரைப் பண்ணைக் காவலுக்கு அனுப்பி இருக்கிறார் நந்தகோன்?’ பண்ணைக் காவலுக்கு வந்தவன், இன்னொருவனைக் கேட்டான்.

‘தெரியவில்லை. ஆநிரைகளுக்கு ஆபத்து என்று நிமித்தக்காரன் சொன்னானாம்.’

‘எதை நம்ப வேண்டும், எதை நம்பக் கூடாது என்று நந்த கோனுக்குத் தெரியவில்லை.’

சொல்லித் திரும்பக்கூட இல்லை. அவனருகில் ஒரு அம்பு வந்து விழுந்தது. நல்லவேளையாக அவன் மேல் பாயவில்லை.

எங்கிருந்து வந்தது இந்த அம்பு?

திரும்பிப் பார்த்தவன் ஆடிப்போனான். ஒன்றல்ல இரண்டல்ல - அது அம்பு மாரி. மழை பொழிவது போல் அத்தனை அம்புகள் பாயத் தொடங்கின. யார் விடுகிறார்கள், எங்கிருந்து விடுகிறார் கள் என்று பார்க்கக்கூட அவகாசமில்லை. தோளில் இரண்டு அம்புகள் பாய்ந்து குத்தின. அவன் ஓடத் தொடங்கினான்.

‘எங்கே ஓடுகிறாய்? வீடு அந்தப்பக்கம்!’ என்றான் அவனுக்கு இணையாக ஓடிக்கொண்டிருந்த இன்னொரு காவலன்.

‘அடப்போடா! வீடா முக்கியம்? அந்த மலைக்குன்றில் இருந்து தான் அம்புகள் வருகின்றன. வீட்டுக்குப் போகும் வழியில் எந்த மறைவும் கிடையாது. இப்போதைக்கு உயிர்தான் முக்கியம். ஓடு! எங்கே அம்பு வரவில்லையோ அங்கே ஓடு!’

எல்லோரும் ஓடிவிட்டார்கள் என்பதை உறுதிப்படுத்திக் கொண்டு, குன்றில் இருந்து வேடர் தலைவன் இறங்கினான். ‘வேகம்! கன்றுக்குட்டிகளை விட்டுவிட்டு மாட்டை மட்டும் ஓட்டிச் செல்லுங்கள்!’

13

கட்டியங்காரன் படை

வேடர்கள் குன்றின்மேல் எல்லா மாடுகளையும் ஓட்டிச் செல் வதைப் பார்த்துவிட்டுக் காலில் இருந்த அம்பை இழுத்து வெளியே போட்டுவிட்டு விந்தி விந்தி ஓடினான் காவல்காரன்.

மலையைக் கடக்கும்போது இன்னும் சில காவல்காரர்களைக் கண்டான்.

'எங்கே ஓடுகிறாய்? இப்போது வீட்டுக்குப் போகலாம் அல்லவா?'

'நந்தகோன் சும்மா விடுவானா? விஷயம் நம் கையை மீறிப் போய்விட்டது. இப்போது நாம் காட்டுக்குச் சென்று வேடர்களோடு போரா செய்யமுடியும்? நேரடியாக ராசமாபுரம் போகலாம். அங்கே ராஜாவைப் பார்த்து விஷயத்தைச் சொல்லலாம்.'

ராஜாவிடம் செல்வது அவ்வளவு சுலபமாக இல்லை. மலைகளைக் கடந்தவுடன் விவசாய நிலங்கள். ஒரேநேரத்தில் நாற்று நடவு, பாசனம், அறுவடை, போரடித்தல் எல்லாம் நடந்து கொண்டிருந்தன.

வருடத்தின் எல்லா நாள்களும் நீர்ப்பாசனம் நடக்கும் நிலங்கள். அவற்றைக் கடக்கும்போதே கோட்டை கண்ணுக்குத் தெரிந்தது.

உயரமான மதில்கள். பிரம்மாண்டமான கோட்டை. எப்படிப்பட்ட முற்றுகையையும் தாங்கக்கூடிய கோட்டை.

கோட்டையைச் சுற்றி இருந்த அகழியில் முதலைகள் இருப்பதாகக் கேள்வி. யாரும் பார்த்ததில்லை, பார்த்தவன் பிழைத்ததில்லை.

ஆனால், மனித ரத்த வாடை காட்டப்பட்ட சுறாக்கள் சில துள்ளிக்கொண்டிருந்ததைப் பண்ணைக்காவலர்கள் பார்த்தார்கள்.

வாயிற்காப்போனிடம் புலம்பினார்கள்.

'இவர்களை அரச சபைக்குக் கூட்டிப்போ!' என்றான் அங்கே தலைவன் போல் இருந்த வாயிற்காவலன்.

சபைக்கு உள்ளே பல அழகிய நிறங்களில் தரைவிரிப்பு விரிக்கப்பட்டிருந்தது. அமைச்சர், புலவர்களுக்கு அவரவர் தகுதிக்குத் தகுந்த ஆசனங்கள். சிலருக்கு வெண்சாமரம் வீசப் பணிப்

பெண்கள். இவர்களை அவைக்கு உள்ளே விடவில்லை. ‘எது சொல்வதாக இருந்தாலும் இங்கே இருந்து சத்தமாகச் சொல் லுங்கள்! முதலில் தண்டனிடுங்கள்!’

கட்டியங்காரன், நடு அவையில் மிகப்பெரிய ஆசனத்தில் அமர்ந் திருந்தான்.

‘மன்னா! அபயம்! உதவி வேண்டும்!’ இந்தச் சத்தம் கேட்டிருக் குமா?

‘யாரது? என்ன பிரச்னை?’

‘நாங்கள் நந்தகோனின் பசுப் பண்ணைக் காவலர்கள். வேடர்கள், பண்ணைக்கு வந்து எல்லாப் பசுக்களையும் திருடிச் சென்று விட்டார்கள்.’

‘வேடர்களா? எங்கிருந்து வந்தார்கள்?’

‘மலை தாண்டி உள்ள காட்டில் இருந்து வந்தார்கள் அரசே! அருவியைத் தாண்டிச் செல்லும்போது பார்த்தோம்.’

‘பார்த்துவிட்டுச் சும்மா வந்தீர்களா?’

‘அவர்கள் ஒரு படைபோல வந்தார்கள் அரசே! நாங்களோ சிலர். எங்கள் ஆயுதங்களும் கூர்மையாக இல்லை. காட்டுப்பாதை தலைசுற்ற வைக்கிற ஒரு பாதை. அந்தக் காட்டின் ஒவ்வோர் அங்குலத்தையும் அறிந்தவர்கள் அந்த வேடர்கள்தான் அரசே!’

‘மதனா?’

‘சொல்லுங்கள் மாமா!’ மதனன் மிகவும் குண்டாக ஆகி யிருந்தான். வெறுப்பூட்டும் பெரிய மீசை வளர்த்திருந்தான். பின்னே! நாடு அவனைக் கண்டு பயப்பட வேண்டாமா?

‘ஒரு படையை அனுப்பு இவர்களுடன். உடனே கிளம்ப வேண்டும். வேடர்களைப் பூண்டோடு ஒழித்து பசுமாடுகளோடு திரும்பிவரவேண்டும். ம். சீக்கிரம்!’ சத்தமாக இதைச் சொன்ன வன், ‘நந்தகோன் நம்முடைய ஆள். அவனுக்கு உதவி செய்வது பிற்காலத்துக்கு நல்லது’ என்றான், மதனனுக்கு மட்டும் கேட்கும் குரலில்.

14

வேடர்களும் கட்டியங்காரன் படையும்

மிக வேகமாக நால்வகைப் படைகளும் தயாராயின. போருக்கே யான பிரத்யேக சேணம் அணிந்த யானைகள் ஒருபுறத்தில் இருந்து கிளம்பிவர, வேகமாகச் செல்வதற்காகவே எடை குறை வாகத் தயாரிக்கப்பட்ட தேர்களை குதிரைகள் இழுத்துவர, அம்பு எய்யும் வீரர்கள் குதிரையிலும், வாளேந்திய வீரர்கள் நடந்தும் வர, சங்கொலி முழங்கிக் கிளம்பியது படை.

காட்டுக்குள் நுழையும்வரை எதுவும் நடக்கவில்லை. முதலில் யானைப்படைதான் நுழைந்தது. நண்பகலிலேயே இருட்டாக இருந்தது காடு. யானைகள் வழிதெரியாமல் அலைய, பாகன்கள் கட்டுப்படுத்தப் பாடுபட்டார்கள். அப்போதுதான் கிளம்பியது அம்பு மழை.

யானைகள் கண்ணை நோக்கி வந்தன அம்புகள். யானைகள் தப்பித்தாலும் பாகன்கள் தப்பவில்லை. வழிதெரியாமல் திரும்பி ஓடின சில யானைகள், சொந்தப் படையையே துவம்சம் செய்ய!

இனி பொறுக்கமுடியாது என மிச்சப்படைகளும் காட்டுக்குள் நுழைந்தன.

இருளில் இருந்து வரும் அம்புகளில் இருந்து தப்பித்த வாட்படை வீரர்கள், மரம் ஏறி ஓரிரு வேடர்களின் வில்லை முறித்தாலும் மற்றவேடர்கள் எய்த அம்பில் உயிர் விட்டனர்.

வெளியே இருந்த தளபதிக்குக் காட்டுக்குள் என்ன நடக்கிறது என்று தெரியவில்லை. 'எல்லோரும் காட்டுக்குள் ஓடுங்கள்!' என்று உத்தர விட்டான். வீரர்கள் ஓடியபோது, குற்றுயிரும் குலை உயிருமாக அம்படிபட்ட கட்டியங்காரன் வீரர்கள் எதிர்ப்பட்டார்கள்.

தளபதி மீண்டும் கத்தினான். 'ஒற்றுமையாக நின்று போராடுவோம். அவர்களைக் காட்டிலிருந்தே துரத்தியடிப்போம். கொல்வோம்!' அவனுக்கே நம்பிக்கையில்லாமல் ஈனஸ்வரத்தில் வந்தது குரல். திரும்பி நாட்டுக்கு ஓடிக்கொண்டிருந்த வீரர்கள் யாரும் அவன் பேச்சைக் கேட்டதாகக்கூடத் தெரியவில்லை.

15

சீவகனும் வேடர்களும்

காட்டின் உள்ளே மரத்தின் மேலிருந்து குதித்தான் சீவகன். பதுமுகனைப் பார்த்துச் சிரித்தான். 'உனக்காக எவ்வளவு கஷ்டப்படுகிறேன் பார்த்தாயா?'

'ஏன் இதெல்லாம் செய்யவேண்டும்? நேரடியாகக் களத்தில் இறங்கி இருக்கலாமே!' என்றான் நபுலன்.

நந்தட்டன் அவனைப் பார்த்துச் சிரித்தான். 'களத்தில் இறங்குவது, குளத்தில் இறங்குவது போலவா? முதலில் எங்கே போரிடுவது என்பதைத் தெரிந்துகொள்ள வேண்டாமா? ஏமாங்கத நாட்டுப்படை இதே வேடர்களிடம் தோற்று ஓடி இருக்கிறதே ஏன்? அவர்களிடம் இல்லாத ஆனை அம்பாரியா? ஆயுதங்களா? எல்லாவற்றையும் மீறி ஜெயித்தார்கள் என்றால் அதற்குக் காரணம், இது வேடர்களின் இடம். இந்தக் காட்டின் அத்தனை மூலை முடுக்குகளும் அவர்களுக்கு அத்துப்படி. சீவகன் திட்டமே அதுதான். அவர்களைப் பற்றி ஓரிரு நாள் தெரிந்துகொண்டுதான் போரில் இறங்க முடியும்.'

சீவகன் யோசித்துக்கொண்டிருந்தான். இப்போது அவனுக்குத் தைரியம் வந்துவிட்டது. வேடர்களை வெற்றிகொள்வது ஒன்றும் முடியாத காரியமல்ல. அவன் உள்ளம் இன்னும்

கோபத்தில் கனன்று கொண்டிருந்தது. அச்சணந்திக்கு செய்து கொடுத்த சத்தியம், மனத்தில் மலை போல எடை கூட்டிக் கொண்டிருந்தது.

'தோல்விக்குப் பிறகு கட்டியங்காரன் என்ன செய்தானாம்?'

'மன்னர் சோகமாக இருக்கிறாராம்.' அவர்களுக்கு இன்னும் சீவகன் கதை தெரியாததால் மன்னன் இன்னும் மரியாதைக் குரியவனே.

'என்ன சொல்கிறான் மாப்பிள்ளை?'

பதுமுகன் முகம் வெட்கத்தால் சிவந்தது.

'ஒரு குழப்பம் இருக்கிறது சீவகா!' நந்தட்டன் கவலையாகச் சொன்னான்.

'என்ன?'

'யார் பசுமாடுகளை வேடர்களிடம் இருந்து மீட்டு வருகிறார்களோ அவருக்குத் தன் பெண்ணைக் கொடுப்பதாக, நந்தகோன் முரசறிவித்திருக்கிறான். நாம் வெற்றி பெற்றால், கோவிந்தையை உனக்கு மணமுடிக்கத்தான் பார்ப்பான்.'

பதுமுகன் கவலைவயப்பட்டதைக் கவனித்தான் சீவகன். 'இதுதானா குழப்பம்? நான் நந்தகோனிடம் பேசும் விதத்தில் பேசிக்கொள்கிறேன். முரசறிவித்து இத்தனை நாள்கள் ஆகின்றதே, வேறு எவனாவது காட்டுக்கு வந்தானா? நந்த கோனுக்கும் நம்மைவிட்டால் வேறு வழியில்லை.'

'சரி. தேரைத் தயார் செய்யவேண்டும். சங்கை முழங்குங்கள்!'

★

காட்டுக்குள் சங்கொலி சத்தம் கேட்டது. வேடர் தலைவன் ஏளனமாகப் பார்த்தான். 'ஏமாங்கத நாட்டின் படையையே அடித்து அனுப்பிவிட்டோம். இதென்ன புதுப்படை?'

ஜோசியன் திரும்பினான். 'தலைவா! அன்று உங்களிடம் ஒரு கெட்ட செய்தி சொல்ல விட்டுப்போய்விட்டது. இடையர்களைச் சுலபமாக வெல்வோம், ஏமாங்கத நாட்டுப் படைகளை துவம்சம் செய்வோம் என்று சொன்ன பறவை...'

'ம் சொல்லு! வேறென்ன சொன்னது பறவை?'

‘தனி ரதத்தில் வரும் ஒரேயோர் ஆளின் தாக்குதலைத் தாங்காமல் ஓடுவோம் என்று சொன்னது பறவை.’

‘பைத்தியக்காரப் பறவை. நூற்றுக்கணக்கில் யானைகளும், ஆயிரக்கணக்கில் வீரர்களுமாக நம்முடைய காட்டுக்குள் நுழைந்தாலே கதை கந்தலாகிப் போகும். ஒரு ரதம், அதுவும் தனி ரதம். நாமெல்லாம் தண்ணீருக்குள் இருக்கும் முதலை மாதிரி. அவர்கள், தண்ணீரில் இருந்து வெளியே வந்து விழுந்த மீன்கள் போல! எல்லோரையும் கூப்பிடு! கிளம்புங்கள்! தனியாக வரும் அவனை மிதித்துத் தேய்த்துவிட்டு வரலாம்!’

போர் ஆரம்பித்த சிறிது நேரத்திலேயே, முடிவு யாருக்குச் சாதக மாக இருக்கும் என்பது தெரிந்துவிட்டது. வேடர்களின் நுணுக்க மான பிரதேசங்களில் முதலில் அம்புமழை பொழிந்தான் சீவகன். பொறுக்கி எடுத்த சில வீரர்களைக் குறிப்பிட்ட சில மரங் களிடையே காவல் வைத்துவிட்டு காட்டுக்குள் ரதத்தை ஓட்டி னான்.

எங்கிருந்து வருகிறது என்றே தெரியாத அம்பு மழையை இம்முறை வேடர்கள் முதல் முறையாக அனுபவித்தார்கள். சீவகனின் ரதம் ஓடிய வேகத்தில், இருந்த கொஞ்சநஞ்ச வெளிச்ச மும் தூசியில் கண்காணாமல் போனது. வெளிச்சமே இல்லாமல் இருந்தாலும், சின்னச் சின்ன சத்தங்களையும் கூர்மையாகக் கவனித்து அம்புவிட்டுக்கொண்டிருந்தான் சீவகன்.

‘இவன் என்ன குறிபார்த்துத்தான் அம்புவிடுகிறானா? அல்லது குத்து மதிப்பாக விடுகிறானா?’ விபுலனுக்குச் சந்தேகம். அடுத்த கணம், அவன் அம்பறாத்தூணியில் இருந்து ஒரு அம்பு மட்டும் கீழே விழுந்தது.

‘உன் சந்தேகம் தீர்ந்ததா விபுலா?’ சீவகன் சிரித்துக்கொண்டே தேரின் வேகத்தைக் கூட்டினான்.

இவன் என்ன போரிடுகிறானா இல்லை விளையாடுகிறானா? எவ்வளவு சர்வ சாதாரணமாக வேடர்களை எல்லாத் திசை களிலும் ஓடவிடுகிறான்? வேடர் தலைவன் ஆச்சரியப்பட்டான். பிறகு கத்தினான்.

‘ஜோசியன் சொன்னது தனி ரதம். இவன் தனி ரதத்தில் வர வில்லை. தனி ஆளாகவும் வரவில்லை. பெருங்கூட்டமாக வந்திருக்கிறான். இவனை வெற்றிகொள்வது அசாத்தியம்.

எல்லோரும் வில்லையெடுத்து அம்பு விடுவதை நிறுத்துங்கள். தப்பித்து ஓடுங்கள்!'

சீவகனும் புரிந்துகொண்டான். அம்பு விடுவதைக் கொஞ்சம் குறைத்தான். பிழைத்துப்போகட்டும் வேடர்கள்!

வேடர்கள் ஓடும் சத்தம் கொஞ்சம் கொஞ்சமாகக் குறைந்து, வெகு தூரத்துக்குச் சென்றதும்தான் தன் ரதத்தின் வேகத்தைச் சற்றே குறைத்து, படலமாக எழுந்துகொண்டிருந்த தூசியைக் குறைத்தான்.

பசுமாடுகள் கூட்டம் கூட்டமாக நின்றுகொண்டிருந்தன. ஒரு வேடனும் இல்லை.

'வா பதுமுகா! கிளம்பு உன் மாமனார் வீட்டுக்கு!'

16

பதுமுகன் திருமணம்

'எல்லாப் பசுவுமா திரும்பி வருதாம்? இதெப்படிச் சாத்தியம்?' என்றான் காவல்காரன். இன்னும் காலை விந்தித்தான் நடந்தான்.

'அங்கே பார்! தெரு முழுக்க அலங்காரம். கீழத்தெரு பெண்கள் முழுக்கத் தெருவில்தான் நிற்கிறார்கள். விட்டால் அந்தச் சீவகனை சாப்பிட்டு விடுவார்கள் போலிருக்கிறது.'

'கீழத்தெரு என்னடா கீழத்தெரு? அவர்கள் நீயும் நானும் போனாலே சாப்பிட்டுவிடுவார்கள். கற்புள்ள பெண்களே வரிசையில் நிற்கிறார்கள், அவனைப் பார்த்து விடமாட்டோமா என்று ஏங்கிக்கொண்டு.'

சீவகன் தன் வீட்டுக்குள் நுழைந்ததும், கந்துக்கடன் வாயெல் லாம் பல்லாகச் சொன்னான். 'கேள்விப்பட்டேன் சீவகா! அடித்து நொறுக்கிவிட்டாய் போலிருக்கிறதே!'

'சரி. சீக்கிரம் குளித்துவிட்டு வா! உனக்காகப் பெரிய விருந்து தயாராக இருக்கிறது.' சுநந்தைக்கும் பெருமிதம்தான் என்றாலும் முதலில் அவள் தாய்தானே!

சீவகன் குளித்துவிட்டு வரும்போது, நந்தகோனுடன் கந்துக்கடன் பேசிக்கொண்டிருந்தான்.

'சச்சந்த மகாராஜா இறந்த அன்றைக்கே நானும் மலைமேல் இருந்து குதித்துவிடலாம் என்றுதான் போனேன். அப்போது ஒரு எண்ணம்! ஒருவேளை அவருக்கு வாரிசு யாரேனும் இருந்தால்? அவருக்கு உதவியாக இருக்க ஆள் தேவை இல்லையா? அதனால்தான் தற்கொலை செய்துகொள்ள வில்லை.'

சீவகன் இதைக்கேட்டு மகிழ்ச்சி அடைந்தான். நம் ஆளுக்குத் தான் உதவி செய்திருக்கிறோம்.

கந்துக்கடன் முகத்தில் கவலை. ஒருவேளை வாய்பிசகி ஏதாவது சொல்லிவிடுவோமோ என்ற பயத்தில் பேச்சை மாற்றினான். 'பிறகு? என்றைக்கு உன் மகள் கல்யாணம்?'

'என் மகள் கல்யாணமா? அது உன் மகன் கல்யாணமும்தானே ஐயா?'

'பெரியவர்கள் மன்னிக்கவேண்டும்! ஒரு விஷயம் சொன்னால் கோபித்துக்கொள்ள மாட்டீர்களே?'

'சொல்லுங்கள் சீவகரே!' என்றான் நந்தகோன், வழக்கத்துக்கு மாறாக மரியாதையுடன்.

'இதுவரை நான் எந்தப்பெண்ணையும் கூடியது இல்லை. முதன் முதலில் வம்சம் மீறித் திருமணம் செய்தால்?'

'ஆமாம். அது அவ்வளவு நல்லதில்லைதான்' என்றான் கந்துக் கடன்.

'எனக்கு ஒரு யோசனை. உங்கள் குலத்திலேயே சிறந்தவன் என் நண்பன். இந்தப்போரிலும் பெரும்பாலான அம்புகளை எய்தவன் அவன்தான். இன்னும் சொல்லப்போனால், வெற்றியே அவனால் தான் கிடைத்தது. அவனுக்கு கோவிந்தையை...'

கந்துக்கடன் உடனடியாக 'அதுவும் சரிதான். யாரந்த நண்பன்?' என்றான். அவனுக்கல்லவா தெரியும், சீவகன் வணிகன் கிடையாது, அரசர்குலத்தில் உதித்தவன் என்று.

'பதுமுகன்' என்ற சீவகன் வெளியே பார்த்து 'பதுமுகா!' என்று இரைந்தான்.

நந்தகோன் உள்ளே வந்த பதுமுகனை ஏற இறங்கப் பார்த்தான். 'வாருங்கள் மாப்பிள்ளை!' என்றான்.

பாகம் 3
காந்தர்வதத்தை

17

சீதத்தன்

அலைகள் மேல் மோதியபடி ஊர்ந்துகொண்டிருந்தது கப்பல். சீதத்தன் கப்பலின் கொடிமரத்துக்கு அருகே நின்றிருந்தான். கப்பல் போகிற வழியைப் பார்க்காமல், கிளம்பிய தீவையே பார்த்துக்கொண்டிருந்தான்.

'வேகத்தைக் கூட்டலாமா?' மாலுமியின் கேள்வியைக் கவனிக் காமல் கரையையே பார்த்துக்கொண்டிருந்தான். இன்னும் தீவில் மன்னனின் பரிவாரங்கள் - கப்பலுக்கு விடைகொடுக்க வந்த பரிவாரங்கள் கரையிலிருந்து விலகவில்லை.

'கொஞ்ச தூரம் போகட்டும். பிறகு வேகமெடுக்கலாம். இன்னும் நம்மை வழியனுப்பவந்தவர்கள் விலகவில்லை. இப்போது வேகத்தைக் கூட்டினால் அவர்களை விட்டு விலக நாம் அவசரம் காட்டுவது போலிருக்கும்.'

ஆறு மாதங்கள். இந்தத் தீவுக்கு வந்து ஆறு மாதங்கள் ஆகி விட்டன. அன்பான மன்னன், காசுள்ள மக்கள். தீவுக்கு வரும் முன் தான் இருந்த நிலையை யோசித்தான் சீதத்தன். எல்லா வற்றையும் இழந்து வெறும் ஆளாக வந்தேன் இந்தத் தீவுக்கு.

'கவலைப்படாதீர்கள். பணம் ஒன்றும் பெரிய விஷயமில்லை.' மனைவி சொன்னது காதில் இன்னும் ஒலித்துக்கொண்டிருக் கிறது.

'பணம் பெரிய விஷயமில்லைதான். ஆனால், அது ஒரு ஆயுதம். இருந்த இடத்தில் இருந்தே பகைவர்களை வெல்லக்கூடிய ஒரே ஆயுதம். எல்லாவற்றையும் இழந்து நிற்கிறேன். அது எனக்கு வருத்தமில்லை. ஆனால், சோம்பல்பட்டு நின்றால் அதுவே என்னைப் பொசுக்கிவிடும்.' சீதத்தன் நீண்ட சிந்தனைக்குப்பின் சொன்னான்.

'அதற்கு என்ன செய்வதாக உத்தேசம்?'

'கிடைக்கிற சரக்குகளை, கடனுக்கு வாங்கி ஒரு கப்பலில் ஏற்று கிறேன். எங்காவது விலைபோகாதா என் சரக்குகள்?'

'உங்களைப் பிரிந்து நான் எப்படி இருப்பேன்?' மனைவியின் கண்கள் வாடின.

'கவலைப்படாதே கண்ணே. கூடிய விரைவில் வந்துவிடு கிறேன்.' எட்டு மாதங்கள் ஆகிவிட்டன அவளை விட்டுப் பிரிந்து.

நல்லவேளையாக இந்தத் தீவு கிடைத்தது. மன்னனின் அன்பைப் பெறுவது அவ்வளவு கஷ்டமாக இருக்கவில்லை. மக்களும் பசையுள்ளவர்களாக இருந்தார்கள். வாங்குவதற்கு வஞ்ச னையே செய்யவில்லை. கொண்டுவந்தவையெல்லாம் விற்றுத் தீர்ந்தன. நல்ல பொழுதுபோக்கு அம்சங்கள் நிறைந்த தீவாகவும் அது இருந்தது. தினமும் பாட்டு, நாடகம், கூத்து என்று ஏதாவது நடந்துகொண்டே இருக்கும். அவனுக்குக் கிளம்ப மனமே வரவில்லை. ஆனால், அங்கே மனைவி காத்திருப்பாளே!

மன்னனுக்கு அவனை அனுப்ப மனம் வரவில்லை. இப்போது கூட கரையிலிருந்து மெதுவாகத்தான் நாடு திரும்பிக்கொண் டிருக்கிறான்.

கடல் நடுவே அள்ளித் தெளித்தாற்போல் சின்னச் சின்னத் தீவு கள். எல்லாம் சிறிய மலைக்குன்றுகள். குன்றுகளுக்கு அடியில் கடல் தண்ணீர் அரித்து அரித்து, அதனால் உண்டான சிறிய குகை கள். கப்பல் பாதை தெளிவாக இருக்கவேண்டும். மாலுமியை அழைத்தான்.

'பொறுமையாகவே ஓட்டுங்கள்! எங்கே ஆழம், எங்கே மலைக் குன்று ஆரம்பிக்கிறது என்று தெரியவில்லை.'

பயணம் இனிமையாக இருந்தது. சீதத்தனுடன் வந்த அத்தனை வணிகர்களும் மகிழ்ச்சியின் உச்சத்தில் இருந்தார்கள். இவ்வளவு விரைவில் வீடு திரும்புவோம் என்றோ, இவ்வளவு பணத்துடன் திரும்புவோம் என்றோ அவர்கள் நினைத்திருக்கவில்லை. தினமும் இரவில் கப்பலில் நடந்த ஆட்டமும் பாட்டமும் கடலுக்கு நடுவே சத்தத்தைக் கிளப்பின.

'மாலுமி! இன்னும் எவ்வளவு தூரம் நாம் போகவேண்டும்? என்ன நாம் கிளம்பி ஒரு மாதம் ஆகியிருக்குமா?' சீதத்தன் சாதாரணமாகத்தான் கேட்டான். ஆனால், மாலுமி முகத்தில் இருந்த கலவரம் அவனை பயமுறுத்தியது.

'என்ன ஆயிற்று? ஏன் இந்தக் கலக்கம்?'

'ஐநூறு காத தூரத்தைக் கடந்துவிட்டோம். ஏமாங்கதத்தை அடைய இன்னும் ஒரு யோசனை தூரம்தான் இருக்கிறது. இப்போது பார்த்துத்தானா இப்படி ஆக வேண்டும்?'

'என்ன நடந்தது? விளக்கமாகச் சொல்லுங்கள்!'

'வானத்தைப் பாருங்கள்! கருமேகம் சூழ்ந்திருக்கிறது. வெயில் இல்லை. ஆனாலும் வியர்க்கிறது. காற்று சுத்தமாக இல்லை. இதெல்லாம்...'

'இதெல்லாம்?'

'வரப்போகும் புயலுக்கு அறிகுறி. வருவது பெரிய புயலாகத் தான் இருக்கும் என்று தோன்றுகிறது.'

சீதத்தனும் கவலையில் ஆழ்ந்தான். இறுதியாகச் சொன்னான். 'நம்மால் என்ன செய்யமுடியும்? நாமோ கடலில் இருக்கிறோம். வருவது வரட்டும் என்று ஏற்றுக்கொள்வதைத் தவிர நம்மிடம் வேறென்ன இருக்கிறது?ஆண்டவனைப் பிரார்த்திப்போம். அவன் என்ன செய்ய நினைத்திருக்கிறானோ செய்யட்டும்!' அவன் சொல்லி வாய்மூடவில்லை. மழைத்துளி அவன் கை களில் விழுந்தது.

இவ்வளவு பெரிய மழைத்துளியா? வானத்துக்கே அவசரம் போல.

ஓரிரு நொடிகளிலேயே, காற்றின் சீற்றம் பயத்தை அதிக மாக்கியது. கப்பல் பெரிய கப்பல்தான். ஆனால், புயலின் வேகத் தில் காற்றாடி போல ஆடி, கீழிருப்பதை மேலும் மேலிருப் பதைக் கீழுமாகக் கொண்டுவந்து ஆட்டம் காட்டியது.

'பாய்மரங்களை விரியுங்கள்!' சீதத்தன் குரலுக்குப் பதில் சொல்ல ஆளில்லை. கப்பலின் ஆட்டத்தை எதிர்கொண்டவனாக பாய் மரத்தை நோக்கி மெல்ல மெல்ல நகர்ந்தான். கப்பலில் இருந்து வெளியே விழுகின்றனவே அவை என்ன? துடுப்புகளா?

அப்போதுதான் கூடவந்த வணிகர்கள், படகோட்டிகள் பலர் கட லில் விழுந்து தத்தளிப்பதைப்பார்த்தான் சீதத்தன். 'அருகா துணை!' திரும்பத் திரும்பச் சொன்னான். கடைசி சில அடிகளை வேகமாக எட்டுவைத்து, பாய்மரத்தைப் பாய்ந்து சென்று பிடித்தான்.

அவன்மேல் இப்போது அடித்த தண்ணீரில் வேகம் இல்லை. மழையில்லை. காரணம், அவன் இருந்தது கடலுக்கடியில். அது புரியவே அவனுக்குச் சில நொடிகள் ஆயின. கடைசிப் பிடிப்பாக அவன் கையில் இருந்தது அந்தப் பாய்மரத்துண்டு மட்டும்தான்.

மயக்கம் தெளிந்தபோதும், அவன் கை பாய்மரத்தைக் கெட்டி யாகப் பிடித்துக்கொண்டுதான் இருந்தது. ஆனால், அவன் கடலில் இல்லை. கரையில் இருந்தான். கப்பல் இருந்த சுவடு இல்லை. கூட வந்தவர்கள் என்ன ஆனார்கள். அதுவும் தெரிய வில்லை. எல்லாவற்றையும் விழுங்கிவிட்டு வெகு அமைதியாக இருந்தது கடல்.

18

கலுழவேகனின் நாடகம்

சீதத்தன் விழித்துக்கொண்டதை மலை உச்சியிலிருந்து பார்த் தான் தரன். கூட இருந்த ஆளிடம் 'எல்லாம் நாம் திட்டப்படியே

நடக்கிறது என்று மன்னனிடம் போய்ச் சொல்! நான் இவனை அழைத்துக்கொண்டு சீக்கிரம் வந்துவிடுகிறேன்.'

அவன் கிளம்பியதும், மேய்ந்துகொண்டிருந்த அவனுடைய ஆட்டை ஓட்டிக்கொண்டு கடற்கரையில் ஒதுங்கியிருந்த சீதத்த னிடம் சென்றான் தரன்.

'எழுந்திருங்கள். என்ன ஆயிற்று?' என்று ஆதரவாகக் கை நீட்டினான்.

மெதுவாக எழுந்தான் சீதத்தன். அவனுக்கு ஒன்றும் பேசத் தோன்றவில்லை. கடல்நீரைக் குடித்திருந்ததில், அப்படி ஒரு தாகம்.

தரன், தன் குவளையில் இருந்த நீரை சீதத்தன் வாய்க்குள் சரித் தான்.

'என் பெயர் தரன். நீங்கள் கரை ஒதுங்கி இருப்பது வித்தியாதர நாடு. நீங்கள்?'

'என் பெயர் சீதத்தன். ராசமாபுரத்து வணிகன். நான் வந்த கப்பல்...'

'கவலைப்படாதீர்கள். எல்லாம் சரியாகிவிடும். ராசமாபுரமா சொன்னீர்கள்? எங்கள் மன்னன் கலுழவேகன் உங்களைப் பார்க்க ஆசைப்படுவார். அவரிடம் அழைத்துச் செல்கிறேன். பயப்படாமல் இந்த ஆட்டில் ஏறிக்கொள்ளுங்கள்!'

அந்த ஆட்டின் மேல் சிரமப்பட்டு ஏறினான் சீதத்தன். 'ரொம்ப தூரமோ?'

'இல்லை இல்லை. ஒரு காத தூரம்தான். வழியும் நன்றாக இருக்கும்.'

அவன் சொன்னது உண்மைதான். அது அழகான நகரம். அகழி சூழ்ந்த கோட்டை. மாடங்கள். பணக்கார மக்கள். பொன்னும் பூவும் ஜொலிக்க, அழகுக்கு அழகு சேர்த்த மங்கையர்.

'இதென்ன நாகலோகமா?'

சிரித்தான் தரன். 'அதெல்லாம் இல்லை. இதோ இதுதான் மன்னன் அரண்மனை!' என்றான்.

கலுழவேகன் வாசல் வரை வந்திருந்தான். 'நீங்கள்தான் சீதத்தனா?' மன்னன் என்று யாரும் கட்டியம் சொல்ல வேண்டிய தில்லை. ஆஜானுபாகுவான உடம்பு, மன்னனுக்குரிய அணி கலன்கள். நடையில் கம்பீரம் இருந்தது. பேச்சில் ஆளுமை தெரிந்தது.

'உங்களைப் பார்க்கத்தான் இவ்வளவு நாளும் காத்திருந்தேன்.'

'உங்களைப் பற்றி என் தாத்தா சொல்லியிருக்கிறார். 'மலை யரசருக்கெல்லாம் அரசர் கலுழவேகன்' என்று.' சீதத்தனுக்கு மன்னனுக்குத் தன்மேல் எதற்குக் கரிசனம் என்று புரியவில்லை.

'இது என் மனைவி தாரணி.'

அவன் பக்கத்தில் யாரந்த இளம்பெண்? இவ்வளவு அழகாக இருக்கிறாளே? உலகமே போட்டி போடுமே இவளைக் கைப்பிடிக்க?

'உங்களிடம் சில உண்மைகளைச் சொல்லவேண்டும் சீதத்தரே!'

'இவள் என் மகள் தத்தை. காந்தர்வதத்தை. இவளை மணம் முடிக்க பல அரசர்களும் இளவரசர்களும் வந்தாலும், எனக்கென் னவோ யாரும் சரிப்பட்டு வருவதாகத் தெரியவில்லை.'

சீதத்தனுக்கு மன்னன் என்ன சொல்ல வருகிறான் என்பது புரியவில்லை.

'எனவே ஒரு ஜோதிடனைக் கூப்பிட்டேன். இவள் ஜாதகத்தைக் கொடுத்து, இவளுக்குத் தகுந்த கணவன் யார் என்று கேட்டேன். அவனாலும் தெளிவாகச் சொல்ல முடியவில்லை. ஆனால் இவளுக்குக் கணவனாக வரப்போகிறவனின் ஊரை மட்டும் சொன்னான்.'

'அது எந்த ஊர் அரசே?'

'உன் ஊர்தான் சீதத்தா. ராசமாபுரம்.'

'ஏமாங்கதத்தின் மன்னனுக்குத்தான் வயதாகிவிட்டதே?'

'அதுதான் எனக்கும் குழப்பம். ஜோதிடனை மேலும் கேட்டேன். அவன் சொன்னான் - உன் மகளுக்கு வரன் தேடி, மணம் செய்வதென்பது உன்னால் முடியாத காரியம். அது நடக்கவும் நடக்காது. அவளை மணப்பவன் சாதாரணமான ஆளாக இருக்க முடியாது. அவன் உன் மகளுடைய திறமை களுக்குச் சரிநிகர் சமானமானவனாக இருக்கவேண்டும். அப்படிப்பட்டவன் ராசமாபுரத்தில்தான் இருக்கிறான். அவனைத் தேடிக் கண்டுபிடிக்கவேண்டும். ஒரு போட்டி - யாழ்ப்போட்டி, நடனப்போட்டி - ஏதோ ஒன்றை நடத்து. அதில் வெல்பவன்தான் உன் மகளுக்குச் சரியான துணை. ஆனால்... என்று இழுத்தான்.'

சீதத்தன் அமைதியாகக் கேட்டான்.

'ஆனால், அந்தப்போட்டியை ராசமாபுரத்தில் நடத்தச் சரியான ஆள், தாத்தா காலத்தில் இருந்து என் குடும்பத்துடன் நல்லுற வாக இருக்கும் வணிகன் சீதத்தன்தான் என்றான் ஜோசியன்.'

'நீங்கள் என்ன சொல்கிறீர்கள்?'

'ஆமாம் சீதத்தா! நீ கடல்தாண்டி வாணிபம் செய்யப் போனதும், திரும்பிவரப்போவதும் எனக்குத் தெரியும். எனவே, என் நாட்டைக் கடக்கும் நேரத்தில் புயல் போன்ற ஒரு மாயத் தோற்றத்தை உருவாக்கச் செய்தேன். உன்னை என் நாட்டில் கரையிறங்கச் செய்தேன். இப்போது, என் மகளை உன்னுடன் அனுப்புகிறேன். தவறு. அவள் என் மகள் அல்ல. இனி உன் மகள்.'

சீதத்தனுக்கு உடனே நிம்மதியான ஓர் உணர்வு தோன்றியது. அப்படியென்றால் கப்பல் கவிழவும் இல்லை. நான் எதையும் இழக்கவும் இல்லை.

'இவர்கள் இருவரையும் உன்னுடன் அழைத்துப்போ! போட்டிக்கு ஏற்பாடு செய்! அதில் வெல்பவனை தத்தைக்கு மணமுடித்து வை!'

தத்தையுடன் இன்னொரு பெண்ணும் நின்றுகொண்டிருப்பதை அப்போதுதான் கவனித்தான் சீதத்தன். இருவரையும் குழப்ப மாகப் பார்த்தான் சீதத்தன்.

‘இவள் தத்தையின் ஆத்மார்த்தமான சிநேகிதி வீணாபதி. இவள் தத்தைக்குத் தாயாக இருப்பாள்.’

அப்போது தாரணியின் விசும்பல் கேட்டது.

கலுழவேகன் ‘அழாதே தாரணி! நம் பெண் அரண்மனையில் கன்னியாக இருப்பதைவிட, வெளியே சென்று சிறந்த மாப்பிள்ளையை மணமுடிக்கப் போகிறாள். முத்து, சிப்பியில் இருந்து வெளியே வந்தால்தான் மதிப்பு. உள்ளேயே இருப்பது சிப்பிக்கு மகிழ்ச்சியாக இருக்கலாம். ஆனால், அதனால் எந்த உபயோகம் கிடையாது.’

சீதத்தன், மன்னன் குடும்பத்தைத் தனியாக விட்டுவிட்டு வீணாபதியை அழைத்தான். ‘போட்டிக்கு நிறைய யாழ் தேவைப் படுமே? எல்லாவற்றையும் கப்பலில் ஏற்றியாகிவிட்டதா? போய்ப் பார்க்கலாமா?’

கடற்கரையில் அவன் கப்பல் உடையாமல் பத்திரமாக இருந்தது. மாலுமி, சீதத்தனைப் பார்த்து ஓடி வந்தான். சீதத்தனைப் பார்த்துச் சிரித்தான். ‘நல்ல நாடகம்!’

19

யாழ்ப்போட்டி

பதுமை, உற்சாகத்திலும் பரவசத்திலும் மிதந்துகொண்டிருந்தாள். கால் தரையில் பாவாமல் மிதப்பது போன்ற ஓர் உணர்வு. காரணமே இல்லாமல் அவ்வப்போது சிரித்துக் கொண்டிருந்தாள். கடல் கடந்து வாணிகம் செய்யப்போன கணவன் மிகப் பெரும் வெற்றியோடு திரும்பியிருந்தது ஒரு பக்கம் மகிழ்ச்சி தந்தது என்றால், வாரிசு இல்லாத குடும்பத்தில், அழகே உருவான தத்தை மகளாக வந்து சேர்ந்தது இன்னொரு பக்கம் மகிழ்ச்சியைத் தந்துகொண்டிருந்தது.

அழகான ஒரு மண்டபம் உருவாகிக்கொண்டிருந்தது. மரத்தூண் களைத் தூக்கிச் செல்பவர்களின் 'ஐலேஸா!'வும் குழியைத் தோண்டுபவர்களின் உளிச்சத்தமும், துணியிலும் பாறையிலும் உருப்பெற்றுக்கொண்டிருந்த அழகான ஓவியங்களை வேடிக்கை பார்ப்பவர்களின் ஆஹாகாரமும், யார் பேசுவதையும் கேட்க விடாமல் செய்தன.

'என்ன பதுமை! மிகவும் சந்தோஷமாக இருக்கிறாய் போலிருக் கிறதே?' என்றான் சீதத்தன்.

'வந்துவிட்டீர்களா? வேலையெல்லாம் முடிந்துவிட்டதா?'

'ஆஹா! எல்லாம் நல்லபடியாக முடிந்துவிட்டது. கனவு போலத் தான் இருக்கிறது. எவ்வளவு வேலை! மன்னனிடம் ஒரு வார்த்தை சொல்லி, அவரை போட்டியை ஆரம்பிக்கச் சொன்ன தில் இருந்து, முரசு கொட்டுவோரிடம் ஒரு தேசத்தை விடக் கூடாது, ஒரு தெருவை விடக் கூடாது என்று ஆணையிட்டு, ஊரையே வளைத்து மண்டபம் கட்டி, போட்டி ஆரம்பிக்கச் செய்யவேண்டிய வேலை வரை...'

'போட்டி விதிமுறைகளை இறுதிப்படுத்தி அறிவிக்கச் சொல்லி விட்டீர்களா?'

'பின்னே? சரியான யாழைத் தேர்ந்தெடுத்து, அந்த யாழில் சுருதி விலகாமல் தத்தையின் பாடல் வேகத்துக்கு இனிமை குறை யாமல் மீட்டவேண்டும். தத்தையின் நடன வேகத்துக்கும் இனிமைக்கும் குறையாமல் யாழ் மீட்டவேண்டும். எல்லா வற்றையும் தெளிவாகச் சொல்லச் சொல்லிவிட்டேன். இதில் எந்த பேதமும் கிடையாது. மன்னர்கள் மட்டுமே கலந்துகொள்ள வேண்டும் என்ற அவசியம் கிடையாது. எந்தக் குலத்தவராக இருந்தாலும் போட்டியில் பங்கேற்க உரிமை உண்டு என்று சொல்லச்சொல்லிவிட்டேன்.'

'யாராவது வந்திருக்கிறார்களா?'

'நன்றாகக் கேட்டாய் போ! அதற்குள் ஏழெட்டு அரசர்கள் வந்து விட்டார்கள் - அஸ்தினாபுரத்து அரசன், காம்பிலி பாலகுமாரன், வாரணாசி மன்னன், அவந்தி, அயோத்தி ராஜாக்கள் - இவர்கள் மட்டுமில்லை. எத்தனையோ வணிகர்கள், செல்வந்தர்கள் - ராசமாபுரமே நிரம்பி வழிகிறது!'

'இவ்வளவு போட்டியா? பயமாக இருக்கிறது.'

'எனக்கும்தான். தத்தையின் அழகு அந்த அளவுக்குப் பரவி இருக்கிறது. அதனாலேயே இந்த அரசர்கள் - எப்படியாவது ஜெயிக்கவேண்டும் என்று வெறியுடன் வந்திருக்கிறார்கள் - வெறியோடு நின்றால் பரவாயில்லை. வேறு யாரும் வென்றால் போருக்குக்கூடத் தயாராகத்தான் கிளம்பி வந்திருக் கிறார்கள்.'

வீணாபதி வந்தாள். 'சீதத்தரே, போட்டியைத் துவக்கலாமா?'

ஊர்வலம் கிளம்பியது. வழியில் நின்று பார்த்தவர்களில் ஒருவன், 'இத்தனை யாழ் எதற்கு?' என்று வாய்விட்டுச் சொன்னான்.

'அப்போதுதானே சரியான யாழைத் தேர்ந்தெடுப்பதில் குழப்பம் ஏற்படும்?'

'இதுதான் வெற்றி பெற்றவன் அணியப்போகும் மாலையா?'

'அடேங்கப்பா! இவ்வளவு படை எதற்கு?'

'பின்னால் பார்! அந்த அழகுத் தத்தை கிடைக்காவிட்டால் எத்தனை சண்டைக்குத் தயாராவார்கள் என்பது தெரியும்!'

'விலகுங்கள்! விலகுங்கள்!' என்று கட்டியங்காரனின் காவலர்கள் விலக்கினாலும் கும்பல் விலகவில்லை.

வீணாபதி, அரங்கத்துக்குள் நுழைந்தவுடன் கொல்லென்று சிரிப்பு கிளம்பியது. 'இது ஆணா பெண்ணா?'

வீணாபதிக்கு இந்தக் கிண்டல் புதிதில்லை. 'என்னை முழுமை யான பெண்ணாகப் படைத்திருந்தால், இந்த உலகமே எனக்காகச் சண்டை போட்டு அழிந்திருக்கும். அந்தப் பாவம் வேண்டாமென்றுதான் இப்படிப் பிறந்தேன்.'

தத்தை சிரித்தாள். அவள் சிரிப்புச் சத்தம் கேட்ட பறவைகள், அவள் தங்களைத்தான் அழைக்கிறாளோ என்று நினைத்து மண்டபத்தின் உள்ளே வந்து மாடத்தில் அமர்ந்தன.

போட்டி தொடங்கியது. தன் இருக்கையில் அமர்ந்து பாடத் தொடங்கினாள் தத்தை.

20

கட்டியங்காரனின் பொறாமை

தத்தையின் பாடலுக்கும் குரலுக்கும் ஏற்ற யாழைத் தேடுவதில் பல அரசர்கள் தோற்றுப் போனார்கள். அதில் வென்ற சிலரும் கூட, அவள் ஆடல் வேகத்துக்கு யாழ் மீட்ட முடியாமல் திணறினார்கள். அவர்கள் மீட்டிய அபஸ்வரத்தைக் கேட்டு பறவைகள் பயந்து வெளியே பறப்பதும், தத்தையின் குரலினிமைக்கு மீண்டும் உள்ளே வந்து அமர்வதுமாக இருந்தன.

ஒருவர் பின் ஒருவராகத் தோற்றோடுவதைப் பார்த்த கட்டியங் காரன், தன் உயர்ந்த சிம்மாசனத்தில் உட்கார்ந்து சிரித்துக் கொண்டிருந்தான்.

'தத்தையோடு போட்டி போடுவதெல்லாம் இந்தக் கும்பலால் நடக்காது. வேறு யாராவதுதான் வரவேண்டும்' என்றான் அடித் தொண்டையில் மதனனிடம்.

பிறகு ஏதோ யோசித்தது போல, 'அந்தப்பையன் வருகிறானா?' என்று கேட்டான்.

'எந்தப்பையன் அரசே?'

'அவன்தான்... அந்தப் பசுமாட்டுக் கூட்டத்தை வேடர்களிடம் இருந்து மீட்டுக்கொண்டு வந்தானே! சீவகனா அவன் பெயர்?'

'அவனா? தெரியவில்லை. வந்தாலும் வருவான்.'

'வரட்டும் வரட்டும். எல்லா அரசர்களும் தயாராகத்தானே வந்திருக்கிறார்கள்?'

மதனன், கட்டியங்காரனைப்பார்த்துச் சிரித்தான். 'அரசே! அன்றைக்கு நாடகமேடையில் நடந்தது நிச்சயமாக இங்கே நடக்காது.'

சீவகன், வேடர்களை வெற்றிபெற்று ஊர் திரும்பியதும் அவனுக்கு ஒரு பாராட்டு விழா நடந்தது. அப்போது நடந்த நாடகத்தைப் பார்க்க கட்டியங்காரன் வந்திருந்தான். அது சீவகனுக்குத் தெரியாது.

அன்று நடந்ததை இன்று நினைத்தாலும் கட்டியங்காரனுக்கு எரிந்தது. நாடகத்தில் ஆடிய பெண்ணின் பெயர் அனங்க மாலை. அவள் சீவகனைப் பார்த்து உருகி உருகி ஆடினாள். அனங்கமாலை மீது வெகு நாள்களாக கட்டியங்காரனுக்குக் கண். அவள் சீவகனைப் பார்த்த பார்வையில் காமம் தெறித்தது. அதைக் கண்டுபிடிக்க ரொம்ப நேரம் ஆகவில்லை கட்டியங் காரனுக்கு.

அவனுக்குப் பொறாமை தலைக்கேறியது. இந்தச் சின்னப் பையனைக் கொன்றுவிடுகிறேன். ஆனால், அதற்குள் சீவகன் போய்விட்டிருந்தான்.

கட்டியங்காரன் கோபத்தோடு மேடையில் ஏறினான். அனங்க மாலையை பிடித்து இழுத்தான். கேடுகெட்டவளே! ஆட வந்த வளுக்கு காம வேட்கையா?' என்று சொல்லி அறைந்தான். வலி பொறுக்கமுடியாத அனங்கமாலை 'சீவகா, காப்பாற்று!' என்று அழுததில் கோபம் இன்னும் அதிகமானது. அரண்மனைவரை அவளை அடித்தே இழுத்துப்போனான்.

அமைச்சர்களிடம் கேட்டான் கட்டியங்காரன், 'அந்தப்பையன் என்ன அவ்வளவு திறமைசாலியா? இந்தக் கேடுகெட்டவளை நொடியில் தன்வசமாக்கிவிட்டானே!'

கோபத்தில் இருக்கும் அரசனுக்கு உண்மையைச் சொல்ல தைரியமில்லாத அமைச்சர்கள், 'அவன் பெரிய வில்வீரன் அவ்வளவுதான். என்ன, பார்க்கவும் அழகாக இருக்கிறான்' என்று சொல்லிச் சமாளித்தார்கள்.

கட்டியங்காரனுக்கு ஓர் உண்மை புரிந்தது. விட்டால் இந்த சீவகன் என் ஆட்சிக்கே உலை வைத்துவிடுவான்.

'மதனா! தத்தை போட்டிக்கு அவன் வருவான் என்று என் மனம் சொல்கிறது. அவன் ஜெயிக்கக் கூடாது. ஜெயித்தால், பிழைக்கக் கூடாது' என்றான்.

அரசனுக்குச் சாமரம் வீசிக்கொண்டிருந்த நாகமாலை இதைக் கேட்டாள். பதறினாள்.

21

யாழ்ப்போட்டியில் சீவகன்

கந்துக்கடன் கிளம்பித் தயாராக இருந்தான். 'சுநந்தை! நீ கிளம்புவதற்குள் போட்டியே முடிந்துவிடும்போல இருக்கிறது. சீக்கிரம் கிளம்பு!'

புத்திசேனன் வீட்டுக்குள் நுழைந்து 'நன்றாக இருக்கிறீர்களா அப்பா?' என்றான்.

'வா, புத்திசேனா! போட்டிக்குப் போகவில்லையா?'

'யாழைப் பற்றி எனக்கு என்ன தெரியும் அப்பா? வேலில் போட்டியென்றால் இந்நேரம் போட்டியே முடிந்திருக்கும். நான் வந்தது வேறொரு காரியத்துக்கு. ஒரு விஷயத்தைச் சொல்லலாம் என்று வந்தேன்.'

'சொல்!'

'சீவகன் போட்டியில் கலந்துகொள்ளவேண்டும் என்று நாங்கள் எல்லோரும் ஆசைப்படுகிறோம். ஆனால், அவனோ, பெண்ணைப் பெறுவதற்குப் போட்டியில் குதிப்பதா எனக் கூச்சப்படுகிறான். நாங்கள், இது திறமைக்கான போட்டி. உன் திறமையை நிரூபி! பெண்ணைப் பிறகு பார்த்துக்கொள்ளலாம் என்று சொல்கிறோம்.'

'ம். அப்படியா? சீவகனுக்கு யாழில் நல்ல பயிற்சி இருக்கிறது. இனிமையான குரலும் இருக்கிறது...' கந்துக்கடன் மேலே என்ன சொல்வது என்று யோசித்தபோது, 'ஐயா!' என்ற பதற்றமான குரல் கேட்டது.

உள்ளே நுழைந்த உருவத்தைப் பார்த்து 'யாரது? நாகமாலையா! வா! என்ன செய்தி?' என்று கேட்டான் கந்துக்கடன்.

நாகமாலை சொன்னாள்.

கந்துக்கடன், புத்திசேனனைப் பார்த்தான். 'கேட்டாயல்லவா? போட்டிக்குப் போவதில் தவறில்லை. தயாராகப் போனால் தவறே இல்லை.'

★

சீவகன், புத்திசேனனைப் பார்த்தான். 'அப்பா சொல்வதில் தவறே இல்லை. பதுமுகா?'

'நான் தயாராகத்தான் இருக்கிறேன் சீவகா!'

'நபுலன், விபுலன், நந்தட்டன்?'

'எல்லோரும் சரியான நேரத்துக்கு வந்துவிடுவார்கள்.'

'சரி கிளம்பலாம்.'

★

புதிதாக நுழைந்த போட்டியாளனைப் பார்த்தவுடன், தத்தை இதுவரை அடையாத புது உணர்வை அடைந்தாள். இதுதான் சீவகனா? இதுவரை இவரைப் பற்றி நான் கேள்விப்பட்டிருந்ததெல்லாம் 'மிகைப்படுத்தல்' என்று நினைத்திருந்தேன். இல்லை.

வீணாபதி, சீவகனைப் பார்த்துச் சிரித்தாள். 'உங்களைப் பார்த்தால் வேல் வீரர் போல இருக்கிறது. யாழும் மீட்ட வருமோ உங்களுக்கு?'

'அதைப் பரிசோதிக்கத்தானே போட்டி?' சீவகன் மிக இயல்பாக இருந்தான்.

தத்தைக்குத்தான் பதற்றமாக இருந்தது. எல்லோரையும் போல இவனும் தோற்றுவிட்டால்?

'சரி, தத்தையைப் பார்த்தீர்கள் அல்லவா? சரியான யாழைத் தேர்ந்தெடுங்கள்!'

முதல் யாழின் மேலிருந்த உறையை அகற்றினான் சீவகன். யாழின் மரப்பகுதியைத் தட்டினான். 'இது வேண்டாம்.'

'ஏன்?'

'குறையுள்ள யாழ் இது. நரம்பு சரியில்லை.'

இதைக் கேட்டு தத்தை புருவத்தை உயர்த்தினாள்.

இரண்டாவதைத் தட்டி 'நீரில் போட்ட யாழ் இது. மெலிந்து கிடக்கிறது' என்றான்.

மூன்றாவதை 'அழுகிய மரத்தில் செய்தது இது' என்று சொல்லி ஒதுக்கினான்.

'ஆ! இது வாள் வெட்டிய மரம். இதுவும் வேண்டாம். இது இடி தாக்கிய மரம். சரிப்படாது.' அரங்கமே அவனை ஆச்சரியத்தோடு பார்த்துக்கொண்டிருந்தது.

'எல்லாவற்றையுமே வேண்டாம் என்று சொல்லிவிடுவீர்கள் போலிருக்கிறதே!'

'அப்படிச் சொல்வேனா? இந்த யாழ் சரியாக இருக்கிறது. உங்கள் தத்தையைப் போலவே, சிறப்பான மரத்தில் செய்த யாழ். இதில் இசைக்கிறேன்' என்றான் ஒரு யாழைத் தேர்ந்தெடுத்தபடி.

போட்டி தொடங்கியது. அவள் பாடினாள். அவன் யாழை மீட்டினான். வாய்ப்பாட்டு எது யாழிசை என்று யாராலும் அடையாளம் கண்டுபிடிக்க முடியாதபடி சுருதி சுத்தமாக மீட்டினான். சில சமயங்களில் அவள் சுருதி தவறியது. அதையும் யாழ் சரி செய்தது.

நடனம் ஆடும்போது, சீவகன் மீட்டிய யாழின் இனிமையில் அவள் பரதத்தையே மறந்தாள்.

இறுதியில், சீவகன் வென்றதாக அறிவிக்கப்பட்டது. தத்தை, மாலையை எடுக்க வந்தாள்.

'என்னிடம் மட்டும் உண்மையைச் சொல் தத்தை!' என்றாள் வீணாபதி சிரித்தபடி.

'என்ன?'

'வேண்டுமென்றேதானே சுருதி விலகியது?'

'சீ போடி!' கையை ஓங்கினாள் தத்தை, நாணத்தோடு.

22

போரில் முடிந்த போட்டி

சீவகன் வென்றுவிட்டான். தகவல் தெரிந்து, மக்கள் ஆரவாரம் செய்தார்கள். அரசர்கள் கோபம் தலைக்கேற, அடுத்து என்ன செய்வது என்று தெரியாமல் திகைத்து நின்றார்கள். கட்டியங்காரனின் ரதம், அரசர்கள் இருக்கும் இடத்தை நோக்கிச் சென்றது.

'அஸ்தினாபுரம், அயோத்தி, காம்பிலி, வாரணாசி, அவந்தி... எங்கிருந்தெல்லாம் கிளம்பி வந்திருக்கிறார்கள், இங்கே ஒரு வணிகன் மகனிடம் அவமானப்பட!' சத்தமாகச் சொன்னான். கேட்டிருக்குமா?

'யாழில் தோற்றீர்கள், அவமானம்தான். வாளிலுமா தோற்பீர்கள்? பேசாமல் எல்லோரும் காட்டுக்குக் கிளம்பிப் போங்கள்! நீங்கள் துறவு கொள்ளத்தான் லாயக்கு. அரசகுலம் என்று வாயால் சொன்னால் மட்டும் போதுமா? வீரம் வேண்டாமா?'

கட்டியங்காரனின் திட்டம் பலித்தது. அரசர்களின் கோபம் சீவகன் மேல் திரும்பியது. ஆனாலும் ஒரு பெண்ணுக்காகவா போர் செய்வது? அதுவும் ஒரு சிறுவனை எதிர்த்து? என்கிற தயக்கமும் ஒரு பக்கம் அவர்களுக்கு ஏற்பட்டது. இறுதியில் ஒரு முடிவுக்கு வந்தார்கள்.

'மொத்தமாகப் போகவேண்டாம். தனித்தனியாகப் போவோம். யார் வெல்கிறார்களோ, தத்தை அவர்களுக்கு!'

★

பதுமுகன் யானைமேல் அமர்ந்திருந்தான். எதிரே வரும் படையைப் பார்த்தான். சாவதற்கு இவ்வளவு ஆர்வமாகவும் வேகமாகவுமா வருவார்கள் மன்னர்கள்?

'மன்னர்களே! நில்லுங்கள். ஒரு வார்த்தை கேட்டுவிட்டுப் பிறகு செல்லுங்கள். பின்னால், உங்களுக்கு யாரும் எச்சரிக்கை செய்யவில்லை என்ற அவப்பெயர் எங்களுக்கு வேண்டாம். யாழில் போட்டி வைத்தார்கள். நீங்கள் தோற்றீர்கள். சீவகன் வென்றான். அதை இத்தோடு விட்டுவிடவேண்டியதுதானே? ஏன் சண்டைக்கு வருகிறீர்கள்? வில்லிலும் வேலிலும் சீவகனுக்கு இருக்கும் தீரத்தை, காட்டு வேடர்களிடம் போய்க் கேட்டுவிட்டு வாருங்கள். நாங்கள் அதுவரை இங்கேயே காத்துக்கொண்டு இருக்கிறோம்.'

அந்தக் குரலுக்கு யாரும் செவி சாய்க்கவில்லை. மன்னர்கள் படை மேலும் முன்னேறியது.

'நீங்கள் சொந்தபுத்தியோடு போரிட வரவில்லை. உங்களை உசுப்பேற்றி இருக்கிறான் கட்டியங்காரன். ஒருவேளை, நீங்கள் இன்று வென்றாலும், நாளை உங்களுக்குள்ளேயே வேறு பாட்டை அவன் உண்டாக்கிவிடுவான்.'

ஆனால், அவர்கள் முன்னேறுவது கொஞ்சம்கூடத் தடைபட வில்லை. 'ஒருபானை சோற்றுக்கு ஒரு சோறு பதம் பார்க் கிறீர்களா?' என்று நாணேற்றி அம்பை விட்டான். அது இரண்டு பாறைகளை ஓட்டையாக்கி மண்ணுக்குள் புதைந்தது.

சீவகன், தத்தையிடம் சொன்னான். 'நான் போட்டிக்குக் கிளம்பு வதற்கு முன்பே அம்புகளைத் தேர்ந்தெடுத்து வைத்துவிட்டேன். அவற்றுக்கு உணவு கொடுக்க வேண்டிய வேளை வந்துவிட்டது. அவர்கள், பதுமுகனின் சமாதானத்தைவிட என்னுடைய அம்பை யும் வேலையும்தான் எதிர்பார்க்கிறார்கள்.'

பிறகு அவளிடம் விடைபெற்று, தன் குதிரையில் ஏறி, பதுமுகன் இருந்த இடத்துக்கு வந்தான். எதிரே காத்திருந்த அரசர்களைப்

பார்த்து, 'உங்கள் மனைவியர் பாவம். அவர்கள் வேண்டாம், தத்தைதான் வேண்டும் என்று நீங்கள் கிளம்பி வந்தீர்கள். முதலுக்கே மோசம் என்பது அவர்களுக்குத் தெரிந்தால்? பாவம்!' என்று முழங்கினான்.

எதிரே இருந்த அயோத்தி அரசன், 'வணிகன் மகன்தானே நீ? வாணிபத்தின் அடிப்படைகூட உனக்குத் தெரியவில்லையே? நீ முதல். தத்தை லாபம். பிரச்னை வந்தால் முதலைக் காப்பாற்றிக் கொள்வதுதான் வாணிபம். ஓடிவிடு!'

'வாணிபம்தான். எல்லாம் சரிதான். ஒன்றைக் கொடுத்து ஒன்றை வாங்குவதுதான் வாணிபம். நான் அம்பைத் தொடுக்கிறேன், நீங்கள் உயிரைக் கொடுங்கள்!'

போர்ச் சங்கு முழங்கியது.

போர் தொடங்கியது.

சீவகன் எங்கே இருக்கிறான் என்பதே யாருக்குமே தெரிய வில்லை. மின்னல் போலத் தோன்றி மறைந்துகொண்டிருந்தான். ஓர் இடத்தில் தெரிவான், அடுத்த கணம் வேறொரு இடத்தில் இருப்பான்.

மன்னர்களின் யானைப்படைக்கு எதிராக, சீவகனின் படை யானை போன்ற வியூகத்தை அமைத்துப் போரிட்டது. தும்பிக்கைப் பகுதியாக சீவகன் தம்பி நந்தட்டனும், தோழர்கள் நபுல விபுலர்கள், பதுமுகன் கால்களாகவும், சீவகன் மத்தகத் திலும் அமர்ந்து போரிட்டார்கள்.

'எவ்வளவு நாள் பசியில் இருந்தீர்கள்? இந்தாருங்கள்! எதிரிகளை உங்கள் உணவாக்கிக்கொள்ளுங்கள்!' என்று சீவகனின் யானைப்படைக்குச் சொல்லப்பட்டது. அது அரசர்களின் யானைப்படையை துவம்சம் செய்தது. விற்போர் வீரர்கள், சளைக்காமல் அம்பு மழை பொழிந்தனர். குதிரைகள் செல்லும் வேகத்தில் கிளம்பிய புழுதி வானை மறைக்க, எதனால் இறந்தோம் என்றே தெரியாமல் இறந்துபோனார்கள் படை வீரர்கள்.

நந்தட்டன் அதை ஒரு போராகவே பார்க்கவில்லை. விளை யாட்டாகப் பார்த்தான். தன் குதிரையில் ஏறிப்போய், அரசர்

களின் தேர்க் குதிரைகளை அவிழ்த்துவிட்டான். 'நல்ல குதிரையாகக் கொண்டு வாங்கப்பா!' என்று சிரித்தான்.

நபுல விபுலர்களின் குறி வேறாக இருந்தது. அரசர்களின் யானையைக் குறிவைத்தார்கள். அரசர்களின் சூடாமணியைக் கைப்பற்றினார்கள். 'எனக்கு இதுவரை இரண்டு! உனக்கு மூன்று!' என்று கணக்குப் போட்டார்கள்.

ஒரு பக்கம், எங்கே வந்தான், எங்கே எய்தான், எந்தத் தலையைக் கொய்தான் என்று தெரியாதபடி மாயமாக வந்து, பிண மலைகளை உருவாக்கிக் கொண்டிருந்தான் சீவகன்.

அயோத்தி மன்னனுக்கு இரண்டு, அத்தினாபுர மன்னனுக்கு மூன்று என்று கணக்கு வைத்து அம்பெய்தான் சீவகன். அவர்கள் வில்லேற்ற முனையும்போதே நாணை உடைத்தான். அடுத்த வில்லை எடுக்கும் முன் அம்பறாத்தூணியை அகற்றினான். போர் செய்யக் கருவி இல்லாமல் திகைத்தார்கள் அரசர்கள்.

பதுமுகன் வேறொரு பக்கத்தில் இருந்து பொழிந்த அம்பு மழை, இந்தப் பக்கம் சீவகன் செய்யும் விளையாட்டு இவற்றில் சிக்கிய வீரர்கள் வேறு வழியின்றிச் செத்து விழுந்தனர். பதுமுகனின் யானை, எதிரிகளின் யானைகளைத் தந்தத்தால் கிழித்துக் கொன்றது. யானை, குதிரை, மனிதர்கள் அனைவரும் சில நொடிகளில் பேயாகி மேலே பறந்துகொண்டிருந்தார்கள். கழுகுகளும் பருந்துகளும் இன்று நமக்கு நல்ல வேட்டை என்று குதூகலமாகப் போர்க்களத்தை வட்டமிட்டன.

'அந்த மன்னர்கள் எங்கே ஓடுகிறார்கள்? துரத்திப்போகட்டுமா சீவகா? இங்கே கொல்ல யாரும் பாக்கி இல்லை' என்றான் பதுமுகன்.

'ஓடிப்போகட்டும். விட்டுவிடு. புறமுதுகிடுவோரைத் துரத்திய அவச்சொல் நமக்கு வேண்டாம்.'

போர் முடிந்தது.

'காயம்பட்ட வீரர்கள் அனைவருக்கும் நல்ல சிகிச்சை கொடுங்கள். இறந்தோர் குடும்பத்துக்கு மானியம் வழங்க ஏற்பாடு செய்யவேண்டும். பொன் ஆசாரிகளை அழைத்து அருகன் சிலைகளைச் செய்து மக்களுக்குத் தரவும் ஏற்பாடு செய் நந்தட்டா. பிறகுதான் திருமணம்.'

23

காந்தர்வதத்தை திருமணம்

சீவகனுக்கும் காந்தர்வதத்தைக்கும் நடந்த திருமணத்தைப் பற்றி ஊரே பேசியது. விமரிசையாக நடந்த திருமணத்தில், கந்துக் கடனும் சுநந்தையும் மகிழ்ச்சியின் உச்சத்தில் இருந்தார்கள். சீதத்தன் கடமையை முடித்துவிட்ட திருப்தியில் நிம்மதியாக உறங்கினான்.

முதல் இரவு மேல் இருந்த ஆர்வத்தில், திருமணக் களைப் பெல்லாம் காணாமல் போயிருந்தது சீவகனுக்கும் தத்தைக்கும்.

சிலநாள்கள் கழித்து சீதத்தனுக்கு ஓர் ஓலை நறுக்குக் கடித வடிவில் வந்தது. அதன் மேல் 'சீவகனுக்கு!' என்று எழுதி யிருந்தது. கடிதம், மூடி முத்திரை வைக்கப்பட்டிருந்தது. சீவகன் அதைப் படித்தான்.

அன்புடைய மாப்பிள்ளை சீவகன் அவர்களுக்கு,

வித்தியாதர வேந்தன் கலுழவேகன் எழுதிக்கொள்ளும் மடல்.

ராசமாபுரத்தில் நடந்ததையெல்லாம் கேள்விப்பட்டேன். பல நூறு போட்டியாளர்கள் நிறைந்த போட்டியில் சர்வ சாதாரண மாக நீங்கள் ஜெயித்ததையும், பொறாமைகொண்ட மன்னர்கள் போருக்கு அழைத்ததையும், அவர்களைத் தங்கள் படை புறமுதுகிட்டு ஓட வைத்ததையும் கேட்டு அளவில்லாத மகிழ்ச்சி கொண்டேன்.

அதைவிட மகிழ்ச்சி, கொலைப் பாவத்தோடு திருமணம் செய்யக் கூடாது என்பதற்காக சொந்தவீரர்கள் மேல் மட்டு மில்லாமல், எதிரி நாட்டு வீரர்கள் மேலும் நீங்கள் காட்டிய அன்பான ஆதரவு, கோயில்களில் பூஜை என்று நீங்கள் செய்த பரிகாரங்கள் ஆகியவை என் நெஞ்சை நெகிழச் செய்துவிட்டன.

சீதத்தன், என் மகளைத் தன் மகளாகக் கருதிச் செய்த பிரம்மாண்டமான திருமணம் பற்றி இன்னும் வித்தியாதரம் நாடு முழுக்க ஒரே பேச்சாக இருக்கிறது. நந்தட்டன் அனுப்பிய பால் பொருள்கள், அரிசி, பருப்பு வகைகள் ஆகியவற்றைக் கொட்டி வைக்கவே இடம் போதவில்லையாமே? மணமக்களை வாழ்த்தி வந்த பரிசுப்பொருள்களை எழுதியவர்கள் கைகள் இன்னும் வலிக்கின்றதாமே?

இவ்வளவு பிரம்மாண்டமான திருமணத்துக்கு நாங்கள் வரமுடிய வில்லையே என்ற குறையை நீக்க முடியாதுதான். என்றாலும் இத்துடன் அனுப்பியிருக்கும் பரிசுப்பொருள்களை ஏற்றுக்கொள்ளுங்கள்.

நீங்கள் இருவரும் நீண்டகாலம் ஒருவருக்கொருவர் துணையாக வாழவும், இன்னும் மீதமிருக்கும் எதிரிகளை நீங்கள் தூள் தூளாக்கவும் வாழ்த்துகிறேன்.

நீங்கா அன்புடன்,

கலுழவேகன்.

பாகம் 4

குணமாலை

24

ராசமாபுரத்து இளவேனில்

ராசமாபுரத்தில் இளவேனிற்காலம் தொடங்கிவிட்டது. மரங்கள் முழுப்பச்சை அடையாமல் மஞ்சளும் பச்சையும் கலந்த நிறத்தில் இலைகளால் நிறைந்திருந்தன. நீரில் ஆடும் விளை யாட்டுகள் மக்களை மகிழ்ச்சியில் ஆழ்த்தியிருந்தன. யானை களோடு நீந்திக் களிக்கும் மக்கள், ஆற்றைக் கடக்கும் போட்டி யில் இளைஞர்கள், சுற்றுவட்டாரங்களில் யாழ் ஒலித்து ஆடும் நாடகக்காரர்கள்... என்று எங்கு பார்த்தாலும் சத்தம் அதிகமாக இருந்தது.

இந்தச் சத்தங்களுக்கு நேர்மாறாக, ஆறு தொடங்கும் இடத்தில் இருந்த அருவி அமைதியாக இருந்தது. ‘சோ!’வென்று நீர்விழும் சத்தத்தையும், அவ்வப்போது பேசும் கிளிகள், பறவைகளின் சத்தத்தையும் தவிர்த்து வேறு சத்தமே இல்லை. சுற்றிலும் இருந்த மரங்களும் சோலைகளும் அந்த அமைதி கெடாமல் பார்த்துக்கொண்டன. அவ்வப்போது நோட்டமிடும் குரங்குகள், கூட்டமாக நீர்நிலையை நோக்கி நடக்கும் யானைகள், எப்போ தாவது தோகையை விரிக்கும் மயில்கள், கொடூரமான விலங்கு கள் இல்லாததால் தைரியமாகப் புல்லை மேயும் மான்கள்... என்று அந்தச் சோலையின் ஏகாந்தம், உற்சாகமான சூழ் நிலையை உருவாக்கி இருந்தது.

சோலையின் உள்ளே அருவிக்கு அருகாமையில் உடைமாற்று வதற்காகத் திரைகளை அமைத்துக்கொண்டிருந்தார்கள் கனக பதாகையும் மாலையும்.

'இன்னுமா முடியவில்லை?' சுரமஞ்சரிக்கு எப்போதும் அவசரம் தான். இவ்வளவு தூரம் ஊரில் இருந்து நடந்துவரப் பொறுத்த வள், அருவியைப் பார்த்ததும் ஆர்ப்பரித்தாள்.

'என்ன அவசரம் சுரமஞ்சரி? போகலாம். இன்னும் ஒரு நிமிடம்.' குணமாலை நல்ல இடமாகப் பார்த்து அமர்ந்துவிட்டாள். கையோடு கொண்டுவந்திருந்த சிறு உரலில் சில பொடிகளைப் போட்டு இடிக்கத் தொடங்கினாள்.

'என்ன இடிக்கிறாய் குணமாலை?'

'கண்ணுக்குப் போடும் மை. சுண்ணமாக இடித்து உடனே போட்டுக்கொண்டால் ரொம்ப நன்றாக இருக்கும். வேண்டுமா? எடுத்துக்கொள்கிறாயா?'

'நானும்தான் கொண்டு வந்திருக்கிறேன். என்ன என்ன பொருட் களைப் போட்டு இடிக்கிறாய்?'

குணமாலை சிரித்தாள். 'அதையெல்லாம் வெளியே சொல்லக் கூடாது.'

'சரிதான். அப்படியென்ன அற்புதமான சுண்ணமோ? என் பொடிக்கு ஈடாகுமா அது?'

'தேவர்கள் தயாரித்தால், ஒருவேளை என்னுடையதைவிட நன்றாக இருக்கலாம். உன்னுடையது எல்லாம் போட்டிக்கே வர முடியாது.' கேலி எதுவும் இல்லாமல் இயல்பாகத்தான் சொன் னாள் குணமாலை.

'எவ்வளவு ஆணவம் உனக்கு? சரி. வருகிறாயா போட்டிக்கு?'

'போட்டி எல்லாம் எதற்கு சுரமஞ்சரி?'

'இந்த விளையாட்டே வேண்டாம். உன்னுடைய சுண்ணம் சிறந்தது என்று பெருமை அடித்துக்கொள்வதற்கு முன்பே இந்தக் கவனம் இருந்திருக்க வேண்டும். இப்போது போட்டி தான்.' சுரமஞ்சரிக்குக் கோபத்தில் கன்னம் சிவந்துவிட்டது.

'தோற்பவர்கள் அதற்குப் பிறகு குளிக்கவே கூடாது. அருகனுக்கு கோடி தங்க நாணயங்களைக் கொடுக்கவேண்டும், சரியா?' குணமாலைக்கு சுரமஞ்சரியின் ஆவேசம் பயமாக இருந்தாலும் சிரிப்பாகவும் இருந்தது.

'சரி. யார் இந்தப் போட்டிக்கு நடுவர்?'

'இதோ கனகபதாகையும் மாலையும், உன் பொடியையும் என் பொடியையும் எடுத்துக்கொண்டு போகட்டும். நகரத்துக்குச் செல்லட்டும். மக்களிடம் கேட்டு வரட்டும் யார் ஜெயித்தார்கள் என்று.'

25

சுண்ணப்போட்டி

கனகபதாகையும் மாலையும், ஆளுக்கொரு பொன் தட்டில் பொடிகளை பட்டுத்துணி போட்டு எடுத்துக்கொண்டார்கள். 'யாரிடம் கேட்பது?'

'அதோ அங்கே முச்சந்தியில் நிற்கிறார்களே சிலர். அவர்களிடம் கேட்டுப்பார்க்கலாமா?'

அவர்களை அடைந்து 'ஐயா! ஒரு உதவி செய்வீர்களா?'

'என்னம்மா வேண்டும்?'

'எங்கள் இருவர் தட்டுகளிலும் கண்ணுக்குத் தடவும் மை சுண்ணப்பொடி இருக்கிறது. இவற்றில் எது சிறந்தது என்று சொல்லமுடியுமா?'

'ஆஹா! என்னிடம் போய் கேட்டாயே! சீவகரிடம் கேட்டால் எது தரமானது, எது தரமற்றது என்று நொடியில் சொல்லி விடுவார்.'

'சீவகரிடமா? அவர் எங்கே இருப்பார் இப்போது?'

'கந்துக்கடன் வீட்டில்தான் இருப்பார். அதோ அந்த மூன்றாம் வீடு.'

வீட்டு வரவேற்பறையில், நண்பர்களுடன் போரைப் பற்றியும் வெற்றியைப்பற்றியும் இல்லற வாழ்க்கையைப் பற்றியும் அரட்டை அடித்துக்கொண்டிருந்தான் சீவகன். ஆரவாரமான சிரிப்பலை. இவர்களுக்கு எப்படி உள்ளே நுழைவது என்றே தெரியவில்லை.

'யானைகள் ஆயிரம் இருந்தன. ஆனால், அவர்களுக்கு எவ்வளவு பயம் பார்த்தாயா நந்தட்டா? ஓடியே விட்டார்கள்.' குதூகல மாகச் சிரித்தான் பதுமுகன்.

'இவ்வளவு சிறு படையிடம் தோற்று ஓடுகிறோமே என்று அவர்களுக்குக் கொஞ்சமாவது கூச்சம் இருந்ததா?'

'படையில் சிறியது பெரியது என்று என்ன இருக்கிறது? ஆயிரம் ஆடு இருந்தாலும் ஒரு புலிக்குத் தோற்று ஓடத்தானே வேண்டும்?'

'அந்தப் புலியே தத்தையிடம் அடங்கி இருக்கிறதாமே, கேள்விப் பட்டேன்' என்றான் விபுலன், சிரித்துக்கொண்டே.

கனகபதாகை லேசாகக் கனைத்தாள்.

'யாரம்மா நீ? என்ன வேண்டும் உனக்கு?' சீவகன் குரலில் பாடும் போது இருக்கும் நளினம் பேசும்போது எப்படி கம்பீரமாக மாறு கிறது?

'ஐயா, நாங்கள் சுரமஞ்சரி, குணமாலை ஆகியோரின் பணிப் பெண்கள். அவர்கள் தயாரித்த சுண்ணப்பொடியில் எது சிறந்தது என்று அவர்களுக்குள்ளே போட்டி. நீங்கள்தான் தீர்த்துவைக்க வேண்டும்.'

'எங்கே காட்டுங்கள் பார்க்கலாம்!' இரண்டு தட்டுகளில் இருந்தும் ஒரு சிட்டிகை சுண்ணத்தை எடுத்தான். முகர்ந்து பார்த்தான்.

'இரண்டுமே நன்றாகத்தானே இருக்கின்றன!'

'என்ன சீவகரே! உங்களிடம் கேட்டால் விடை கிடைக்கும் என்று நம்பி வந்தோம். நீங்கள் மழுப்புகிறீர்களே!'

'இரண்டுமே நல்ல சுண்ணம்தான். ஆனால், இந்தப்பெண் கையில் உள்ள பொடி சற்றே உயர்ந்தது' என்றான், மாலையின் கையில் இருந்த தட்டைக் காட்டி. குணமாலைதான் வென்றாளா?

கனகபதாகைக்குப் பொறுக்கவில்லை. அவள் எஜமானி தோற்பதா?

'எப்படிச் சொல்கிறீர்கள்? ஏதேனும் அளவுகோல் இருக்கிறதா, இல்லை தோராயமாகச் சொல்கிறீர்களா?'

சீவகன் சிரித்தான். 'அளவுகோலா? இருக்கிறது. இவள் எஜமானி கொடுத்த பொடி வெயில் காலத்தில் இடித்தது. எல்லா இலை களும் பொடியாக்க ஏற்ற நேரத்தில் இடித்தது. உன் எஜமானி கொடுத்த சுண்ணம், மழைக் காலத்தில் இலைகள் காயாத நேரத்தில் இடித்தது. பொருள்கள் ஒன்றே என்றாலும், இடித்த வகையில் இந்தச் சுண்ணம் கொஞ்சம் அதிகச் சிறப்பு.'

'ஏதோ சொல்கிறீர்கள். இதை நிரூபிக்க முடியுமா?'

'நீ வேண்டுமானால் வேறு யாரையாவது கேட்டுப்பாரேன்?'

'சீவகன் சொல்லிவிட்டதாகத் தெரிந்தால் யார் அதை மீறு வார்கள்? இருந்தாலும் என் மனம் ஏற்கவில்லை.'

'சரி வா. தோட்டத்துக்குப் போகலாம். அங்கே உனக்குத் தேவை யான நிரூபணம் கிடைக்கும்.'

தோட்டத்துக்குச் சென்றதும், 'இங்கே உள்ள பறவைகள்தான் உனக்கு நடுவர்கள். பறவைகளே! இங்கே பாருங்கள். இதில் எது சிறந்த சுண்ணம் என்று சொல்லுங்கள் பார்ப்போம்' என்றான். இரண்டு தட்டில் இருந்தும் ஒரு கைப்பிடி சுண்ணத்தைத் தூக்கி மேலே வீசினான்.

என்ன ஆச்சரியம்? குணமாலை சுண்ணப்பொடி தரையில் விழவே இல்லை. சுரமஞ்சரியின் சுண்ணம் தரையெங்கும் அழகாகக் கோலம் போட்டது.

'புரிந்ததா கனகபதாகை? குணமாலையின் பொடியை பறவைகள் வானத்திலேயே பிடித்துத் தின்றுவிட்டன. அவ்வளவு சுவை, தரம். பறவைகளுக்கு சுரமஞ்சரியின் சுண்ணம் பிடிக்கவில்லை, எனவே, அதை அவை புசிக்கவில்லை. தீர்ந்ததா சந்தேகம்?'

கனகபதாகையால் ஒன்றும் பேசமுடியவில்லை. 'சரி சீவகரே. நான் போய்ச் சொல்லுகிறேன்.'

26

சுரமஞ்சரியின் கோபம்

குபேரதத்தன் தெருவுக்குள் யாரும் போகமுடியாதபடி தடுப்பு போடப்பட்டிருந்தது. அகன்ற தெருவை அடைத்து ஒருவர் மட்டுமே செல்லக்கூடிய நுழைவாயில் மட்டுமே இருந்ததைப் பார்த்து குணமாலைக்கு ஆச்சரியமாக இருந்தது. வாயிலை நோக்கி நடந்தபோது எதிரில் கனகபதாகையைப் பார்த்தாள்.

'என்ன ஆயிற்று கனகபதாகை? ஏன் தெருவை அடைத்திருக் கிறார்கள்? யாருக்காவது ஏதாவது...?'

'அதெல்லாம் ஒன்றுமில்லை. உங்கள் சினேகிதி சுரமஞ்சரி தான்...'

'அவளுக்கென்ன?'

'அன்று நான் வந்து சீவகன் சொன்ன தீர்ப்பைச் சொன்னேன். அன்றிலிருந்தே...'

'என்னதான் நடந்தது கனகபதாகை? சொல்லேன்!'

'நான் என்ன சொல்ல. நீங்களே பாருங்களேன்!' வாயிற்கதவைக் கடக்கும்போதுதான் பார்த்தாள். காவலர்கள்கூட ஆண்கள் இல்லை.

வீட்டின் மாடங்களில் இருந்த சிலைகள் எல்லாம் புதிதா? இல்லையே? புதிதுபோல ஏன் தோன்றுகிறது? ஒரு சிலையின் அருகே உற்றுப்பார்த்தாள். அட! இது ஆண் சிலையாக அல்லவா இருந்தது? சிற்சில மாற்றங்களை மட்டும் செய்திருக்கிறார்கள், இப்போது பெண் சிலை!

சுரமஞ்சரி தனியாக உட்கார்ந்திருந்தாள். குணமாலையைப் பார்த்ததும், 'உன்னைப்பார்க்க நான் விரும்பவில்லை. நீ போக லாம்' என்றாள் கோபமாக.

'என்ன சுரமஞ்சரி இது? ஏன் இந்தக்கோலம்? தெருவே வெறிச் சோடி இருக்கிறதே! என்ன செய்தாய்?'

'ஒன்றும் தெரியாதவள் போலக் கேட்காதே! சீவகனை உன் கைக்குள் போட்டுக்கொண்டு உன் சுண்ணம் சிறந்தது என்று சொல்ல வைத்துவிட்டாய். தரங்கெட்டதற்குத் தோற்றது என் மனத்தை எவ்வளவு பாடுபடுத்துகிறது என்று உனக்கெப்படித் தெரியும்?'

'சீவகனை... நான் கைக்குள்ளே! இதென்ன அபாண்டம்?'

'இப்போது நான் ஒன்று சொல்கிறேன். கேட்டுக்கொள் குண மாலை. அந்த சீவகனைத் தவிர வேறெந்த ஆண்மகனையும் நான் பார்க்கவும் மாட்டேன், மணக்கவும் மாட்டேன். இதைச் சொன்ன ஒரே காரணத்துக்காக, என் அப்பா என்ன செய்திருக் கிறார் பார்த்தாயா? மன்னன் கட்டியங்காரனிடம் சென்று மணிமாலை கொடுத்து நான் சொன்னதை நிறைவேற்றினார்.'

'அப்படி என்ன சொன்னாய்?'

'இந்தத் தெருவில் ஒரு ஆணும் நடமாடக் கூடாது, இருப்பவர் களையும் இடம்பெயர்க்கவேண்டும் என்றேன். குபேரதத்தனா கொக்கா? ஒரு படி மேலேயே சென்று சிலைகளைக்கூடப் பெண்ணாக்கிவிட்டார். இந்தத் தெருவில், ஆண் நுழைய முடியாதபடி வாயிலில் காவலர்கள்கூடப் பெண்கள்.'

'ஏன் இவ்வளவு கோபம் சுரமஞ்சரி? கோபத்தை விட்டொழி! இது உனக்கு நல்லதில்லை.'

சுரமஞ்சரி முகத்தைத் திருப்பிக்கொண்டாள். 'நீ போகலாம்.'

குணமாலையால் அழுகையைக் கட்டுப்படுத்த முடியவில்லை. சாதாரணப் பொடி, சுரமஞ்சரி வாழ்க்கையை நாசம் செய்து விட்டது. இல்லை. நானும்தான். இதற்கு ஏதேனும் பரிகாரம் செய்தே ஆகவேண்டும். கடவுளே கதி.

வாமதேவா! நீயே சரணம்!

27

சுதஞ்சணன்

ராசமாபுரம் கலகலப்பாக இருந்தது. இளவேனில் விளையாட்டுகள் உச்சத்தைத் தொட்டுவிட்டன. ராசமாபுரம் ஏரி நிறைந்து, அதிலிருந்து வழிந்த நீரை கால்வாய்கள் சிறு சிறு குளங்களுக்கு எடுத்துச் சென்று அங்கங்கே நீர் விளையாட்டுகள் நடக்க உதவி செய்தன.

இளைஞர்களின் உடல்தகுதி போட்டிகள், குமரிகளின் கோலப் போட்டிகள், சுண்ணப்போட்டிகள் என்று எல்லாத் தெருக்களிலும் ஏதோ ஓர் அறிவிப்பு, வென்றவர்களின் கும்மாளம், தோற்றவர்களின் எக்காளம் என்று களைகட்டிக்கொண்டு இருந்தது. இதுதவிர, அருகன் கோயில்களில் பூஜைகளும் வேள்விகளும் தொடர்ந்து நடந்துகொண்டிருந்தன. வழிபட வருவோரின் கூட்டம், வறியவர்கள் வறுமை நீங்கக் கொடுக்கப்பட்ட பொன் தானம், அன்னதானம்... என ஊரே பரபரப்பாக இருந்தது.

கோயில் வாசலில் வேள்விக்கூடத்தில் அந்தணர்கள் மந்திரங்களை ஒலித்துக்கொண்டிருக்க, படைக்கவும் அந்தணர் உண்ணவும் உணவு வகைகள் குவிக்கப்பட்டிருந்தன.

தெருவின் களேபரத்தில் பயந்துபோன ஒரு நாய், எங்கே அண்டுவது என்று தெரியாமல் அலைந்துகொண்டிருந்தது. உணவுக் குவியலைப் பார்த்ததும் ஆசையாக அங்கே ஓடியது. யாரும் அதைக் கவனிக்கவில்லை. மந்திரங்கள் உச்ச ஸ்தாயியில் எழுந்துகொண்டிருந்தன. ஆஹா, இன்று நமக்கு விருந்துதான்.

மந்திரங்களில் வாய்மட்டும் ஈடுபட்டிருக்க, கண்ணை அலைபாயவிட்டிருந்த ஓர் அந்தணன் கண்ணில் பட்டது நாய். உடனே மந்திரத்தை நிறுத்தி 'அடிங்கடா அந்த நாயை! சோற்றின் மீது வாய் வைக்கிறது.'

அவ்வளவுதான். அனைவரும் உடனே எழுந்துவிட்டார்கள். அந்த நாயை சும்மாவா விடுவது? எடு கட்டையை! எடு கல்லை!'

நாலா புறமும் சூழ்ந்திருந்த ஆட்களைப் பார்த்ததும் நாய்க்குப் புரிந்துவிட்டது. இனி பிழைப்பது துர்லபம்.

அடிபட்டு ஊளையிட்டு, மேலும் அடிபட்டு ஊளையும் அடங்கும் போதுதான் நுழைந்தான் அந்தக் குடிகாரன்.

'யாரடா என் நாயைப்போட்டு அடிக்கிறது?' அவன் குடித்த கள்ளின் வீச்சம் தாங்காமல் அந்தணர்கள் விலக, நாயிடம் சென்றான் அவன். 'அடப்பாவிகளா! கொன்றே போட்டுவிட்டீர் களா?' அவன் கோபமாகிவிட்டான்.

'என் நாயைக் கொன்ற உங்களைச் சும்மா விடுவேனா?' கையில் இருந்த வேலை எடுத்து வீச, அந்தணர்கள் உயிரைக் காப்பாற்றிக் கொள்ள தெருவுக்கு ஓடினர். குடிகாரன் அவர்களை விடாமல் துரத்தினான்.

'நாயை உயிருடன் விட்டிருக்கலாமோ? எவ்வளவு தூரம்தான் ஓடுவது?' அந்தணர்கள் நொந்துபோனார்கள்.

இவ்வளவு குடித்திருந்தும் வேகம் குறையாமல் துரத்துகிறானே பாவி!

அந்தணர்களுக்கு ஒரே வழிதான் இருந்தது. சீவகன் வீட்டுத் தெருவை நோக்கி ஓடினார்கள்.

நல்லவேளையாக சீவகன் தெருவிலேயே நின்றிருந்தான்.

'சீவகா! காப்பாற்று. அந்தக் குடிகாரன் எங்களை அடிக்க வரு கிறான்.'

சீவகன், குடிகாரனைக் கட்டுப்படுத்தினான். 'என்ன நடந்தது?'

சொன்னார்கள்.

'அவன் சொல்வதிலும் நியாயம் இருக்கிறதே? ஒரு நாய் சோற்றைத் தின்றதென்றால் அதை விரட்டுவதை விட்டுவிட்டுக் கொலை செய்வீரா? எவ்வளவு வேதம் படித்து என்ன? உயிர் களிடத்தில் அன்பு வேண்டும் என்று தெரியவில்லையே? எங்கே அந்த நாய்?'

நாய் தன் கடைசி மூச்சை விட்டுக்கொண்டிருந்தது. உடம்பெல்லாம் ரத்தம். நடக்க முயற்சி செய்ததில் தெருவெல்லாம் ரத்தத் தீற்றல்.

சேவகனுக்குப் பொறுக்கமுடியவில்லை. 'நாயே! நீ ஏன் இந்த ஈனப்பிறப்பில் பிறந்தாய் என்று எனக்குத் தெரியவில்லை. ஆனால், செல்கதி மந்திரம் சொல்கிறேன். அதைக்கேட்டு உன் கடைசி மூச்சை நீ விட்டாய் என்றால், நிச்சயம் அடுத்த பிறப்பில் உயர்ந்த பிறப்பாகத்தான் வருவாய். அப்படிப்பட்ட சக்தி வாய்ந்தது இந்த ஐம்பத மந்திரம்.'

மந்திரத்தைச் சொல்லச் சொல்ல நாயின் கண்களில் ஒளி ஏறியது. அணையப்போகும் தீபம். கண்கள் வெறித்தன.

சீவகன் தன் கண்களைத் துடைத்துக்கொண்டான்.

ஆனால், அந்த நாய் இருந்த இடத்தில் ஒரு பெரிய ஒளி கிளம்பியது. அருகாமையில் இருந்த பொருள்கள் எதுவும் தெரியாமல் பகலை இருட்டாக்கிய ஒளி. கண்கள் கூச, கைவைத்து மறைத்துக்கொண்டார்கள் அனைவரும்.

கொஞ்சம் கொஞ்சமாக அந்த ஒளி குறைய, உள்ளே இருந்தான் ஒரு தேவன்.

'எனக்குச் சாபவிமோசனம் கொடுத்ததற்கு நன்றி சீவகா! நீ எனக்குத் தந்தை போல.'

இன்னும் ஆச்சரியம் விலகாமலே 'நீங்கள்?' என்று இழுத்தான் சீவகன்.

'என் பெயர் சுதஞ்சணன். சங்கவெண்மலையில் உள்ள சந்திரோதயம் நகரில் வாழ்ந்துகொண்டிருந்த தேவன். பிறவிப் பயனால் நாயாகப் பிறந்தேன். இப்போது உன்னால் மீண்டும் தேவனானேன்.'

'நீ எனக்குச் செய்த பேருதவிக்கு என்னால் என்ன கைம்மாறு செய்யமுடியும்? இந்த உலகத்தையே உன் காலடியில் கொண்டு வரட்டுமா? ஆணையிடு சீவகா! நான் உன் அடிமை.'

'அடிமையாக வேண்டாம் சுதஞ்சணா. நண்பனாக வா. எனக்கும் உன் உதவி தேவைப்படும். ஆனால், தற்சமயம் இல்லை.'

அச்சணந்திக்குச் செய்துகொடுத்த சத்தியம் இன்னும் சீவகனைக் கட்டுப்படுத்தியது.

'எப்போது வேண்டுமானாலும் வருகிறேன். உனக்காக உயிரைக் கொடுப்பேன்.'

'தேவை ஏற்படும்போது உன்னை நினைப்பேன் சுதஞ்சணா. அப்போது வந்தால் போதும்.'

'இப்படி ஒரு வாய்ப்புக் கிடைத்தால், உடனே அதை எப்படி பெரிதாக்குவது என்றுதான் எல்லாரும் யோசிப்பார்கள். நீ சுத்தமானவன். நீயாக உதவி கேட்கமாட்டாய். எனவே, நான் உன்னை அரூபமாகத் தொடர்வேன். உனக்கு எந்தக் கவலையும் வேண்டாம்.'

'நான் இப்போது கவலையாக இல்லையே!' என்று சிரித்தான் சீவகன். 'நீ உன் ஊருக்குச் செல்! தேவைப்படும்போது அழைக்கிறேன்.'

சுதஞ்சணன் வானில் பறந்து தன் ஊருக்குச் செல்வதைப் பார்த்தார்கள், சீவகனும் அவன் நண்பர்களும்.

28

மதம் பிடித்த யானை

விளையாட்டுகளைப் பார்த்துக்கொண்டே சென்றார்கள், சீவகனும் நண்பர்களும்.

நந்தட்டன், 'ஆச்சரியமாக இருந்தது அல்லவா? நாய், தேவனாகிறது!' என்றான்.

'ஐம்பத மந்திரத்தின் மகிமை அது. அருகன் தாள் வணங்கி மந்திரம் ஜெபித்தால், செம்பு பொன்னாகும், நாயும்

தேவனாகும்.' சீவகன் சொல்லிக் கொண்டிருந்தபோதே, மக்கள் கூட்டம் கூட்டமாக நாலாபக்கமும் ஓடுவதைப் பார்த்தார்கள்.

'என்ன நடக்கிறது? ஏன் இப்படி எல்லாரும் ஓடுகிறார்கள்?'

'யானைகள் கூட்டமாக வந்துகொண்டிருந்தன. பட்டத்து யானை அசனிவேகத்துக்குத் திடீரென மதம் பிடித்துவிட்டது. சந்தைக்குள் நுழைந்து காய்கறிகளையும் மனிதர்களையும் பந்தாடிக் கொண்டிருக்கிறது.'

சீவகனும் நண்பர்களும் சந்தைக்கு ஓடினார்கள்.

★

குணமாலை, பல்லக்கில் அமர்ந்திருந்தாள். பல்லக்குத் தூக்கிகளோடு நடந்துவந்துகொண்டிருந்த மாலையுடன் பேச்சுக் கொடுத்தாள். 'அருகர் கோயிலுக்குச் செய்யவேண்டிய பரிகாரங்கள் எல்லாம் முடிந்துவிட்டன அல்லவா?'

'ஆம் குணமாலை. அன்னதானம், பொன் தானம், எல்லாம் சிறப்பாக நடந்து முடிந்தன.'

'இப்போதாவது சுரமஞ்சரி திருந்துவாளா? நல்லபடி மாறுவாளா?'

'அவளுக்குக் கோபம் உன்மேல் இல்லை குணமாலை. சீவகன் மீது.'

'சீவகன் என்னை வெற்றிபெறச் செய்தது என் பாக்கியம்தான். இதென்ன பல்லக்குத் தூக்கிகள் நின்றுவிட்டார்கள்?'

'அய்யோ குணமாலை! ஒரு யானை வருகிறது. பார்த்தால் மதம் பிடித்தது போலத் தெரிகிறது. அதைக்கண்டு பயந்துதான் ஊரே நாலா திசையிலும் ஓடுகிறது. அது இங்கேதான் வருகிறது. ஆண்டவனே! காப்பாற்று!'

குணமாலை பதறிப்போய், 'நான் வெளியே வந்துவிடட்டுமா?' என்று கேட்டாள்.

'வேண்டாம். அங்கேயே இருங்கள். நான் ஓடிப்போய் ஏதாவது உதவி கிடைக்குமா என்று பார்க்கிறேன்.' ஓடியவள் தெரு முனையில் சீவகனைக் கண்டாள். பதற்றத்தில் வார்த்தை

வரவில்லை. 'அங்கே... அங்கே...' மேற்கொண்டு ஏதும் சொல்ல முடியாமல் திணறினாள்.

சீவகன், யானையைப் பார்த்தான். யானை, பல்லக்கை நெருங்கிக் கொண்டிருந்தது.

நேரம் இல்லை. இன்னும் சில நொடிகளில் அது பல்லக்கை நொறுக்கிவிடும். 'ஐயோ குணமாலை', மாலை அழத்தொடங்கி விட்டாள்.

சீவகன் தன் காதில் இருந்த குண்டலத்தைக் கழற்றினான். பலங்கொண்டமட்டும் அதை யானையை நோக்கி வீசினான். குண்டலம், யானையின் நெற்றிக்குச் சற்று கீழே பட்டது. பட்ட வேகத்தில் இது யார் புது எதிரி என்று சீவகன் இருந்த திசை நோக்கி யானை தன் பார்வையைத் திருப்பியது. அது தன் முழு உடலையும் திருப்பியது. அப்போது, பல்லக்கில் அதன் வால் பட்டு திரை விலகியது. உள்ளே, குணமாலையின் பதற்றமான முகத்தைக் கண்டான் சீவகன்.

இனி நொடிநேரம்தான். அசனிவேகம் என்கிற அந்த யானை தன்னைத் தாக்கிவிடும். 'நந்தட்டா, நீ மாலையோடு தெருவுக்கு அந்தப்பக்கமாக வந்து குணமாலையைக் காப்பாற்றி அழைத்துப் போ!' என்று கத்தினான் சீவகன். பிறகு யானையை நோக்கி ஓடினான்.

யானையின் வேகத்தைச் சுலபமாக சீவகனால் மிஞ்சி இருக்க முடியும். ஆனாலும் மெதுவாகத்தான் ஓடினான். சாலையின் திருப்பத்தில் பதுங்கி யானை வரும்போது, சடாரென்று அதன் மேல் ஏறி மத்தகத்தைப் பிடித்தான்.

யானை தன் உடலை உதறி சீவகனை அப்புறப்படுத்த முயன்றது. ஆனால், சீவகனின் இரும்புப் பிடியை அதனால் அப்புறப்படுத்த முடியவில்லை. சீவகன் குனிந்து அதன் காதில் சில மந்திரங் களைச் சொன்னான். படிப்படியாக அதன் கோபம் அகன்றது.

ஆனால், அது தன் முழு நிதானத்தையும் அடையச் சில நிமிடங் கள் பிடித்தன. பிறகு அதை யானைக் கூட்டத்துக்கு அழைத்துச் சென்றான் சீவகன். 'யார் இந்த யானையின் பாகன்? பட்டத்து யானையை பத்திரமாகப் பார்த்துக்கொள்ள வேண்டாமா?' என்று கேட்டு அவனிடம் யானையை ஒப்படைத்தான்.

வீடு திரும்பும்போது, மற்றவையெல்லாம் மறந்து குணமாலையின் பதற்றமான முகம் மட்டும்தான் சீவகன் நினைவில் இருந்தது.

29

குணமாலையின் காதல்

கிளி, குணமாலையையே பார்த்துக்கொண்டிருந்தது. 'நடப்பது ஒன்றும் சரியில்லை' என்றது.

'என்ன சரியில்லை கிளியே?'

'உங்கள் உடம்பைப் பாருங்கள். கடந்த சிலநாள்களில் எவ்வளவு மெலிந்து போய்விட்டது?'

'மெலிந்தா போயிருக்கிறது? போகட்டும். மனம் பூரித்துப் போயிருக்கிறது.'

'அநாவசியமான ஆசைகளை வளர்த்துக்கொள்ளாதே குணமாலை. அவன் திருமணமானவன்.'

'இருந்தால் என்ன? இந்தக் காலத்தில் எந்தப் பணக்காரன் ஒரு மனைவியோடு நிற்கிறான்? அவனுக்குப் பெண் கொடுக்க நான் நீ என்று எல்லோரும் போட்டி போட்டுக்கொண்டு நிற்பார்கள். அப்பாவிடம் என் ஆசையைச் சொன்னேன். அவர் ஏதாவது சொன்னாரா? மகிழ்ச்சியோடுதானே இருக்கிறார்?'

'குபேரமித்திரனுக்கு இப்படி ஒரு திருமணம் நடந்தால், வணிக ரீதியாகவும் அது ஒரு வெற்றிதான். கந்துக்கடன் கூட்டணியில் அவன் செழிப்பான். ஏற்கெனவே, கந்துக்கடனும் சீதத்தனும் சேர்ந்து, ஏமாங்கதத்தின் மொத்த வணிகத்தையே தங்கள் கைகளில் வைத்திருக்கிறார்கள்.'

'ஒரு கிளிக்கு இவ்வளவு பேச்சு கூடாது. என் தாய் ஆட்சேபிக்க வில்லை. என் தந்தை ஆட்சேபிக்கவில்லை. உனக்கு என்ன வந்தது?'

'எனக்கா? சீவகன் உன்மேல் காதலாக இருக்கிறானா என்று தெரியாமல் ஆசையை வளர்த்துக்கொள்ளாதே குணமாலை! அது உனக்கு நல்லதில்லை. பின்னால் அது பெருத்த ஏமாற்றத்தில் போய் முடியும்.'

'ஏன், என் அழகில் உனக்கு நம்பிக்கை இல்லையா?'

'உன் அழகுக்கென்ன குறைச்சல்? ஆனால், அவன் முதல் மனைவி தத்தையும்தானே பேரழகி?'

'முதல் மனைவி என்று உன் வாயால் சொல்லிவிட்டாய்.' சிரித் தாள் குணமாலை.

'சரி. இவ்வளவு தூரம் நீ சொல்வதால், உன்னையே அனுப்பு கிறேன். சீவகன் வீட்டுக்குப் போ! என்மேல் அவனுக்கும் ஆசை இருக்கிறதா என்று அறிந்து வந்து உன்னால் சொல்லமுடியுமா?'

'இது சரியான யோசனை. உன் ஆசையை நான் திரும்பிவரும் வரை கொஞ்சம் அடக்கி வைத்துக்கொள்கிறாயா?'

30

தத்தையின் ஊடல்

சீவகன் வெள்ளைச் சீலையைச் சுவரில் மாட்டி ஓவியம் வரைந்து கொண்டிருந்தான். சந்தையின் வெளிப்புறமும், யானை மிதித்துக் கூழான காய்கறிகளும் ஓவியத்தில் தத்ரூபமாக இருந்தன. யானையின் கண்ணில் வெறியும் கோபமும் கொப்பளித்துக் கொண்டிருந்தன. தும்பிக்கை, பல்லக்கின் கட்டையில் அறைய

வந்து நின்றது. பல்லக்கின் திரை விலகித் தெரிந்தாள் குண மாலை. அழகிதான். கண்ணில் மட்டும் பயம்.

அவளுடைய உடையைத்தான் அழகுபடுத்திக் கொண்டிருந் தான். மேகலைக்குப் பொன் நிறத்தைத் தன் தூரிகையில் தொட்டான்.

'படமெல்லாம் அழகாகத்தான் இருக்கிறது.' தத்தையின் குரல் பின்னிருந்து கேட்கத் திரும்பினான்.

'வா தத்தை! அதென்ன 'தான்'? வேறேதும் குறை இருக்கிறதா என்ன?'

'பெண் படத்தை அனுபவித்து அனுபவித்து வரைகிறீர்கள். ஒரே ஒருமுறை பார்த்தவளின் முகம் மறக்காமல் இருக்கலாம், சரிதான். ஆனால் அவள் போட்டிருந்த மேகலை, பூண்கள், முத்துமாலை என்று ஒன்றுவிடாமலா நினைவில் இருக்கும்?'

'தத்தைக்குப் பொறாமையா?' சிரித்தான் சீவகன்.

'மூன்று நாள்களாகப் படம் வரைந்துகொண்டிருக்கிறீர்கள். ஒரு நொடியும் அவள் முகம் உங்கள் மனத்தைவிட்டு அகலவில்லை. இப்போது அவள் தாளத்துக்குத்தான் நீங்கள் ஆடுகிறீர்கள் போல.'

'பைத்தியம் மாதிரி பேசாதே தத்தை! நல்ல மரபில் வந்த பெண்ணைத் தவிர வேறு யாரையும் நான் நினைத்துக்கூடப் பார்க்கமாட்டேன். கோவிந்தையை மணம்முடிக்க மறுத்தேனே மறந்துவிட்டாயா?'

தத்தை சமாதானமாகவில்லை. இருந்தாலும் வேறு வேலைகள் அழைக்க உள்ளே சென்றாள்.

சீவகன் தூரிகையை மீண்டும் எடுத்தான். மனத்துக்குள் சொல்லிக் கொண்டான். 'ஆனால், குணமாலை வணிகன் மகள்தானே, நம் மரபுதானே!'

இத்தனையையும் மறைந்து கேட்டுக்கொண்டிருந்தது குண மாலை அனுப்பிய கிளி. இப்போது அது சீவகன் முன்னால் வந்து நின்றது. 'என்னை அனுப்பியது யார் தெரியுமா?'

'அவளா? ஆஹா! நல்லவேளை. அவளுக்கு ஒரு கடிதம் தரவேண்டுமே! சேர்ப்பித்து விடுகிறாயா?'

31

குணமாலை திருமணம்

குபேரமித்திரன் தன் நண்பர்களோடு கந்துக்கடன் வீட்டுக்குள் நுழைந்தபோது சுநந்தை வாசலில் இருந்தே வரவேற்றாள். 'இப்போதுதான் எங்கள் வீட்டுக்கு வழி தெரிந்ததா?'

கந்துக்கடன் செய்தி கேட்டு வேகமாக வந்தான். 'வாருங்கள் குபேர மித்திரரே! தங்கை விநயமாலை சுகம்தானே? குழந்தை குணமாலை?'

'எல்லோரும் சுகம்தான். குணமாலைக்குத்தான்...' என்று இழுத்தான் குபேரமித்திரன்.

'குணமாலைக்கு என்ன?'

'பருவம் வந்தால் வரும் வியாதிதான். காதல் வயப்பட்டிருக்கிறாள்.'

'இந்தாருங்கள் வெற்றிலை. காதலா? யார் அந்தக் கொடுத்து வைத்த வாலிபன்? குபேரமித்திரன் பெண்ணை மணக்கக் கொடுத்து வைத்திருக்கவேண்டுமே?'

'கொடுத்து வைத்தது வாலிபனா இல்லை, குணமாலையா தெரியவில்லை. ஏனென்றால், அந்த வாலிபன் பற்றி பலர் அப்படித்தான் சொல்கிறார்கள்.'

'சும்மா இழுக்காதீர் குபேரமித்திரரே. பெயரைச் சொல்லும்.'

'உங்கள் மகன் சீவகன்தான்.'

'சீவகனா? நான் சொன்னதுதான் உண்மை. குபேரமித்திரன் வீட்டு சம்பந்தம் கிடைக்க நாங்கள்தான் கொடுத்து வைத்திருக்க வேண்டும். ஆனால்...'

'ஆனால்?'

‘இதற்குச் சீவகன் சம்மதிக்க வேண்டுமே?’ சொல்லி வாய்மூட வில்லை. சீவகனே வந்தான்.

விஷயத்தை விளக்கி ‘என்ன சொல்கிறாய் சீவகா?’ என்று கேட்டான் கந்துக்கடன்.

‘பெரியோர் விருப்பத்துக்கு மாறாக நான் என்ன சொல்லப் போகிறேன் அப்பா? உங்கள் இஷ்டப்படிச் செய்யுங்கள். தத்தைக்கு ஒரு குறையும் ஏற்படாமல் இருக்க அம்மாதான் சமாதானப்படுத்தவேண்டும்.’

சுநந்தை உள்ளிருந்தபடியே ‘அதை நான் பார்த்துக்கொள்கிறேன்’ என்றாள்.

குபேரமித்திரன் வாயெல்லாம் பல். ‘பிறகென்ன, ஏற்பாடுகளைச் செய்துவிடவேண்டியதுதான்.’

32

கட்டியங்காரனின் கோபம்

அரசனின் யானைக்கூடத்தில் பாகன் நடுங்கியபடி நின்றிருந்தான். கட்டியங்காரன் அவனை எரித்துவிடுவது போலப் பார்த்தான்.

‘என் பட்டத்து யானை என்னை ஏற்ற மறுக்கிறது. அதை வெளியே எங்கேயும் கொண்டுபோக முடிவதில்லை. என்ன காரணம் என்று சொல்!’ உறுமினான் கட்டியங்காரன்.

அசனிவேகம் என்ற அந்தப் பட்டத்து யானை மெலிந்திருந்தது. அதன் முன்பு உணவு கொட்டிவைக்கப்பட்டிருந்தும் அதைத் தொடக்கூட இல்லை. கோபமாக இங்கும் அங்கும் பார்த்துப் பிளிறிக்கொண்டிருந்தது.

‘இளவேனில் நீர் விளையாட்டின்போது அசனிவேகத்தைக் காட்டுக்கு அழைத்துப்போயிருந்தோம். திரும்ப வரும்போது,

திடீரென யானைக்கு மதம் பிடித்துவிட்டது. எங்கள் அங்குசத்தை மீறி ஓடத்தொடங்கிவிட்டது. சந்தையில் மனிதர்களையும் பொருள்களையும் துவம்சம் செய்யத் தொடங்கியது. நல்ல வேளையாக சீவகன் வந்து அதை அடக்கினார்.'

கட்டியங்காரனுக்கு கோபம் உச்சத்தில் ஏறியது. 'யார்? சீவகனா? என் நாட்டுக்கு வந்த அரசர்களுடன் போரிட்டு அவமானப் படுத்திய சீவகனா என் பட்டத்து யானைமேல் கைவைத்தது?'

பாகன் கஷ்டப்பட்டு ஏதோ சொல்ல யத்தனித்தான். கடைசியில் வெறுமனே தலையை மட்டும் ஆட்டினான். 'பார்த்தாயா மதனா? அவனுக்குக் கொழுப்பு ஏறிக்கொண்டே போகிறது. பட்டத்து யானை மேல் கைவைக்கும் அளவுக்கு அவன் துணிந்துவிட்டா னென்றால்...'

'அரசே! இது ராஜத் துரோகம் அல்லவா? அசனிவேகத்தின் மேல் கைவைப்பவன் அரசன் மேலேயே கைவைத்தது போல் ஆகுமே?' மதனன் தூண்டிவிட்டான்.

'அவனை அரசவைக்கு இழுத்து வாருங்கள்! இனியும் அவனை விட்டுவைக்கக் கூடாது.'

மதனன், காவலர்களை அழைத்தான். 'உடனே செல்கிறோம் மன்னா! அவனை உயிரோடோ பிணமாகவோ உங்கள் முன் நிறுத்துகிறோம்.'

33

சிறைப்பட்டான் சீவகன்

கந்துக்கடன் வீட்டில் திருமணம் நடந்த சுவடு இன்னும் தீர வில்லை. இன்னும் ஏராளமான பேர் சாப்பிட வேண்டியிருந்தது. மணமக்கள் இருவரும் முதல் இரவு அறைக்குள் நுழைந்தனர்.

‘கண்ணே குணமாலை! இதுதான் நான் வரைந்த ஓவியம்.’ சீலையை விலக்கினான் சீவகன்.

‘ஓவியம் அழகாக இருந்தது என்று கிளி சொன்னது. இவ்வளவு தத்ரூபமாக இருக்கும் என்று நான் எண்ணவில்லை. கழுத்துக்குக் கீழே உள்ள மச்சத்தையும் விடாமல் வரைந்திருக்கிறீர்களே!’

‘அவ்வளவுதான் தெரிந்தது. இனி முழுமையும் பார்த்துவிட்டு வரைகிறேன்.’

பின்னிரவு வரை தொடர்ந்தது களியாட்டம். சீவகன் தூங்க ஆரம்பித்தபோது கதவு இடிபட்டது.

‘யாரது? என்ன விஷயம்?’

‘உன்னைச் சிறைப் பிடிக்க அரசனின் காவலாட்கள் நம் வீட்டைச் சூழ்ந்திருக்கிறார்கள்.’

சீவகன் வெளியே வந்தான். நண்பர்கள் சூழ்ந்திருந்தார்கள். எல்லோருடைய முகத்திலும் கவலை ரேகைகள்.

‘உங்களுக்கெல்லாம் ஏன் கவலை? என் போர்த்திறன் மீது சந்தேகம் வந்துவிட்டதா? கட்டியங்காரனின் காலம் முடியப் போகிறது. இல்லாவிட்டால் என்னைச் சீண்ட அவன் துணி வானா?’

கந்துக்கடன் கவலை அதிகமானது. இப்போது சீவகன் உணர்ச்சி வேகத்தில் இருக்கிறான். இப்போது அவனைப் போருக்குத் தூண்டினால், எந்தப்பக்கம் அதிகச் சேதம் ஆகும் என்று சொல்ல முடியாது.

‘மகனே! மாதா பிதா குரு தெய்வம் என்று சொல்வார்கள். தந்தை நான் சொன்னால் கேட்பாய்தானே?’

சீவகனுக்குச் சுருக்கென்றது. குரு. அச்சணந்தி அடிகளை மறந்தே போய்விட்டேனே! ஒரு வருடத்தில் நான்கு மாதங்கள்தானே ஆயிருக்கின்றன.

‘மன்னர் ஏதோ தவறான வழிகாட்டுதலின் பேரில் இப்படி ஒரு முடிவெடுத்திருக்கிறார். உன்மேல் எந்தத் தவறும் இல்லை யென்று அவருக்கு நான் விளக்கிச் சொல்கிறேன். எல்லாம் சரியாகிவிடும் சீவகா! இப்போதைக்குக் காவலர்களுடன் நீ செல்!

மன்னனின் ஆணைக்கு அடிபணியாமல் இருப்பது நல்லதற் கில்லை.'

வெளியே வந்து நடந்ததைக் கேட்ட குணமாலை, மயங்கிச் சரிந்தாள். என் ராசி இவ்வளவு மோசமானதா?

'போய் வருகிறேன் அம்மா!' என்று சீவகன் சொன்னபோது, சுநந்தை கண்கள் வெள்ளமாயின. கணவன் சொல்வது அறிவுக்குச் சரி என்று பட்டாலும் இதயத்துக்குப் படவில்லையே.

காவலர்கள் உள்ளே நுழைந்தார்கள். சீவகனின் கையைப் பின்பக்கமாகக் கச்சு வைத்து இறுகக் கட்டினார்கள்.

34

சிறைச்சாலையில் மாயம்

பதுமுகன் முகத்தில் வெறி ஏறிக்கிடந்தது. வாளை எடுத்துக் காரணமில்லாமல் சுற்றினான்.

'கந்துக்கடன் பேச்சை சீவகன் கேட்டிருக்கக் கூடாது. இப்போது என்ன நடந்தது பார்த்தாயா?' பொருமினான்.

'காசைக் கொடுத்தால் கட்டியங்காரன் மனம் இளகிவிடுவான் என்று நினைத்தது தவறாகிவிட்டது. கட்டியங்காரனுக்கு சீவகன் மீது வேறு ஏதோ கோபம். பட்டத்து யானை ஒரு சாக்குத்தான்' நந்தட்டனும் அமைதி இழந்தவனாகத்தான் இருந்தான்.

'சரி. பழைய கதையைப் பேசிப் புண்ணியம் இல்லை. இப்போது என்ன செய்யலாம் சொல்லுங்கள்?' விபுலன் கொஞ்சம் பொறுமையாகக் கேட்டான்.

'என்ன செய்வது? சீவகனை மீட்க வேண்டும். அதற்கு போர் தொடுத்தாலும் தவறே இல்லை.' நபுலன் உணர்ச்சிவசப் பட்டான்.

'எதைச் செய்தாலும் உடனே செய்தாகவேண்டும். அதே பட்டத்து யானையின் காலில் சீவகனை இடற ஏற்பாடுகள் நடந்து வருகின்றன.' புத்திசேனன் பதற்றத்தோடு சொன்னான்.

பதுமுகன் யோசித்தான். 'ஒன்று செய்யலாம். நகரத்தின் வடக்குப் பகுதியில் நெருப்பை வைத்துக் கொளுத்தலாம். தீ பரவி நகரம் அழிய ஆரம்பிக்கும். அந்தத் தீயை அணைக்க காவலாட்கள் எல்லாரும் போய்விடுவார்கள். அப்போது நாம் சிறையைத் தாக்கலாம்.'

'அப்போதும் அந்த மதனன் போகமாட்டானே?'

'மதனனை நானே கொல்கிறேன். இந்த அம்பு அதற்காகவே காத்திருக்கிறது. அவனைக் கொன்றுவிட்டு நானும் சிறைக்கு வந்துவிடுகிறேன். இந்த ஊர்மக்கள் நட்பு என்றால் என்ன என்பதை அறியட்டும்.'

'நானும் கொஞ்சம் பேசலாமா?' பெண்குரல் கேட்க, அனை வரும் பதற்றமாக வாசலைப் பார்த்தார்கள்.

'தீயிட்டு எரிக்கவும் வேண்டாம், யாரையும் கொல்லவும் வேண் டாம். அவரை மீட்க எனக்குத் தெரிந்த மந்திரங்கள் போதும்.' இப்படிச் சொன்னாள் தத்தை.

'ஆனால்...'

'ஆமாம். பழிதான் வரும். சீவகன் மீது மனைவியால் பிழைத்த வன் என்ற பழி வரத்தான் செய்யும். ஆனால், பிழைக்காமலே போவதற்கு இது மேல் அல்லவா?'

'ஒன்று செய்யலாம்' என்றான் புத்திசேனன்.

'என்ன?'

'தத்தை சிறைக்குச் சென்று சீவகனைப் பார்க்கட்டும். அனுமதிப் பார்கள். அவள் மூலம் எல்லா யோசனையையும் சொல்லிவிடு வோம். சீவகன் என்ன சொல்கிறானோ அதன்படி செய்யலாம். என்ன?'

'இதுவும் நல்ல யோசனையாகத்தான் தெரிகிறது' என்றாள் தத்தை.

★

தத்தையைப் பார்த்து சீவகன் சிரித்தான்.

'இந்த மதனன், சிறைக்காவல்காரர்கள் இந்தப் புழுக்களை இப்போது கொல்வதால் என்ன புண்ணியம்? முக்கியமான வேலைக்கு இன்னும் வேளை வரவில்லை. நாட்டை எரிப்பது நம்மை எரிப்பது போல. அதுவும் வேண்டாம். உன் யோசனையும் நல்ல யோசனைதான். ஆனால், நான் ஏற்கமாட்டேன்.'

'எதுவுமே வேண்டாமென்றால்?'

'சுதஞ்சணன்! மறந்துவிட்டாயா தத்தை? அவனை நினைத்தால் ஒரு நொடியில் இங்கே வந்து என்னை அழைத்துப் போய்விடுவான். ஆனால், சரியான நேரத்துக்காகக் காத்திருக்கிறேன்.'

'அதென்ன சரியான நேரம்?'

'நீ இங்கிருந்து கிளம்பிவிடு! இன்னும் கொஞ்ச நேரத்தில் மதனன் வருவான். அவன் வந்தால்தான் சரியான நேரம்!' சிரித்தான் சீவகன்.

'நாம் எப்போது மீண்டும் சந்திப்போம்?' தத்தை சோகத்தோடு கேட்டாள். இவ்வளவு நேரமும் வீரத்தோடு பேசிக்கொண்டிருந்தவளுக்கு, சீவகன் தப்பித்தாலும் வீடு வரமாட்டான் என்பது இப்போதுதான் உரைத்தது.

'அப்பா சொல்லவில்லை? எல்லாம் விதிப்படிதான் நடக்கும். நான் திரும்பிவர இன்னும் எட்டு மாதங்கள் ஆகும். அழாதே தத்தை. நிச்சயம் உயிரோடும் பலத்தோடும் திரும்பி வருவேன். வெற்றியையும் அடைவேன். சொன்னால் கேள்! அழாதே!' தத்தை கேட்கவில்லை.

★

மதனன் சிறைக்குள் நுழைந்தான். 'எங்கே அந்த சீவகன்? யானை தயாராக இருக்கிறதா?'

மதனன் குரலுக்காகத்தான் காத்திருந்தான் சீவகன். 'சுதஞ்சணா! தோழா, உடனே வா' கைகள் கூப்பி அழைத்தான் நண்பனை.

சுதஞ்சணன் சிறைக்குள் தோன்றினான். சீவகனைப் பார்த்த மாத்திரத்தில், நடந்தது அனைத்தையும் அறிந்துகொண்டான்.

'கிளம்பு போகலாம்.'

அவர்கள் மறைவதற்கும், மதனன் கதவைத் திறந்து நுழை வதற்கும் சரியாக இருந்தது.

'எங்கே அவன்?'

'அமைச்சரே! இரண்டு நிமிடத்துக்கு முன்புகூடப் பார்த்தோம். இங்கேதான் இருந்தார்.'

மதனனுக்கு அடிவயிறு கலங்கியது. சிறையில் இருந்து சீவகன் தப்பித்தான் என்பது மாமனுக்குத் தெரிந்தால்?

யாரும் மிஞ்சமாட்டோம். அவசரமாக யோசித்தான்.

'பக்கத்து அறையில் இருக்கும் குற்றவாளி யார்? அவனை அழைத்து வா!'

உள்ளே நுழைந்தவனுக்குப் பேசக்கூட அவகாசம் தராமல், தன் வாளால் அவனைத் துண்டாக்கினான் மதனன். கீழே விழுந்தவன் முகத்தில் வாளால் அவசரமாகப் பல கோடுகள் போட்டான்.

'இவன்தான் சீவகன். இல்லையென்று சொல்பவனுக்கும் இதே கதிதான்.'

காவலர்கள் மதனனைப் பார்த்தார்கள். கீழே கிடந்த உடலைப் பார்த்தார்கள். 'ஆம் அமைச்சரே! இது சீவகன்தான்.'

கட்டியங்காரன், மதனனைக் கட்டிக்கொண்டான். 'மைத்துனன் என்றால் நீதானடா! எனக்கிருந்த ஒரே எதிரியையும் பிளந்து விட்டாய். என்ன வேண்டும் சொல் உனக்கு?'

ராசமாபுரத்தில் விஷயம் தெரிந்ததும், சோகம் சூழ்ந்தது.

பாகம் 5

பதுமை

35

சீவகனின் பயணம்

சங்கவெண்மலையின் அருவியில் ஆனந்தமாகக் குளித்தான் சீவகன். பால் போல ஓடும் ஆற்றின் கரையில் உயரத்தில் இருந்து குதித்து நீந்தினான். சுதஞ்சணன் ஏற்கெனவே கரையேறி விட்டிருந்தான்.

'சீக்கிரம் வா சீவகா! இசை நாடகத்துக்கு ஏற்பாடு செய்திருக் கிறேன். என் மனைவியர்களும் காத்திருப்பார்கள்.'

சீவகனை அழைத்து வருகிறான் சுதஞ்சணன் என்ற தகவல், ஏற்கெனவே அவன் வீட்டை அடைந்துவிட்டிருந்தது. வாசலி லேயே காத்திருந்தார்கள்.

'இவர்தான் சீவகனா?' தெருவெங்கும் முணுமுணுப்பொலி களாக வியப்பான குரல்கள். அது சீவகனுக்குப் பழக்கமாகி விட்டிருந்தது. சுதஞ்சணனின் மனைவியர்கூட வைத்தகண் வாங்காமல் அவனைப் பார்த்தார்கள்.

'இவர்தான் சீவகன். நாய் உடம்பில் சிறைப்பட்டிருந்த எனக்கு தேவ உடல் கொடுத்த என் உயிர்த் தோழன், சொல்லியிருக் கிறேன் அல்லவா?'

'வாருங்கள் சீவகரே!' என்றவள், சுதஞ்சணனைப் பார்த்து, 'ஏன் சிறையில் இருந்து தப்பிக்க வைத்து அழைத்து வந்தீர்கள்? அந்த மன்னன் கட்டியங்காரனைக் கொன்று ஏமாங்கதத்துக்கு அரசனாக முடிசூட்டிவிட்டு வரவேண்டியதுதானே?'

'செய்திருப்பேன். சீவகன்தான் வேண்டாமென்று சொல்லி விட்டான்.'

'ஏன் சீவகரே அப்படிச் சொன்னீர்கள்?'

'கட்டியங்காரனைக் கொல்வது என் உரிமை. இது சிறிய விஷயம். இதற்கெல்லாம் தேவர்களைத் தொந்தரவு செய்ய லாமா?' இன்னும் பத்து மாதங்களை ஓட்டியாகவேண்டுமே!

'சுதஞ்சணா, எனக்கு ஒரு உதவி வேண்டும். எனக்கு பல நாடு களைச் சுற்றிப் பார்க்கவேண்டும், அனுபவங்களைப் பெற வேண்டும் என்று நீண்டநாள் ஆசை. கிணற்றுத் தவளையாக ஏமாங்கதத்தில் மட்டும் இருந்தால் அறிவு விசாலமாகாது. எந்த நாடுகளுக்கு செல்லலாம் என்று வழிசொல்லேன்?'

'வழி ஏன் சொல்ல வேண்டும்? நானும் கூட வருகிறேனே?'

'இல்லை இல்லை. இப்போதுதான் நீ இந்த உடலைப் பெற்றிருக் கிறாய். நீண்ட நாள்களுக்குப் பின் உன் குடும்பத்துடன் சேர்ந் திருக்கிறாய். நீ இங்கேயே இரு. நான் மட்டும் தனியாகப் போய் வந்தால்தான் அனுபவம் கிடைக்கும்.'

'உன் சகோதரன் நந்தட்டனும், உன் நண்பர்களும் உன்னை வந்து பார்க்கச் சிறந்த இடம் மத்திம தேசம்தான். அங்கே நீ போவதாக முடிவு செய்துவிட்டால், நான் அவர்களை அங்கேயே வந்து சந்திக்கச் சொல்லி தகவல் அனுப்பிவிடுகிறேன். ஆனால், பாதை கொஞ்சம் கஷ்டமானது, அபாயமானதும்கூட.'

'என்ன அபாயம்? நீ எந்த இடத்தில் என்ன பிரச்னை என்று சொன்னால், அதை விலக்கி நல்ல பாதையில் செல்லப் போகிறேன். அவ்வளவுதானே?'

சுதஞ்சணன் கீழே இருந்த மணலில் கோடு கிழித்துப் பாதை சொல்ல ஆரம்பித்தான்.

'இது நாம் இருக்கும் சங்கவெண்மலை என்று வைத்துக்கொள். இங்கிருந்து இரண்டு காத தூரம் சென்றால் அரணபாதம் என்று

இன்னொரு மலை வரும். அங்கே சமண முனிவர்கள் பலர் துறவு கொண்டிருக்கிறார்கள். அது ஒரு திருத்தலம். அங்கே அருகனை வழிபட்டுவிட்டுப் பயணத்தைத் தொடரவேண்டும்.'

'சரி.'

'அரணபாத மலைச்சாரலில் இருந்து இருபத்தைந்து காத தூரம் சென்றால் பெரிய ஆறு ஒன்று தோன்றும். கடல் போல இருக்கும் அந்த ஆறு. அபாயங்கள் நிறைந்த வழி. அதைத் தனியாகக் கடப்பவர்கள் மிகவும் குறைவு. அந்தப்பாதையில் நிறையப் பொய்கைகளும் அருவிகளும் வரும். அதில் இருந்து வலப்பக்கமாக நீ செல்லவேண்டும்.'

சீவகன் கண்ணை மூடி நினைவில் ஏற்றிக்கொண்டான். 'பிறகு?'

'இரண்டு காத தூரம் சென்றால் ஒரு காடு வரும். அங்கே பேய்கள் அதிகம். ஜாக்கிரதை.'

'பேய்களால் என்னை என்ன செய்துவிட முடியும்?'

'மோகினி பிசாசுகள் உன்னைக் கவர்ந்திழுக்கப் பார்க்கும். ஆசைப்படாமல் மேலே நட. ஒரு காத தூரத்தில் ஒரு அழகிய நாடும் நகரமும் தென்படும்.'

சீவகன் யோசித்தான். 'பல்லவ நாடுதானே அது?'

'சரியாகச் சொன்னாய். அங்கே இரு மாதங்கள் தங்கியிருக்க நேரிடும்.'

'ஏன்?'

'போய்ப்பார், புரிந்துகொள்வாய்.' சுதஞ்சணன் புன்னகைத்தான்.

'பிறகு அங்கிருந்து மேலே செல்லவேண்டும். அந்தப்பாதையில் மரங்கள்கூடக் கிடையாது. பாறைகள் நிறைந்திருக்கும். வெயில் வாட்டும். சொன்னாலே வாய் வெந்துபோகும் அளவுக்கு வெய்யில் அடிக்கும். அங்கிருந்து மேலே போனால்...' சுதஞ்சணன் சொல்லச் சொல்ல சீவகன் குறித்துக்கொண்டான்.

'இவ்வளவையும் கடந்தபின்தான் மத்திம தேசம் வரும். அங்கே உனக்கு நந்தட்டனும் நண்பர்களும் மட்டுமல்ல, பல ஆச்சரியங்களும் காத்திருக்கின்றன.'

‘சரி. கிளம்பவா?’

‘ஒரு முக்கியமான விஷயம் விட்டுப்போய்விட்டது. அபாயமான காட்டுவழியில் செல்ல இருக்கிறாய். ஆபத்துக்கு உதவும் சில மந்திரங்களைச் சொல்கிறேன், மனப்பாடம் செய்துகொள்! தேவைப்படும்போது இவற்றை உபயோகி!’

‘எதற்கான மந்திரங்கள்?’

‘கேட்டார் பிணிக்கும் தகைய வாய்ப் பாடுவாய் இம்மந்திரத்தை உபயோகித்தால் - முதல் மந்திரம் - உன் குரல் இனிமையை அதிகப்படுத்தும். இரண்டாவது மந்திரம், பாம்பு விஷத்தைப் போக்கும். மூன்றாவது, விரும்பிய உடலைத் தரும்.’

‘ஆஹா. எல்லாமே பயனுள்ள மந்திரங்கள்தான். எங்கே சொல்!’

மந்திரங்களைக் கேட்டு மனத்தில் பதித்தபின், சுதஞ்சணனிடமிருந்தும் அவன் குடும்பத்தாரிடமிருந்தும் சீவகன் விடைபெற்றான்.

36

காட்டுவழி

இருண்டு கிடந்தது காடு. பகலா இரவா? எவ்வளவு தூரமாக நடக்கிறோம்? இன்னும் அரணபாதம் மலை வந்ததா இல்லையா என்று தெரியாமல் குழப்பத்தில் நடந்தாலும், அவ்வப்போது வந்த வெளிச்சத்தில் தென்பட்ட அழகிய பூக்களும் தாமரைக் குளங்களும் புத்துணர்ச்சியூட்ட, தொடர்ந்து நடந்தான் சீவகன்.

திடீரென இலைகள் நொறுங்கும் சத்தம் கேட்டது. ஏதேனும் மிருகமாக இருக்குமோ? யானைக்கூட்டம் போலத் தெரியவில்லை. கூட்டமாக வந்தால் யானைக்குப் பயமும் இல்லை.

தனி மிருகமாகத்தான் இருக்கவேண்டும். ஒரு மரத்தின் மறைவில் பதுங்கினான்.

சில நொடிகளில் தெரிந்தது சத்தத்துக்கான காரணம். வந்தது ஒரு மனிதன். ஒரு வேடன், தன் மனைவியோடு வந்து கொண்டிருந்தான். கையில் கிழங்கு, தோளில் ஏதோ ஒரு இறந்த மிருகம் தோலுரிக்கப்பட்டு பாதி வெட்டப்பட்டுத் தொங்கிக்கொண்டிருந்தது. வில்லும் அம்பறாத்தூணியும் இன்னொரு தோளில் இருக்க, கையில் இருந்த குடுவையில் இருந்து எதையோ குடித்துக்கொண்டே தள்ளாடி நடந்து வந்தான்.

சீவகன் மறைவிலிருந்து வெளியே வந்து, ‘நீங்கள் இந்தக் காட்டிலா இருக்கிறீர்கள்?’ என்று கேட்டான்.

திடீரென இருளில் இருந்து வந்த குரலால் திடுக்கிட்ட வேடன், சீவகனைப் பார்த்து ஆசுவாசமானான். ‘நான் இந்தக் காட்டில் இல்லை. இங்கே மனிதர் வாழ முடியுமா? அதோ அந்த மலை யில் வேடர்கள் கூட்டமாக வாழ்கிறோம், நான்தான் அவர்களுக் கெல்லாம் தலைவன்.’ பேசும்போதே அவன் வாயிலிருந்து கள்வீச்சம் வீசியது.

‘என்ன சாப்பிடுகிறீர்கள், இந்த வீச்சம் வீசுகிறதே?’

‘இதோ தோளில் கிடக்கிறதே, பன்றி, இதோடு முள்ளம்பன்றி யையும் சேர்த்து நெருப்பில் வாட்டி தேன் விட்டுக் கலந்து தின்றால் என்ன சுவையாக இருக்கும் தெரியுமா? தாகத்துக்கு அரிசிக் கள். குடிக்கிறீர்களா?’

‘வேண்டாம், வேண்டாம். அதென்ன கையில் கிழங்கு?’

‘மரவள்ளிக் கிழங்கு. மிருகம் எதுவும் கிடைக்காவிட்டால் அன்றைக்கு இதுதான் எங்களுக்குச் சாப்பாடு.’

‘எதற்கு மிருகங்களைக் கொல்லவேண்டும், அதை வதைக்க வேண்டும்? இந்தக் கிழங்கையே சாப்பிட்டால் போதாதா?’

‘கிழங்கை மட்டுமா? எப்படிப்போதும்? உடம்புக்குச் சக்தி வேண்டாமா?’

'நான் வெறும் தாவர உணவுதான் சாப்பிடுகிறேன். எனக்கென்ன சக்தி இல்லையா? அதுவும் இல்லாமல், கைகூப்பி எல்லா உயிரும் தொழ வேண்டும் என்றால் கொல்லக் கூடாது, மாமிசம் தின்னக் கூடாது. அதுவே சிறந்த அறம்.'

'அறத்தையெல்லாம் நான் எங்கே கண்டேன்? இதுதான் எங்கள் பழக்கம்.'

'சரி நான் ஒன்று கேட்கிறேன், பதில் சொல்வாயா?'

'கேளுங்கள்.'

'வேட்டை ஆடி மிருகங்களைச் சாப்பிட்டு நரகத்துக்குப் போவது சிறந்ததா? இல்லை கிழங்கைத் தின்று தேவராக மாறுதல் சிறந்ததா?'

'தேவராக மாறுதல்தான் சிறந்தது.'

'பிறகு?' சீவகன், வேடனுக்குத் தாவர உணவின் நல்லதைச் சொன்னான். இருவரும் பேசிக்கொண்டே நடந்தார்கள்.

நீண்ட நேரம் பேச்சுக்குப் பின் அந்த வேடன் விடைபெற்றான். 'அதோ நான் போகவேண்டிய மலை. நன்றாகப் பேசினீர்கள் நண்பரே! இன்றே நானும் மிருகங்களைக் கொல்வதையும் தின்பதையும் நிறுத்திக்கொள்கிறேன். உங்கள் உபதேசத்துக்கு நன்றி.'

சீவகன் மகிழ்ந்தான். அப்பாடா. சில மிருகங்களையாவது வதையிலிருந்து காப்பாற்றினோம் என்று.

'அரணபாதம் என்னும் மலை எங்கே இருக்கிறது?'

'அதோ எதிரில் தெரிகிறதே அதுதான். நீங்களும் துறவு கொள்ள வந்திருக்கிறீர்களா என்ன?' என்றான் வேடன்.

'இல்லை இல்லை, நான் அதைக்கடந்து பல்லவ தேசம் போக வேண்டும்.'

வேடன், சீவகனை வணங்கி விடைகொடுத்தான். மலை, சீவகனை அழைத்தது.

37

பல்லவநாடு

அரணபாதம் மலையில் இருந்து இறங்கும்போதே பல்லவ நாடு தெரிய ஆரம்பித்துவிட்டது. சீவகன், அரணபாதத்தில் இருந்த அருகன் கோயில் கொடுத்த மன நிம்மதியோடு நடந்தான். சுத்தமாக இருந்தது மனம். தத்தையையும் குணமாலையையும் பிரிந்த சோகத்துக்கு, அருகன் கோயிலும் அங்கிருந்த முனிவர்களும் மருந்தாக இருந்தார்கள். இறைவன் அடியில் தொழுததில் எல்லாக் கவலைகளும் நீங்கிவிட்டது போலத் தோன்றியது.

நாட்டுக்குள் நுழைந்துவிட்டாலும், தலைநகரம் எங்கே என்பது தெரியவில்லை. இங்கே இரண்டு மாதங்கள் தங்க நேரிடும் என்றானே சுதஞ்சணன்? அப்படி என்ன நடக்கப்போகிறது? எதிரே வந்த பெண்களிடம் வழிகேட்டு தலைநகரத்தை நோக்கி நடந்தான்.

நகரத்தின் உள்ளே நுழைவதற்கு முன் இனிமையான பாடல் ஒலியைக் கேட்டான். ஒலியின் ஆதாரத்தை நோக்கி நடந்தான். ஒரு பிரம்மாண்டமான அரங்கத்தில் ஆடலும் பாடலும் நடைபெற்றுக்கொண்டிருந்தன.

ஊர் மக்கள் கூடிநின்று பார்த்துக்கொண்டிருந்தார்கள். கூட்டத்தின் உள்ளே ஊடுருவினான் சீவகன்.

'ஆஹா. எவ்வளவு அற்புதமாக ஆடுகிறாள்? தேசிகப்பாவை தானே அது?' என்றான் வேடிக்கை பார்த்துக்கொண்டிருந்தவன்.

'அவளேதான். அவள் ஆட்டத்துக்குத்தானே இவ்வளவு கூட்டம் கூடுகிறது? இளவரசர் உலோகபாலன்கூட வந்திருக்கிறார் பார்!'

சீவகன் பார்த்தான். அரங்குக்கு நேராக இரண்டு சிம்மாசனங்கள் மட்டுமே போடப்பட்டிருந்தன. ஒன்றில் அமர்ந்திருந்தான்

உலோகபாலன். இளைஞன்தான். ஆட்டக்காரி தேசிகப் பாவையை விட்டு அவன் தன் கண்களை எடுக்கவில்லை.

தேசிகப்பாவையின் ஆட்டம் விசேஷமாகத்தான் இருந்தது. இனிமையான குரலில் கீழிருந்து ஒருத்தி பாட, அதற்கேற்ப அபிநயம் பிடித்துப் பார்ப்பவர்களைக் கொள்ளைகொள்ளும் நடனம். வேகமாக ஆடிக்கொண்டிருந்தவள், சபையோரைப் பார்த்தாள். பார்த்துக்கொண்டே வந்தபோது, அவள் பார்வை சீவகனின் மேல் விழுந்தது. ஆட்டம் நின்றது.

கண்ட மாத்திரத்திலே காதலும் காமமும் பற்றி எரிய, சீவகனைச் சாப்பிட்டுவிடுவது போலப் பார்த்தாள் அவள்.

ஆட்டம் நின்றதற்கான காரணம் யாருக்கும் புரியவில்லை. உலோகபாலன், தேசிகப்பாவையின் கண் செல்லும் திசை நோக்கித் திரும்பினான். சீவகனைக் கண்டான்.

'யார் நீங்கள்? புதியவர் போல் இருக்கிறதே? இங்கே வாருங்கள்!' என்று அழைத்தான்.

சீவகன் தயங்கிக்கொண்டே அருகில் சென்றான். அவன் தயக்கத் தைப் பார்த்த உலோகபாலன், 'பயப்பட வேண்டாம். இங்கே உட்காருங்கள். ஆட்டத்தைப் பார்ப்போம், பிறகு பேசிக்கொள்ள லாம். உங்களைப் பார்த்தவுடனே எனக்கு ஒரு நல்ல நட்பு கிடைத்துவிட்டது என்று தோன்றிவிட்டது' என்றான். கண்டதும் காதல் மட்டும்தானா வரும்?

சீவகன், சிம்மாசனத்தில் அமர்ந்ததும் சித்திரப்பாவைக்கு உயிர் வந்தது. இங்கேதானே இருக்கிறான். மீண்டும் ஆட்டம் தொடங்கியது.

கொஞ்ச நேரம்தான். ஒரு வீரன் குதிரையில் வந்தான். நேராக உலோகபாலனிடம் வந்தான். 'இளவரசே, உடனே அரண் மனைக்கு வாருங்கள்! உங்கள் சகோதரி பதுமையை நாகம் தீண்டிவிட்டது. உங்களை அழைத்துவரச் சொல்லி மன்னர் உத்தரவு.'

உலோகபாலன் சட்டென எழுந்தான். தானும் எழுந்த சீவகனை 'நான் போய்விட்டு வருகிறேன். நடனம் தொடரட்டும்!' என்று அமர்த்திவிட்டுக் கிளம்பினான்.

38

பாம்பு விஷம்

உலோகபாலன் கலக்கமாக இருந்தான். 'எப்படி நடந்தது?'

'நந்தவனத்தில் பூக்கள் பறித்துக்கொண்டிருந்தார் இளவரசி. என்ன ஆனது என்று தெரியவில்லை. சத்தம் கேட்டு பணிப் பெண்கள் ஓடி வருவதற்கு முன்னரே மயங்கிவிட்டார்.'

மயங்கிக் கிடந்தாள் இளவரசி. அருகே பதற்றத்தோடு அமர்ந் திருந்தார் பல்லவ மன்னர் தனபதி. தாயார் திலோத்தமை அழுது கொண்டிருந்தாள். மருத்துவர்கள் ஏதேதோ இலைகளைக் கசக்கியும் இடித்தும், கொண்டிருந்தார்கள் பதற்றமாக.

'கடிவாய் தெரிகிறதா?'

மருத்துவன், பதுமையின் கையைக்காட்டி 'இதோ இங்கேதான் என்று நினைக்கிறேன்' என்று சொன்னான்.

'நினைக்கிறாயா? உறுதியாக இல்லையா? என்ன பாம்பு கடித்திருக்கும்?'

'சீதமண்டலியாக இருக்கலாம்.'

'உளறாதே. நாகப்பாம்புதான்' என்றான் இலை இடித்துக் கொண்டிருந்த இன்னொரு மருத்துவன்.

'வாதம் ஏறி இருக்கிறது. அதுதான் விஷம் இறங்கவில்லை.'

'என்ன செய்துகொண்டிருக்கிறீர்கள் இத்தனை பேர்?' என்றான் உலோகபாலன் கோபத்தோடு.

'எத்தனையோ இலைகளை விஷமுறிவுக்காகக் கட்டிவிட் டோம். மந்திரங்களையும் சொல்லிப் பார்த்துவிட்டோம். விஷம் இறங்குவதாகத் தெரியவில்லை' கவலையுடன் சொன்னான் ஒரு மருத்துவன்.

'பதுமையைப் பிழைக்கவைப்பவர்க்குப் பதுமையை மணம் செய்துவைப்பதாக முரசு கொட்டச் சொல்லிவிட்டேன்.' தனபதிக்குச் சொல்லக்கூட முடியாமல் துக்கம் தொண்டையை அடைத்தது.

அதற்குள், பதுமையின் உடம்பில் லேசாக நீலநிறம் தெரியத் தொடங்கிவிட்டது. மூச்சின் வேகம் குறைய ஆரம்பித்திருந்தது.

'ரத்தமெல்லாம் நீங்கிவிட்டது. இனி இறைவன் விட்ட வழி.'

'அப்படியெல்லாம் ஒன்றும் நடக்காது. நான் உறுதியாகச் சொல்கிறேன்.' குரல் வந்த திசையை நோக்கி ஆவலாகப் பார்த்தான் உலோகபாலன். அரண்மனை ஜோசியன்.

'கிரகண காலத்தில் பாம்பு தீண்டினால்தான் பிழைப்பது கடினம். இப்போது அப்படி ஒன்றும் இல்லை. மேலும், இளவரசி ஜாதகப் படி இன்று அவருக்கு மரணம் இல்லை. இவரைக் குணப்படுத்தக் கூடிய ஒருவன் இங்கேயே இருக்கிறான் என்று சகுனங்களும் சொல்கின்றன.'

இங்கேயா? ஆடல் அரங்குக்கு வந்தானே அந்த மனிதனா? கொஞ்சமும் யோசிக்கவில்லை உலோகபாலன். 'என்னுடன் அமர்ந்திருந்தாரே, அவரை அழைத்து வாருங்கள்!'

சீவகன் வந்தான். பதுமையைக் கண்டான்.

'உங்கள் பெயரைக்கூட நான் கேட்டு அறியவில்லை.'

'என் பெயர் சீவகன். ஏமாங்கத நாட்டில் இருந்து வருகிறேன்.'

'என் தங்கை...'

'கவலைப்படாதீர்கள். பிழைத்துவிடுவாள்.'

'எப்படிச் சொல்கிறீர்கள்?'

'கடிவாயை வைத்துப் பார்க்கும்போது பாம்பு மேல்வாய்ப் பல்லாலும் கடிக்கவில்லை, கீழ்வாய்ப் பல்லாலும் கடிக்கவில்லை. அப்படிக் கடித்து விஷத்தைத் துப்பினால்தான் மரணம் ஏற்படும். இது மற்ற பல்லினால் கடித்தது. காப்பாற்றி விடலாம்.'

'எந்தப் பாம்பு கடித்தது என்று சொல்ல முடியுமா?'

'சொல்லமுடியுமே! கடிவாயின் மணத்தைப் பார்த்து சொல்ல லாம். பால்சோறு வாசம் வீசினால் அந்தண சாதிப் பாம்பு. தாழைமலர் வாசமாயிருந்தால் வைசிய சாதிப் பாம்பு. அரிதார மணம் வீசினால் சூத்திரப் பாம்பு.'

'பாம்புகளுக்குமா ஜாதி உண்டு? அப்படியானால் இது?'

'நந்தியாவட்டை மணம் வீசுகிறது. இது அரச சாதிப் பாம்பு. குக்குட சர்ப்பம், கோழி சர்ப்பம் என்று சொல்வார்களே அது!'

'அப்படியென்றால் உயிருக்குப் பயம் இல்லையல்லவா?'

'அப்படிச் சொல்ல முடியாது. கடிவாயில் விரல் வைத்துத் தேய்க்கையில் கொப்புளம் வந்தால் மரணம் நிச்சயம். ஆனால், இவளுக்கு நீர்தான் வருகிறது. குவளை மலர் இருக்கிறதா?' என்று கேட்டான் மருத்துவர்களை நோக்கி.

மலர் வந்ததும் அதை மூன்று துண்டாக்கி பதுமை உடலில் வைத்து, அருகனைப் பிரார்த்தித்து சுதஞ்சணன் சொல்லிக் கொடுத்த மந்திரங்களைச் சொன்னான்.

பின் மெதுவாக பதுமையை வருடிக் கொடுத்தான். அவள் கண்விழித்தாள். பதுமையின் பார்வை, சீவகனை என்னவோ செய்தது. நன்றி சுதஞ்சணா.

39

பதுமை திருமணம்

அரண்மனையில் இருந்து வெளியே வந்த சீவகனை, உலோகபாலன் கட்டித் தழுவிக்கொண்டான். 'நண்பா. உன் உதவியை என்றும் மறக்கமாட்டேன். செத்தவளைப் பிழைக்க வைத்தவன் நீ!'

'நான் என் கடமையைச் செய்தேன். ஒரு உயிரும் போகக் கூடாது என்றல்லவா நூல்கள் சொல்கின்றன?'

'நீண்ட தூரம் பயணம் செய்து வந்திருக்கிறாய். நீ ஓய்வெடு! யாரங்கே! சீவகருக்கு நல்ல உணவளித்து ஓய்வெடுக்க இடம் கொடுங்கள்!'

சாப்பிட்ட பிறகும் உறக்கம் வரவில்லை சீவகனுக்கு. பணியாட்கள் அவனை மிகவும் பணிவோடு பார்த்து தங்களுக்குள்ளே குசுகுசுவென்று பேசியது கேட்டது.

'இளவரசியை இவருக்குத்தான் திருமணம் செய்யப்போகிறார்களாமே?'

'ஆமாம். பின்னே! முரசு கொட்டிவிட்டு மாற்றவா முடியும்?' முரசு கொட்டினார்களா? ஓ! இதைத்தான் சுதஞ்சணன் இரண்டு மாதம் ஆகும் என்று சொன்னானா?

தூக்கம் வராமல் நந்தவனத்தில் சிறிது நேரம் நடந்தான். எதிரில் யாரது?

'நீங்கள் இளவரசி பதுமைதானே?'

'நீங்கள் என்று அழைக்க வேண்டாம், நீ என்று கூப்பிடுங்கள்.'

'உங்களுக்கு இப்போதுதான் நந்தவனத்தில் பாம்பு கடித்து விஷம் நீங்கியிருக்கிறது. அதற்குள் நந்தவனத்துக்குள் வந்துவிட்டீர்களே?'

'வேறென்ன செய்வது? விளையாடத் தோழியர் அழைத்தார்கள். வேறென்ன விளையாட்டு இருக்கிறது இங்கே?'

'கொஞ்சம் உட்கார்ந்து பேசலாமா?'

பேசினார்கள். பதுமை முதலில் குறிப்பாகத் தன் காதலை உணர்த்தினாள். பிறகு, நேரடியாகச் சொல்லவேண்டி வந்ததும் தயங்கவில்லை. சீவகனால் பதுமையின் அழகை நிராகரிக்க முடியவில்லை. பதுமையின் கரங்கள் சீவகன் உடலில் விளையாடத் தொடங்கியது. சீவகனும் அதே முறையில் பதில் சொன்னான்.

'திருமணம் ஆகட்டுமே!'

'இரு மனம் கலந்தபின்னே திருமணத்துக்கு என்ன வேலை இருக்கிறது? இப்படி நடப்பது நம் மரபில் ஒன்றும் புதிதல்ல. இதை காந்தர்வ மணம் என்று சொல்வார்கள்.'

களைத்து எழுந்தான் சீவகன். 'உன் தோழியர் வந்து பார்ப்பதற்கு முன்னர் நான் கிளம்பிவிடுகிறேன்.'

தன் அறைக்குச் செல்லும் வழியில், உலோகபாலனைப் பார்த்தான். 'இதென்ன உன் உடையில் குங்குமம் சீவகா?'

சீவகன் மழுப்பினான்.

உலோகபாலன் சிரித்துக்கொண்டே சொன்னான். 'அப்பா சொல்லச் சொன்னார். உனக்கும் பதுமைக்கும் திருமணம் செய்ய நாளைக்குத்தான் ஏற்ற நாளாம். ஆனால், நீங்களோ அதுவரை கூடப் பொறுத்துக்கொள்ள மாட்டேன் என்கிறீர்கள்.'

40

பிரிவு

இரண்டு மாதங்கள். இனிமையும் சுகமும் கலந்த இரண்டு மாதங்கள். பதுமையும் சீவகனும் இன்பத்தின் உச்சிக்குச் சென்று சென்று திரும்பி வந்த இரண்டு மாதங்கள்.

பதுமை, பூரிப்பில் சற்று உடல் பெருத்து இன்னும் அழகாக இருந்தாள். சீவகன் அவள் கண்களைப் பார்த்தான். அதில் தெரிந்த மகிழ்ச்சியைக் கலைக்கப்போகிறோம் என்பதை உணர்ந் தான். வாயைத் திறந்தும் வார்த்தை வரவில்லை. கனைத்துக் கொண்டான்.

'பதுமை!'

'என்ன வேண்டும்? மறுபடியுமா?'

'இல்லை. எனக்கு என்னவோ குற்ற உணர்ச்சியாக இருக்கிறது.'

'என்ன குற்ற உணர்ச்சி? கணவன் - மனைவிதான் ஆகி விட்டோமே?'

'அதைச் சொல்லவில்லை. ஒரு வேலையும் செய்யாமல், என் கடமைகளை நிறைவேற்றாமல், இங்கே இரண்டு மாதங்களாக உட்கார்ந்துகொண்டிருக்கிறேன்.'

'கடமையை நிறைவேற்றிக்கொண்டுதான் இருக்கிறீர்கள்.' களுக்கெனச் சிரித்தாள் பதுமை.

'விளையாடாதே! ஆணுடைய கடமை என்பது இது மட்டும் அல்ல. எனக்கு நிறைய வேலைகள் காத்திருக்கின்றன. உன்னிடம் ஒரு விஷயம் சொன்னால் பதறமாட்டாயே?'

'என்ன சொல்லப்போகிறீர்கள்?' பதற்றம் சொல்லாமல் இருந்திருந்தால் வந்திருக்காது.

'நான் உன்னைவிட்டு ஒருநாளும் மனத்தால் பிரியமாட்டேன். உடலால் பிரிந்தாலும் அது நிரந்தரமானதில்லை.'

'என்ன சொல்கிறீர்கள், ஒன்றும் புரியவில்லையே?'

'சரி தூங்கு! தானாகப் புரியும்போது புரிந்துகொள்.'

மறுநாள் காலை எழுந்தவுடனேயே பதுமைக்குப் புரிந்து விட்டது.

சீவகனைக் காணவில்லை.

அரண்மனையில் இருந்த அத்தனை பொருள்கள் மீதும் கோபம் வந்தது அவளுக்கு. அவன் சொல்லுக்கு அர்த்தம் புரிந்திருந்தும் ஏன் எனக்கு விளக்கவில்லை கிளியே? மானே! இது உன் பொறுப்புதான். போகின்றவனைத் தடுத்து நிறுத்தி இருக்க வேண்டாமா நீ?

தோழிதான் தேற்றினாள். 'பிரிந்தாலும் அது நிரந்தரமானதில்லை என்றுதானே சொன்னார்? வந்துவிடுவார். கவலைப்படாதே!'

அழுதுகொண்டிருந்த பதுமைக்கு, அந்த வார்த்தைகள் எந்த ஆறுதலையும் தரவில்லை.

41

தொடரும் பயணம்

சுதஞ்சணன் சொன்ன பாதையில் வேகமாக நடந்துகொண்டிருந்தான் சீவகன். காட்டுப்பாதையில் வெப்பம் அதிகமான கல்வழி என்று சொன்னதால் இரவோடு இரவாகக் கிளம்பி வந்திருந்தான். அது ஒரு மலை முகடு. திரும்பிப் பார்த்தான்.

தூரத்தில் ஏழெட்டு குதிரைகளில் சில வீரர்கள் அவன் திசையை நோக்கி வருவதைப் பார்த்தான்.

சுதஞ்சணனின் மூன்றாவது மந்திரத்துக்கு வேலை வந்துவிட்டது. மந்திரத்தைச் சொல்லி வேறு உருவெடுத்தான்.

ஆ, இந்த நகைகள்! இவற்றை என்ன செய்வது? எதிரில் சென்றுகொண்டிருந்த வழிப்போக்கனை அழைத்துத் தன் நகைகளையெல்லாம் கொடுத்துவிட்டான்.

வீரர்கள் அவனை அடையும்போது தயாராகவே இருந்தான். ‘இவரில்லை’ என்றார்கள் வீரர்கள்.

‘யாரைத் தேடுகிறீர்கள்?’

‘உன் உயரம்தான். உன் வயதுதான். சீவகன் என்று பெயர். நேற்றிரவு அரண்மனையில் இருந்து கிளம்பினார். அவரை உடனே கூட்டி வரும்படி அரசர் ஆணை. வழியில் எங்காவது அவரைப் பார்த்தாயா?’

‘பார்த்தேன். எந்தப்பக்கம் போகிறார் என்பதைச் சொல்ல மறுத்துவிட்டார். ஆனால்...’

‘ஆனால்?’

‘இன்னும் ஒன்பது மாதங்களில் இதே ஊருக்கு நிச்சயமாகத் திரும்பி வருவேன் என்று சொல்லிவிடச் சொன்னார். முக்கியமாக,

மன்னன் தனபதிக்கும் இளவரசன் உலோகபாலனுக்கும். இளவரசி பதுமைக்கு தன் காதலைச் சொல்லவும் சொன்னார்.'

வீரர்கள் திரும்பிச் சென்றார்கள். குதிரைகளின் குளம்படிச் சத்தம் கொஞ்சம் கொஞ்சமாகக் குறைந்து தேய்ந்து மறைந்தது. சீவகன் தன் பாதையில் பயணத்தை மீண்டும் தொடங்கினான்.

பாகம் 6
கேமசரி

42

துறவிகளின் அறியாமை

பல்லவ நாட்டின் எல்லை மறைந்து வெய்யில் தலைக்கேற ஆரம்பித்திருந்தது. பாறைகள், சீவகனின் தோல் செருப்பையும் மீறிக் காலைச் சுட்டன. இளங்காலை வேளையிலேயே இத்தனை வெம்மை என்றால் மதியப் பொழுதில் இந்தப் பாதையில் நடந்தால் என்ன ஆவது? சீவகன் நிழலைத் தேடினான். கண்ணுக்கெட்டிய தூரம் வரை தென்படவில்லை. கையில் இருந்த குவளை நீரைத் தலையில் அவ்வப்போது தெளித்துக்கொண்டு வேகமாக நடந்தான்.

நீண்ட நேர நடைக்குப் பிறகு தென்பட்டது காடு. பச்சை இலைகள் அவன் மனத்தை இந்த அளவுக்கு வேறெப்போதும் கவர்ந்ததில்லை. கொடுமையான பயணத்தை முடித்த திருப்தியில் காட்டுக்குள் நுழைந்தான். 'நான்தானே உன்னைக் காத்தேன்?' என்று சொல்வதுபோல் நின்றுகொண்டிருந்தது அருகன் சிலை.

மனமாரத் தொழுதான். அருகில் இருந்த மலர்களைக் கொய்து பூஜை செய்தான். பூஜை முடிந்ததும் காட்டில் கிடைத்த பழங்களைத் தின்று பசியாறிச் சற்று இளைப்பாறினான்.

அடுத்த இடம் என்ன என்று சுதஞ்சணன் சொன்னான்? ஆம். சித்திரக்கூடம். வேதம் கற்ற முனிவர்கள் வாழும் இடம். திருமாலை வணங்கும் முனிவர்கள். நடக்கத் தொடங்கினான்.

சித்திரக்கூடம் காட்டுக்குள்ளேயே இருந்தாலும் குடிசைகளும் பல இருந்தன. பரண்வீடுகள் மட்டுமில்லாமல் ஆசிரம வீடுகளும் ஆங்காங்கே தென்பட்டன. நீர்நிலைகளில் இருந்து தண்ணீர்க் குடம் தூக்கிக்கொண்டு ஆசிரமங்களை நோக்கிச் சில பெண்கள் வந்துகொண்டிருந்தார்கள்.

சீவகனுக்கு ஆச்சரியம் தாங்கமுடியவில்லை. முனிவர்கள் வாழும் இடத்தில் பெண்களுக்கென்ன வேலை?

ஆசிரமங்களுக்கு மத்தியில் உள்ள புல்வெளியில் ஐந்து ஹோமகுண்டங்கள் எரிந்துகொண்டிருந்தன. நெய்யை விட்டு அதன் நெருப்பை பலப்படுத்திக்கொண்டிருந்த முனிவர்கள் அனைவரும் ஒரே குரலில் மந்திரங்களைச் சொல்லிக்கொண்டிருந்தார்கள். சீவகன் அவர்களின் கவனத்தைக் கலைக்காமல் ஓர் ஓரமாக நின்றிருந்தான்.

சிறிது நேரத்தில், ஹோமத்துக்கு இடைவேளை விட்டு ஒதுங்கிய முனிவர்கள், சீவகனைப் பார்த்தார்கள். பார்த்த மாத்திரத்தில் புரிந்துகொண்டார்கள், அவன் வாமதேவனை வணங்கும் கூட்டத்தைச் சேர்ந்தவன் என்பதை. இவனை வளைக்க முடியுமா பார்க்கலாம்.

'வாருங்கள் வழிப்போக்கரே! உணவருந்தலாம்' என்றார் ஒரு முனிவர். அவர், தன் மனைவியை அழைத்தார். 'புல்லரிசிச் சோறும் வள்ளிக் கிழங்கும் எடுத்து வா!'

சாப்பிட்டுக்கொண்டே, வேதங்களைப் பற்றியும் ஹோமங்களைப் பற்றியும் நீளமாகப் பேசினார்கள். ருத்ரனை வணங்குவதன் உயர்வு, துறவறத்தின் பெருமை, ஹோமங்களால் உலகுக்கு ஏற்படும் நன்மை. சீவகன் அமைதியாகக் கேட்டுக்கொண்டிருந்தான்.

சாப்பிட்டு முடித்ததும், 'சரி, இதனாலெல்லாம் என்ன நன்மை?' என்றான் இயல்பாக.

‘என்ன நன்மையா? அதைத்தானே இவ்வளவு நேரம் சொல்லிக் கொண்டிருந்தோம்?’

‘கல்லைக் கட்டிக்கொண்டு கடலிலே நீந்த முயற்சிக்கிறீர்களே ஏன்?’

‘என்ன சொல்கிறாய்? புரியவில்லை.’

‘சரி விடுங்கள். ஏன் ஜடாமுடி வளர்த்திருக்கிறீர்கள்?’

‘வீடுபேறு பெறுவதற்கான நியமங்கள் இவை. காவி ஆடை அணிய வேண்டும். மண்டை ஓடுகளை வைத்திருக்க வேண்டும். ஜடாமுடி வளர்க்க வேண்டும். நாட்டு மக்களுடன் கலக்காமல், காட்டில் கிடைக்கும் பழவகைகளை மட்டுமே உண்டு ஹோமங்கள் வளர்க்க வேண்டும். இதெல்லாம் நியமங்கள்.’

‘காட்டில் கிடைக்கும் பழவகைகளை மட்டும் சாப்பிட்டால் வீடுபேறு கிடைக்குமா? அப்படியென்றால் பழந்தின்னி வௌவால்கள் அனைத்தும் சொர்க்கத்தில் இருக்குமா?’

பதில் வராததைக் கண்டு தொடர்ந்தான்.

‘ஹோமத்தின் வெப்பத்தில் காட்டின் நடுவில் இருப்பது சரியான வழி என்றால், வெயில் காலத்தில் காட்டில் பறக்கும் புறாக்களும் அதைத்தானே செய்கின்றன? முடியை மழிக்காமல் நீளமாக வளர விடுவதால் சொர்க்கம் என்றால், அதேபோல வாழும் கரடிகளுக்கும் சொர்க்கம் உண்டா?’

‘என்னதான் சொல்ல வருகிறாய் நீ?’

‘ரத்தத்தின் கறையை ரத்தத்தால் கழுவ முடியுமா? ஆசைகளைத் துறந்த துறவியான நீங்கள், இங்கேயும் பெண் சுகத்தோடுதானே வாழ்கிறீர்கள்? ஆசைகளில் பெரிய ஆசை பெண்ணாசைதானே? அதைத் தவிர்க்காமல் காவி உடை அணிந்து என்ன புண்ணியம்? வேடர்களுக்கும் உங்களுக்கும் என்ன வித்தியாசம்? அவர்களும் காட்டில் வாழ்கிறார்கள், நீங்களும் காட்டில் வாழ்கிறீர்கள். அவ்வளவுதான்.’

‘உடம்பின் ஐந்து புலன்களையும் (கண், காது, மூக்கு, வாய், மெய்) நான்கு வகையான ஆசைகளின் (மண், பொன், பெண்,

குடும்பம்) பக்கம் போய்விடாமல் தடுக்க மூன்றுவகையான ஒழுக்கம் (புலன், மெய், ஞானம்) வேண்டும். இப்படி நடந்தால் தான் இருவினையும் (பிறப்பு, முன்வினை) தீரும். இதுதான் வாமன மந்திரம்.'

பதில் இல்லை.

'இதைப் புரிந்துகொண்டவன், காமனைத்தான் முதலில் வெல்லப் பார்ப்பான். அதையே நீங்கள் முயற்சிக்கவில்லையே?'

முனிவர்கள் ஒன்றும் பேசவில்லை. அவர்கள் யோசிக்கிறார்கள் என்பதைச் சீவகன் உணர்ந்தான். இது போதும். மாறிவிடு வார்கள்.

'சரி, நான் கிளம்ப வேண்டும். தக்க நாட்டுக்குச் செல்லும் வழியைச் சொல்ல முடியுமா?'

43

தக்கநாடு

தக்கநாட்டின் தலைநகரம், கேமமாபுரத்தைப் பார்த்தாலே அந்த நாட்டுக்கு ஏன் அந்தப்பெயர் வந்தது என்று விளங்கும். வாழ்வ தற்குத் தக்க நாடு. அழகிய மலர்களின் வாசம் தங்கிய நாடு. பொய்கைகளும் அல்லிக் குளங்களும் விவசாய நிலங்களும், நாட்டு மக்கள் எந்தப் பஞ்சமும் இல்லாமல் வாழ்வதைத் தெளி வாக்கின.

கேமமாபுரத்தின் அரண்மனை, கோட்டைக்குள் இருந்தது. கோட்டையின் அகழி அரண்மனைக்குள்ளேயே தெரிந்தது. அதைத்தான் பார்த்துக்கொண்டிருந்தான் அரசன் சுபத்திரன்.

'இன்று அன்னதானக் கூடத்தில் என்ன நடந்தது?' என்று கேட்டாள் நிப்புதி. சுபத்திரனின் மனைவி.

'என்ன நடந்தது? ஒன்றும் நடக்கவில்லை.' பெருமூச்செறிந்தான் சுபத்திரன்.

'கேமசரி எல்லோரையும் பார்த்தாளா?'

'ஒருவரை விடவில்லை. ஆயிரத்தெட்டு இளைஞர்களையும் பார்த்தாள். ஆனால், யாரும் அவளுக்கு ஒத்துவரவில்லை.'

'வயது ஏறிக்கொண்டே போகிறது கேமசரிக்கும். என்னதான் நினைத்திருக்கிறதோ விதி?' கவலை தோய்ந்திருந்தது நிப்புதியின் பேச்சில்.

'என்ன செய்வது நிப்புதி? ஜோசியன் சொன்னது இதுவரை நடந்துகொண்டுதானே இருக்கிறது? அவள் வயதுப் பெண்களுக்கு எந்த இளைஞனைக் கண்டாலும் நாணம் வரும். இவளுக்கோ யாரைப் பார்த்தாலும் சிரிப்புதான் வருகிறது.'

'அதே ஜோசியனைக் கேட்க வேண்டியதுதானே? எப்போது அந்த இளைஞன் வருவான்? என் மகளை நாணப்பட வைப்பான், அவளை மணப்பான், நம் கடமை தீரும் என்று?'

'கேட்காமல் விடுவேனா? அவன் கொடுத்த யோசனையால் தானே தினந்தோறும் ஆயிரத்தெட்டு பேரை அழைத்து அன்னதானம் செய்கிறேன்? அதுவும் இதுவரைப் பலனளிக்கவில்லை. ஆனால், அவன் என்னவோ உறுதியாகத்தான் சொல்கிறான். இன்னும் சில தினங்களில் அது நடந்துவிடும் என்று. இப்படியே மாதங்கள்தான் கழிந்துகொண்டிருக்கின்றன.'

அப்போது, கோட்டை வாசலில் ஓர் இளைஞன் நுழைவதைப் பார்த்தான் சுபத்திரன். ஏதோ ஒரு வித்தியாசம் அவனிடம் இருப்பதை உணர்ந்தான். இவ்வளவு தூரத்தில் இருந்து பார்த்தாலும் அவன் கண்ணில் அறிவொளி தெரிகிறது. தேகத்தில் ஒரு ஜாஜ்வல்யம் இருக்கிறது.

'நிப்புதி, எனக்கென்னவோ அந்த இளைஞன் வந்துவிட்டான் என்று மனம் சொல்கிறது. இரு! நான் கோட்டை வாசலுக்குப் போய்விட்டு வந்துவிடுகிறேன்.'

44

கேமசரியின் நாணம்

கோட்டை வாசலுக்குச் சென்ற சுபத்திரன், அங்கு அந்த இளைஞன் இல்லாததைக் கண்டு திகைத்தான். பிறகு, சுற்று முற்றும் தேடினான். அப்போது, ஆலமரக் கோயிலில் மன முருகப் பிரார்த்தித்துக் கொண்டிருந்தவனைப் பார்த்தான்.

கேமசரிக்குச் சரியான ஜோடிதான். அருகா, இவனே என் மருமக னாக உதவிசெய். பிறகு அவனிடம் சென்று, 'வழிப்போக்கரா நீங்கள்?' என்று பேச்சுக் கொடுத்தான்.

'ஆமாம் ஐயா! தாங்கள் தக்கநாட்டின் அரசர் சுபத்திரர்தானே? ஓவியங்களில் கண்டிருக்கிறேன்.'

'நீங்கள் எந்த ஊரில் இருந்து வருகிறீர்கள்?'

'ராசமாபுரத்தில் இருந்து வருகிறேன். என் பெயர் சீவகன்.'

'என்னுடன் என் அரண்மனைக்கு வரமுடியுமா?'

அரண்மனையில் கேமசரி வீணை இசைத்துப் பாடிக்கொண் டிருந்தாள். கேட்கிறவர்களை அதே இடத்தில் அசையாமல் நிற்கவைக்கும் இனிமையான குரல். வீணையின் நாதத்துக்கும் குரலுக்கும் எந்த வித்தியாசமும் தெரியவில்லை.

கேமசரி வீணையை இசைத்துக்கொண்டே, பாடலைக் கேட்டு உருகி நின்றுகொண்டிருந்த நிப்புதியைப் பார்த்தாள். புன்முறு வல் செய்தாள். கண்ணாலேயே கேட்டாள், 'அப்பா எங்கே?'

நிப்புதியும் கண்ணால் ஜாடை செய்ய, இசையை நிறுத்தாமலே திரும்பி தந்தையைப் பார்த்துத் தலையசைத்து வணங்கினாள். கூட நிற்பது யார்? இதென்ன தன் உடம்பில் இதுவரை இல்லாத மாற்றம்?

கேமசரியால் இசையைத் தொடரமுடியவில்லை. திடீரென சுருதி விலகியது. பாட்டு கீச்சுக் குரலானது. பாடலை நிறுத்திவிட்டு வெட்கம் தாங்காமல் அந்தப்புரத்துக்கு ஓடினாள்.

சுபத்திரனுக்கு மனம் நிம்மதியானது. நிப்புதியைப் பார்த்தான். 'புரிந்தது அல்லவா?'

'புரிந்தது மன்னா. திருமணத்துக்கு ஏற்பாடுகள் செய்யச் சொல்லிவிடலாம்.'

சீவகனுக்கு மட்டும்தான் ஒன்றும் புரியவில்லை. ஏன் அந்த அழகான பெண் கேமசரி தன்னைப் பார்த்ததும் உள்ளே ஓடினாள்? அவள் ஓடுவதற்கும் அவள் திருமணத்துக்கும் என்ன சம்பந்தம்?

45

கேமசரியின் சோகம்

கேமசரி அழுதுகொண்டிருந்தாள். எங்கே போனான் என் கணவன் சீவகன்?

ஒரு மாதத்துக்குள்ளா நான் சலித்துப்போய்விட்டேன்? காதலோடுதானே இருந்தான்? அன்பாகத்தானே நேற்று இரவுகூடப் பேசிக்கொண்டிருந்தான்? என் உயிரோடு கலந்தவள் நீ என்றெல்லாம் கதை படித்தானே.

காலையில் இருந்து அரண்மனை முழுவதும் தேடியாகிவிட்டது. ஏன்? பணிப்பெண்களை அனுப்பி முழு கேமமாபுரத்தையும் சல்லடையாகச் சலித்தாகிவிட்டது. காணவில்லை. அவனை எங்கும் காணவில்லை. கேமசரிக்குத் துக்கம் தாளவில்லை.

கட்டிலின் அருகே இருந்த கிளிக்கூண்டைத் தரையில் போட்டு உடைத்தாள். இதற்குத்தானா இவ்வளவு நாள் காத்திருந்தோம்?

எத்தனையோ இளைஞர்களைக் கண்டும் வராத நாணம் இவனைக் கண்டு மட்டும் ஏன் வந்தது? இவன் இப்படி ஒரு மாதத்துக்குள் ஓடி என்னைக் குற்றுயிராக்கி வதைக்கவா?

இல்லை. இதை வளரவிடமாட்டேன். விதியை, என்னை அழ வைத்து வேடிக்கை பார்க்கும் விதியை வெல்லவிடமாட்டேன். அழப்போவதில்லை. எல்லாவற்றையும் முடித்துக்கொள்ள லாம்.

எழுந்து கிணற்றை நோக்கி நடக்கத் தொடங்கிய கேமசரியின் காதில் ஒரு வண்டு ரீங்கரித்தது. 'கேமசரி!'

வண்டு பேசுவதெல்லாம் தெளிவாகப் புரியுமா என்ன?

'சீவகன் என்னிடம் சொல்லிவிட்டுத்தான் போனான் கேமசரி. அவன் உன்னை மறக்கவும் இல்லை, வெறுக்கவும் இல்லை.'

'உன்னிடம் சொல்லிவிட்டுப் போனானோ? ஏன் மனிதர்களை மதிக்கமாட்டானாமா?'

'நான் சொல்வதைக் கேள் கேமசரி. தவறான முடிவுக்குச் செல்லாதே! சீவகன் பல கடமைகளுக்கு நடுவே இந்த ஊருக்கு வந்தான். எதிர்பாராத விதமாக உனக்கும் அவனுக்கும் திருமணம் முடிந்துவிட்டது. அவன் இப்போது தன் கடமைகளைத் தொடர வேண்டிய நேரம் வந்துவிட்டது. எனவேதான் அவன் சென்றான். கொஞ்ச நாள் பொறுத்துக்கொள்ளச் சொன்னான். நிச்சயம் மறுபடி உன்னை வந்து அடைவானாம்.'

கேமசரிக்கு இன்னும் கோபம் அடங்கவில்லை என்றாலும் கொஞ்சம் சமாதானமாக இருந்தது. கிணற்றின் அருகில் நிப்புதி நின்றுகொண்டிருந்தாள்.

'நினைத்தேன். இப்படித்தான் ஏதாவது ஒரு முடிவுக்கு வருவாய் என்று நினைத்தேன். அதனால்தான் இங்கேயே காத்திருக் கிறேன்.'

'சேச்சே! அதெல்லாம் ஒன்றும் இல்லை அம்மா. அவன் போனதற்கெல்லாம் நான் கவலை அடைவேனா? மயக்கி என்னுடனே வைத்துக்கொள்ள எனக்குத் தகுதி இல்லாதபோது அவன் எங்கே போனால் என்ன?'

நிப்புதி ஒன்றும் புரியாமல் பார்த்தாள்.

'அழாதே. வா! அரண்மனைக்குப் போகலாம்.' கேமசரியின் நடையில் துள்ளல் செயற்கையாகத் தெரிந்தது.

46

மீண்டும் பயணம்

இருள் விலகிக்கொண்டிருந்தது. சற்று முன்வரைகூட சீவகன் நிலாவின் வெளிச்சத்தில்தான் பாதையை அறிந்து போய்க்கொண் டிருந்தான்.

சுதஞ்சணன் சொன்ன பாதையின்படி மத்திமதேசம்தான் அடுத்த இடம். அங்கே கொஞ்ச நாள்கள் பயணம் எதுவும் செய்யாமல் தங்க வேண்டும். தம்பியும் வருவான். இந்த நகைகள். இதை யாரிடமாவது கொடுத்துவிட வேண்டுமே?

எதிரில் வந்துகொண்டிருந்த வழிப்போக்கன், சீவகனைப் பார்த் தான்.

வழிப்போக்கன் கிண்டலாகக் கேட்டான் 'எந்த ஊரில் இருந்து வருகிறாயப்பா? ஒழுக்கம் உடைய ஊர்தானா?'

'ஒழுக்கம் உடையவன் ஒரு தாய் வயிற்றில் பிறக்க முடியுமா? நாலு தாய் வயிற்றில் பிறந்தால்தானே ஒழுக்கமாக வாழ முடியும்?' சீவகனும் கிண்டலைக் கிண்டலாலேயே எதிர் கொண்டான்.

இதை அந்த வழிப்போக்கன் எதிர்பார்த்திருக்கவில்லை. 'நாலு தாயா?'

'நல்ல தானம் என்பது ஒரு தாய். நல்ல ஒழுக்கம் இன்னொரு தாய். பெரியவர்கள், அறிவாளிகள் மீது மதிப்பு வைத்து வணங்குதல்

இன்னொரு தாய். தவறில்லாத தவம் செய்தல் நான்காவது தாய். இப்போது புரிந்ததா?'

சீவகனின் கிண்டலை வழிப்போக்கன் புரிந்துகொண்டான். 'ஐயா! என்னை மன்னியுங்கள்! உங்கள் உருவத்தைப் பார்த்து மரியாதை இல்லாமல் பேசிவிட்டேன்.'

'பெரும்பாலும் மக்கள் கோபத்தோடு வீட்டைவிட்டுக் கிளம்பினாலும் கட்டுச்சோறு இல்லாமல் கிளம்பமாட்டார்கள். நானும் அதுபோலத்தான். ஆனால், நான் கட்டுச்சோறு என்று சொல்வது நல்வினையை. அது இல்லாமல் எங்கே போயும் புண்ணியம் இல்லை.'

'ஆமாம். நீங்கள் சொல்வது உண்மைதான்.'

'கழுகுக்காக இந்த உடம்பைக் காத்து என்ன பயன்? பொய், மாசு, காமம் எல்லாவற்றையும் தவிர்க்க வேண்டும். தன் பொருள் என்று எதையும் எண்ணாமல் தானம் செய்ய வேண்டும். சும்மா பேச்சுக்கு மட்டும் சொல்லவில்லை. இந்தா, என் உடம்பை அலங்கரித்த தங்க வைர நகைகள் இனி உன் உடம்பை அலங்கரிக்கட்டும்!'

வழிப்போக்கன் வாயடைத்துப் போனான். கைகள் கூப்பி சீவகனை வணங்கினான்.

சீவகன் தன் சுமையைக் குறைத்துக்கொண்ட ஆசுவாசத்தோடு பயணத்தைத் தொடர்ந்தான்.

பாகம் 7

கனகமாலை

47

அநங்கமாவீணை

அநங்கமாவீணைக்கு மூச்சு வாங்கியது. வந்த திசையை பயத்தோடு திரும்பிப் பார்த்தாள். நல்லவேளை யாரும் தொடரவில்லை. நல்ல காடு. இங்கே நம்மை யாரும் பின் தொடர்வது கடினம்.

என்ன பிரதேசம் இது? ஓடிவந்த வேகத்தில் எங்கே வந்தோம் என்று இதுவரை பார்த்திராதவள் இப்போது பார்த்தாள். முல்லைப் பூ வாசம் ஆளைத் தூக்குகிறது. மலை சூழ்ந்த காடுகள். அதோ அந்த மலை மீது சிறியதாகத் தெரிகிறதே? அதென்ன கோயிலா? ஆமாம், கோயிலேதான். வனகிரி அருகநாதர் கோயிலாகத்தான் இருக்க வேண்டும்.

ஓடிவந்ததில் உடல்முழுக்க வியர்வை. ஒரு குளியல் போட்டால் நன்றாக இருக்கும். காற்றில் நீர் தெரிகிறது. அருகில் எங்கேயோ ஆறோ அருவியோ இருக்கின்றது. குறைந்தபட்சம் ஒரு சுனை யாவது இருக்கும்.

நீரைத்தேடி நடந்தது வீண்போகவில்லை. அருகிலேயே இருந்தது அந்த அழகான சுனை. மெதுவான நீரோட்டம் தாமரைத் தண்டுகளைத் தாலாட்டிக் கொண்டிருந்தது. அளவான ஆழம்தான்

இருக்கும். தண்ணீர் மிகத்தெளிவாக இருந்தது. கீழே இருந்த கூழாங்கற்களின் நெளிவுகூடத் தெரிந்தது.

குளிக்க இறங்கும்போது, அருகாமையில் இன்னொரு சத்தம் கேட்டது. தொப்பென்று யாரோ தண்ணீருக்குள் விழும் சத்தம். கரைக்கு ஏறிவிட்டாள் அநங்காமாவீணை.

தண்ணீருக்குள் யோகம் செய்துகொண்டிருந்த உருவம் மூச்சுக்காக வெளியே வந்தது. யாரிந்தப் பேரழகன்?

குளித்து முடித்துவிட்டான் போல. ஆடை நனைந்து அவன் உடலில் ஒட்டி இருக்க, திரளான மேனி தெரிந்தது, அநங்கமா வீணைக்கு கிளுகிளுப்பூட்டியது. சீரான உடல்பயிற்சி. வயிற்றின் உதரவிதானத்தில் மூன்று கோடுகள் மார்புக்கூட்டின் நடுக் கோட்டினால் பிரிக்கப்பட்டு ஆறாகத் தோன்றின. உறுதியான கைகள், திரண்ட தோள்களில் இருந்து வயிற்றுக்குக் கூடாகச் சுருங்கும் உடலமைப்பு.

அநங்கமாவீணை கண் இமைக்க மறந்தாள்.

காட்டை நோக்கி நனைந்த உடையுடனே நடைபோட ஆரம்பித்த இளைஞன், அநங்கமாவீணையைப் பார்த்ததும் பதறி நின்றான்.

'நீங்கள்?' என்றாள் அநங்கமாவீணை.

'என் பெயர் சீவகன். மத்திமதேசத்துக்குச் செல்வதற்காக இந்தக் காட்டைக் கடக்கிறேன்.' சீவகன் என்பது இவன்தானா? எவ்வளவோ கேள்விப்பட்டிருக்கிறோம். இவன் அழகைப் பற்றியும் ஆற்றலைப்பற்றியும். நேரில் சந்திப்போம் என்று நினைத்ததும் இல்லை. நினைத்ததற்கும் மேலாக எல்லாம் நடக்கும் போல இருக்கிறது. காட்டின் தனிமை. சுனையின் நீர், குளிர் - இயற்கை என் ஆசைக்குத் துணை நிற்கிறது.

சீவகன் பேசியது போதும் என்பதுபோல நடக்க ஆரம்பித்துவிட் டான். 'நில்லுங்கள், நான் யார் என்று கேட்கவே இல்லையே?'

'சொல்லுங்கள், நீங்கள் யார்?'

'என் பெயர் அநங்கமாவீணை. நான் என் தோழியருடன் நந்த வனத்தில் விளையாடிக்கொண்டிருந்தேன். அப்போது, என்

அழகைக் கண்டு என்னைக் கவர்ந்தான் ஒரு யட்சன். விஞ்ஞையன் என்பது அவன் பெயர்.'

'பிறகு?'

'என்னிடம் தவறாக நடக்க முயற்சித்தான். நல்லவேளையாக அவன் மனைவி அங்கே வந்தாள். அவனுடன் சண்டை போட்டு என்னைக் காப்பாற்றினாள். இந்தக் காட்டின் இடையே இறக்கி விட்டாள்.'

'ஓ!'

என்ன ஓ? ஏதோ ஒரு யட்சனுக்கே தோன்றிய எண்ணம் மனிதனான உனக்கு ஏன் தோன்றவில்லை சீவகா? எல்லாவற்றையும் நானே பிட்டுப்பிட்டு வைக்க வேண்டுமா? சரி. உன் பிடிவாதம் அதுவென்றால் நான் என்ன செய்யமுடியும்?

'இப்போது நான் நாடு திரும்பிக்கொண்டிருந்தேன். அப்போது தான் உங்களைப் பார்த்தேன். பார்த்த மாத்திரத்தில்...'

'பார்த்த மாத்திரத்தில்?'

'என் இளமை காத்திருப்பது யாருக்காக என்பதைப் புரிந்து கொண்டேன். என்னை ஏற்றுக்கொள்ள உங்களுக்கு ஆட்சேபம் எதுவும் இருக்காது என்றே நம்புகின்றேன்.'

'இதோ பார் அநங்கமாவீணை! எதைப் பார்த்து என்னைக் கண்ட மாத்திரத்தில் காதல் கொண்டாய்? இந்த உடலைப் பார்த்தா? இந்த உடலின் அழகு நிரந்தரமா? சில ஆண்டுகளுக்குப் பின் நானும் தளர்ந்துவிடுவேன். உன் அழகும் நிரந்தரம் இல்லை அல்லவா? களிமண்ணில் என்னுடைய உடலைப் போல ஒரு சிலை செய்தால் அதன் மேலும் காதல் கொள்வாயா?'

சீவகனின் சொற்கள் அநங்கமாவீணையின் காதில் கொதிக்கும் எண்ணெய்யைக் கொட்டியது போல் இருந்தது.

'அப்படியானால்?'

'கலங்காதே பெண்ணே! உனக்கு ஒரு சரியான தீர்வை நான் சொல்கிறேன். உனக்கு நல்லது என்று நீ நினைப்பது நிறைவேறா விட்டாலும், உனக்கு நிஜமான நல்ல தீர்வு கிடைக்கும். அதற்குக்

கொஞ்சம் பொறுமை அவசியம். இங்கேயே கொஞ்ச நேரம் காத்திரு! நான் ஒரு நல்ல முடிவோடு திரும்பி வருகிறேன். '

காத்திருந்தாள்.

48

பவதத்தன்

பவதத்தன் பைத்தியம் பிடித்தவன் போல இருந்தான். காட்டின் நடுவில் இந்தப் பக்கமும் அந்தப் பக்கமும் சட்சட்டெனத் திரும்பிக்கொண்டிருந்தான். பூக்களைப் பிடுங்கி 'அவள் எங்கே போனாள் என்று சொல்!' என்று கோபமாகக் கேட்டான். பதில் சொல்லாத பூக்களை கசக்கித் தரையில் வீசி எறிந்தான்.

என்ன குறை வைத்தேன் அவளுக்கு? எல்லாம் நன்றாகத்தானே சென்றுகொண்டிருந்தது? தண்ணீர் கேட்டாள். கொண்டுவருவ தற்குள் காணவில்லை. ஒருவேளை யாராவது திருடர்கள், காமாந்தகாரர்களிடம் அகப்பட்டுக்கொண்டாளோ?

ஒருவேளை தன் வார்த்தையில் இருந்த கோபம் தாங்காமல் ஓடியிருப்பாளோ? பவதத்தனுக்குத் தன்மீதே கோபம் வந்தது. ஏன் அவளைக் கோபித்துக்கொண்டேன்? அதற்கு என்ன தகுதி இருக்கிறது எனக்கு?

மாமன் சீமானோ மாமி சித்திரமாலையோ கேள்விகேட்டால் என்ன பதில் சொல்வேன்? ஏன், எனக்கே நான் என்ன பதில் சொல்லிக்கொள்வேன்? வாராது வந்த மாமணி, கட்டழகி அவள். ஒரு வார்த்தை தவறாகப் பேசியதற்காகக் கோபித்துக் கொண்டேன். இப்போது அவளைத் தொலைத்துவிட்டு நிற்கிறேன்.

எதிரில் வருவது யார்? வேடனோ? அம்பு வைத்திருப்பதைப் பார்த்தால் அப்படித்தான் தோன்றுகிறது. இருந்தாலும் அந்த

வில், வேடன் வில் போல இல்லை. ஏதோ அரசனுடைய வில் போலத்தான் தோன்றுகிறது. இவனிடம் கேட்டுப்பார்ப்போமா?

'ஐயா! காட்டின் மறு பகுதியில் இருந்தா வருகிறீர்கள்?'

'ஆமாம். மத்திமதேசத்தை நோக்கிப் போய்க்கொண்டிருக்கிறேன்.'

'வரும் வழியில் யாராவது பெண்ணைப் பார்த்தீர்களா?'

'பெண்ணா? எந்தப்பெண்?'

'அநங்கமாவீணை என்று பெயர். அழகி. பேரழகி. என் மாமன் பெண். காட்டுவழியில் வந்தோம். திடீரென தாகம் எடுக்கிறது, தண்ணீர் கொண்டுவா என்று சொன்னாள். கொண்டுவருவதற்குள்...'

'ஏதேனும் கோபமாகப் பேசினீர்களா?'

'ஐயா! நீங்கள் என்ன முனிவரா? கூட இருந்து பார்த்தது போலவே சொல்கிறீர்கள்?'

'பெண்மேல் சந்தேகம் என்றுமே கூடாது. சந்தேகப்பட்டால் பெண்களுக்கு வரக்கூடிய கோபம் அபரிமிதமானது. ஏதோ ஓர் ஆசையில், பெண்களின் கண்கள் அப்படி இப்படிப் போவது சகஜம்தான். ஆனால், அதைப் பெரிய விஷயமாக எடுத்துக் கொண்டால் இருவர் வாழ்க்கையும் நரகம்தான்.'

'அவள் அப்படிப்பட்ட பெண் இல்லை.'

சீவகன் சிரித்துக்கொண்டான். ஆமாம். அப்படிப்பட்ட பெண் இல்லைதான் உன் அநங்கமாவீணை.

'சரி. உங்கள் பிரச்னைக்கு நான் தீர்வு சொல்கிறேன். ஆனால், எனக்கு ஒரு வாக்குறுதி செய்து தர வேண்டும்.'

'கட்டளையிடுங்கள் முனிவரே!'

'நான் முனிவர் எல்லாம் இல்லை. வாழ்க்கை முழுவதும் அவள் மீது கோபப்படமாட்டேன் என்று உறுதி அளிக்க வேண்டும். செய்வீர்களா?'

‘இவ்வளவு நேரமும் அவள் மீது கோபப்பட்டதற்காக என்னை நானே நொந்துகொண்டுதான் இருக்கிறேன். நிச்சயம் செய்கிறேன்.’

சீவகன் அவன் காதில் ஒரு மந்திரத்தைச் சொன்னான். ‘அந்த மலை முகட்டில் உள்ள மரத்தின் கீழே இருக்கிறாள் உன் அநங்க மாவீணை. அவளைச் சந்தித்ததும் இந்த மந்திரத்தைச் சொல்! அவள் கோபமும் பறக்கும், உங்கள் வாழ்க்கையும் சிறக்கும்.’

சீவகன் மலை உச்சிக்கு வந்து கீழே இறங்கும்போது திரும்பிப் பார்த்தான். பவதத்தனும் அநங்கமாவீணையும் ஜோடியாகச் சிரித்துக்கொண்டு மலையேறிக்கொண்டிருந்தார்கள். பவதத்தன் பலமாகக் கையசைத்தான் சீவகனைப் பார்த்து. அநங்கமாவீணைக்கு சீவகனை அடையாளம் தெரியவே இல்லை.

49

ஏமமாபுரம்

ஒருவழியாகக் காட்டை விட்டு வெளியே வந்தாகிவிட்டது. வனகிரிக் கோயிலில் இருந்து இறங்க மனமே வரவில்லை. அருகர் அழகே அழகு. இது நாடு போலத் தெரிகிறது. செழிப்பான நாடு. எவ்வளவு விவசாய நிலங்கள்! யானையையே மறைக்கும் அளவுக்கு செந்நெல் வயல்கள். கரும்பு, வாழை - நன்செய் நிலங்கள். நீர்ப்பாசனத்துக்குக் கொஞ்சம்கூடக் குறைவில்லை. ராசமாபுரத்துக்குப் பிறகு இவ்வளவு விவசாய நிலங்களையும் நீர்நிலைகளையும் இங்குதான் பார்க்கிறான் சீவகன். சுதஞ்சணன் சொன்ன வழிப்படி இது மத்திமதேசமாகத்தான் இருக்க வேண்டும். இருந்தாலும் உறுதிப்படுத்திக்கொள்ளலாம்.

எதிரே வந்த மணமகனிடம் கேட்டான் சீவகன். ‘இந்த ஊரின் பெயர் என்ன?’

'நீங்கள் ஊருக்குப் புதியவரோ? இது மத்திமதேசம். இது, அதன் தலைநகரமான ஏமமாபுரம்.'

'அப்பாடா!' வாய்விட்டே சொல்லிவிட்டான் சீவகன்.

'நீண்ட தூரம் நடந்து வந்தீர்களோ? பெருமூச்செல்லாம் பலமாக இருக்கிறது?'

'ஆமாம். பல மாதங்களாக நடந்து வருகிறேன்.'

'வாருங்களேன், சாப்பிடலாம்.'

'இல்லை. இருக்கட்டும். நாட்டுக்குள் செல்லவேண்டும். பிறகு வந்து உங்களைச் சந்திக்கிறேன்.'

நகரம் எல்லா இடங்களிலும் தன் செழிப்பைப் பறைசாற்றிக் கொண்டிருந்தது. சந்தைகளில் பொருள்கள் குவிந்து கிடந்தன. அந்தப் பொருள்களை வாங்குகிறவர்கள், பொன்னைக் கீழே சிந்தினாலும் அதைப் பொறுக்க ஆளில்லாத அளவுக்கு வளம் செறிந்த நாடாக இருந்தது அது.

அரண்மனைக்குள் செல்லலாமா? வேண்டாம். ஒருவேளை இந்த நாட்டு மன்னன் தடமித்தன், கட்டியங்காரனின் நண்பனாக இருக்கலாம். அப்படி இருந்து, தான் உயிரோடு இருப்பதும் தெரிந்தால் வேறு வினையே வேண்டாம். இன்னும் ஒரு வருடம் ஆகவில்லை. இப்படி எவ்வளவு நாள்தான் பயணம் செய்ய வேண்டுமோ?

ஆறு தன் வேகத்தைக் குறைத்துக்கொண்டு சிறு குளமாகத் தெரிந்தது. மரங்களின் குளிர்ச்சியும் ஆற்றின் அளவான சலசலப்பும் ஏகாந்தத்தை உருவாக்கியது. நகரத்துக்கு மத்தியில் இவ்வளவு அமைதியான ஓர் இடமா? அந்த அமைதியை அனுபவிக்க சீவகன் மாமரத்தின் அடியில் அமர்ந்தான்.

ஆற்றில் இரண்டு அன்னப்பட்சிகள் ஒன்றோடு ஒன்று சண்டை போட்டுக்கொண்டிருந்தன. இவற்றுக்குள் என்ன பகை? இல்லை. பகை இல்லை. இவை காதல் பட்சிகள். ஊடலில் இருக்கின்றன.

சீவகனுக்குத் தன் வாழ்க்கை எப்படி போய்க்கொண்டிருக்கிறது என்ற ஆச்சரியம் வந்தது. பறவைகளைப் பார்த்த சீவகனுக்கு தத்தையோடு ஊடலில் இருந்த ஞாபகங்கள் வந்தன.

யாழ்ப்போட்டியில் வென்று தத்தையை மணந்தபிறகுதான் அவளுடைய பல குணங்கள் சீவகனுக்கே தெரியவந்தது. அதற்கு முன் வெறும் அழகுதான் தெரிந்தது. கல்வியில் சிறந்தவள், எதற்கும் சுலபமாக உணர்ச்சிவசப்படாதவள், மந்திர தந்திரங்களில் கைதேர்ந்தவள். மதனனின் சிறையில் இருந்து ஒரு நொடியில் என்னை மீட்டிருப்பாள். ஆனால், நான்தான் சுதஞ்சணனைக் கூப்பிட்டு அவன் உதவியோடு தப்பித்தேன்.

குணமாலையைப் படம் வரைந்தபோதே எவ்வளவு கோபம் வந்தது அவளுக்கு? இப்போதைய நிலைமை தெரிந்தால்?

தத்தைக்குக் கோபம் வராது. என்ன இருந்தாலும் விதியின் பயன் தெரியாதவளா அவள்? எந்தப் பெண்ணையும் நான் விரும்பியா திருமணம் செய்துகொண்டேன்?

யானை மிதிக்க வந்த குணமாலையைக் காப்பாற்றினேன்.

பாம்பு விஷம் தலைக்கேறி இருந்த பதுமையைக் காப்பாற்றி னேன்.

நாணம் என்பதே என்ன என்று தெரியாமல் மணமாகாமல் இருந்த கேமசரிக்கு வாழ்வளித்தேன்.

இதில் எல்லாம் என் செயல் என்ன இருக்கிறது? விதியின் சொல்படி ஓடுகிறேன்.

ஆனாலும், தத்தை இப்போது என்ன செய்துகொண்டிருப்பாள்? என் பிரிவு தாங்காமல் அழுதுகொண்டிருப்பாளா? மனம் உடைந்துபோயிருப்பாளா?

மாட்டாள். குணமாலை அப்படிச் செய்யலாம். ஏன், அவளைக் கரம்பிடித்த உடனேயே நான் வெளியேற வேண்டி இருந்தது என்று குற்ற உணர்ச்சியில்கூட மருகலாம். பதுமையும் கேமசரியும்கூட மனம் உடைந்திருப்பார்கள். ஆனால், தத்தை?

அவள் படித்தவள். விஷய ஞானம் உள்ளவள். இன்னும் எத்தனை நாளில் அவளைப் பார்ப்பேன் என்று எனக்குத் தெரியாத விஷயம்கூட அவளுக்குத் தெரிந்திருக்கலாம்.

மனைவிகளைப் பற்றியே நினைக்கிறேனே! மற்றவர்கள்? சுநந்தைக்குத் தெரிந்திருக்குமா நான் பிழைத்து இருப்பது?

மதனன் என்னைக் கொன்றுவிட்டதாக அல்லவா கட்டியங்கார னிடம் சொன்னானாம்? அவனும் அதை நம்பிவிட்டானாம். ஆனால், என்னை வளர்த்த தாய் என்ன நினைத்துக்கொண்டு இருப்பாள்?

கந்துக்கடன்? என்னைக் காப்பதற்காக, மன்னனிடம் பொன்னும் வெள்ளியுமாகக் கொட்டிக் கொடுத்தும், கட்டியங்காரன் கருணை காட்டவில்லை என்று எவ்வளவு துயரத்தில் இருப்பாரோ?

தம்பி நந்தட்டன்? கட்டியங்காரனை ஒழிக்கக் கோபத்தில் அவன் எதுவும் செய்துவிடாமல் இருக்க வேண்டுமே? இளங்கன்று பய மறியாது. அதே நேரத்தில், அவனுக்குப் பயிற்சியும் போதாது.

பதுமுகன்? புத்திசேனன்? சீதத்தன்? நபுலன்? விபுலன்?

யோசிக்க யோசிக்க சீவகனுக்கு வருத்தம் அதிகமானது. எல்லோ ரையும் தனியே புலம்பவிட்டுவிட்டுத் தான் இங்கே சுகமாக வாழ்கிறோம்.

சிந்தனை ஓட்டத்தைக் கலைத்தது அவன் அருகில் வந்து விழுந்த ஓர் அம்பு.

பதறிப்போய் சுற்றுமுற்றும் பார்த்தான். அம்பு அவனைக் குறி வைத்து இல்லை. மாமரத்தின் பழத்தைப் பறிக்க யாரோ சிறுபயல் அம்பை விட்டிருக்கிறான், குறி தவறி இருக்கிறது.

அந்தப் பையனைப் பார்த்தான் சீவகன். நல்ல களையான முகம். அரசகுலம் என்பது பார்த்ததுமே தெரிந்தது. குறி தவறியதும் முகத்தில் ஒரு சிறு கவலை தோன்றினாலும், உடனே இன்னொரு அம்பை எடுத்து முயற்சித்தான். மீண்டும் அம்புதான் கீழே விழுந்தது.

சீவகன் தன் வில்லை எடுத்தான், அம்பைக் குறிவைத்தான், பழம் தரையில் விழும் முன் பாய்ந்து சென்று பிடித்து, அந்தப் பையனிடம் கொடுத்தான்.

'ஏன் இவ்வளவு கஷ்டப்பட வேண்டும்? சொல்லியிருந்தால் நானே பறித்துக் கொடுத்திருப்பேனே!' என்று சொல்லிச் சிரித்தான்.

அந்தச் சிறுவனுக்கு ஆச்சரியம். யாரிவன்? அம்பை எடுத்தது, வில்லை நாணேற்றியது எதையும் பார்க்க முடியவில்லை. ஒரு

நொடிகூட இருக்காது எல்லாம் சேர்த்து. பழத்தைக் கையில் பிடித்துவிட்டான். இவனைப் போன்ற ஆள்கள் நம் படைக்குத் தேவை. அப்பாவிடம் கூட்டிப்போனால் நிச்சயம் இவனை வேலைக்குச் சேர்த்துக்கொள்வார். 'யார் ஐயா நீங்கள்?' என்றான் சத்தமாக.

சீவகன் யோசித்தான். உண்மையான பெயர் சொல்வது அபாயம். வாய்க்கு வந்த பெயரைச் சொன்னான். 'என் பெயர் வாமன்.'

'நான் விசயன். மன்னர் தடமித்தனின் மூத்த மகன். அவர் உங்களைப் பார்த்தால் மகிழ்ச்சி அடைவார். போகலாம் வருகிறீர்களா?'

இதைத்தானே எதிர்பார்த்துக்கொண்டிருந்தான் சீவகன்.

50

கனகமாலை

'யானைகளிடம் அன்பு பாராட்ட வேண்டும் அசலகீர்த்தி. சச்சந்தனின் தளபதி அசலன் இதில் கில்லாடி. யானையின் காலுக்கடியில் மறைந்து நின்றே அதை வழி நடத்துவார். அவர் போல நீயும் புகழ் பெறவேண்டுமென்றால் கோபத்தை விட்டொழி!'

சொல்வது மட்டும் இன்றி செய்தும் காட்டினான் சீவகன். ஒரு மாதம் இருக்குமா? மன்னன் தடமித்தனிடம் விசயன் கொண்டு சேர்த்த அன்றே மன்னன் சொன்னான், 'என் நான்கு மகன் களையும் உன்னிடத்தில் ஒப்படைக்கிறேன். அவர்களை எல்லாப் போர் வகைகளிலும் கீர்த்தி பெறச்செய்யவேண்டியது உன் பொறுப்பு!'

சும்மா சொல்லக் கூடாது. மகன்களும் கற்பூர புத்தி கொண்டவர்களாகத்தான் இருந்தார்கள். வித்தைகளைச் சொன்னவுடனே பிடித்துக்கொண்டார்கள்.

'ஆசிரியரே இங்கு பாருங்கள்!' என்றான் கதம்பன்.

'என்ன?'

'அந்தப் பனைமரத்தை வேலால் தாக்கினேன்!' பனைமரத்தின் சரியான மையத்தில் வேல் தாக்கி இருந்தது. இரண்டு பிளவுகளாக இரண்டு பக்கமும் விழுந்திருந்தது மரம்.

'நல்ல தேர்ச்சி பெற்றுவிட்டாய் கதம்பா! அடுத்து தென்னை மரத்தை முயற்சி செய்து பார்!' என்று அவனை அனுப்பினான்.

'சுழலும் பொறியில் எப்படி வில்லடிப்பது என்று சொல்லிக் கொடுப்பதாகச் சொன்னீர்களே!' என்றான் விசயன்.

'அதற்கு அம்பை எடுப்பது நாண் ஏற்றுவது என்று தனித்தனியாக செயல்கள் செய்ய முடியாது. மகாபாரத விசயன் போல நீ ஆக வேண்டுமென்றால் உன் கை, கண், இதயம் மூன்றும் குறியிலேயே இருக்க வேண்டும். முதலில் இதை அடி பார்க்கலாம்!' என்று ஒரு மாங்கனியை மேலே தூக்கி எறிந்தான் சீவகன்.

மாம்பழம் கீழே விழுந்தபோது விசயனின் அம்பு அதில் குத்தி இருந்தது. 'சபாஷ். சுழலும் பொறிக்கு நீ தயாராகிவிட்டாய். ஆள்களை அழைத்து பொறி அமைக்கச் சொல்! சொல்லித் தருகிறேன்'

கனகன் குதிரையில் வந்தான். 'குருவே சரணம். இப்போது குதிரைகள் என் சொல்பேச்சைக் கேட்கின்றன.'

'ஆம். நானும் கவனித்தேன். நீங்கள் நான்கு பேருமே பயிற்சியில் முனைப்பாக இருக்கிறீர்கள். வெற்றியை எளிதில் அடைகிறீர்கள். நல்ல சீடர்கள் அமைவது குருவின் அதிர்ஷ்டம்தான்.'

'என்ன செய்துகொண்டிருக்கிறீர்கள் குருவே?'

'மாலை தொடுத்துக்கொண்டிருக்கிறேன்'

'அது பெண்களின் வேலை அல்லவா?'

'இல்லை கனகா. இது வித்தியாசமான மாலை. இதில் பூக்களை மட்டும் தொடுக்கவில்லை. பூக்களுக்குள் சில ரகசியங்களை எழுதித் தொடுக்கிறேன். இதை எல்லோராலும் படித்துவிட முடியாது. யாருக்கு இதில் தேர்ச்சி இருக்கிறதோ அவர் மட்டும்தான் படிக்க முடியும். இது ஒருவகை மாலை.'

கனகன் அமர்ந்திருந்த குதிரை திரும்பிப் பாய்ச்சல் எடுத்தது.

சீவகன் திரும்பியபோது, ஒரு பணிப்பெண் இருப்பதைப் பார்த்தான்.

'மிக அழகான மாலைகள்.'

'ஆமாம். நல்ல பூக்கள் நல்ல மாலையாக ஆவதில் வியப்பு என்ன இருக்கிறது?'

'அளவெடுத்துக் கோர்க்கிறீர்களோ?'

'மாலையில் என்ன அளவு இருக்கிறது?'

'இந்த மாலைகள் இளவரசியின் நிறத்துக்கு மிக அழகாக இருக்கும்.'

விதி அடுத்த இடத்துக்குத் தன்னை இட்டுச் செல்வதை உணர்ந்தான் சீவகன். 'இதை எடுத்துக்கொண்டு போய் அவளிடம் கொடு!'

★

கனகமாலை அந்த மாலைகளைத் தன் கழுத்தில் போட்டுப் பார்த்தாள். 'நீ சொன்னது சரிதான் அநங்கவிலாசினி. மிக அழகான மாலைகள்.'

'இதில் ஏதோ எழுதி இருக்கிறதே?'

'உங்களுக்குத் தெரிகிறதா இளவரசி? என் கண்களுக்கு ஒன்றும் தெரியவில்லை. ஆனால், ஏதோ எழுதி இருப்பதாகவும் தகுதி உள்ளவர்களுக்கு மட்டுமே தெரியும் என்றும் இளவரசர்களின் குரு சொன்னார்.'

கனகமாலை பூக்களைப் பிரித்தாள். வரிசையாக அடுக்கிப் படிக்க ஆரம்பித்தாள்.

'என்னதான் எழுதி இருக்கிறது அதில்?'

'கவிதை. ஆண்கள் எப்படி இன்பம் பெறுகிறார்கள், எப்படிப் பட்ட பெண்களை விரும்புகிறார்கள் என்பதைப் பற்றிய கவிதை.'

'பலே ஆள்தான் போல இருக்கிறது அந்த குரு.'

'நீ அவரை பார்த்திருக்கிறாயா? பார்ப்பதற்கு எப்படி இருப்பார்?'

'இளவரசி, வீண் ஆசை வேண்டாம். அவர் அரசனின் பணி ஆள்.'

'சீ போடி! இப்படிப்பட்ட கவியுள்ளம் கொண்டவனை உடனே பார்க்க வேண்டும். இந்த மாலையை அவனிடம் கொடுத்து விட்டு வருகிறாயா?'

★

'அநங்கவிலாசினி... அதுதானே உன் பெயர்?'

'ஆம் குருவே!'

'என்னை இருதலைக்கொள்ளி எறும்பாகத் தத்தளிக்கவிட்டு வேடிக்கை பார்க்கிறாள் உன் இளவரசி. அரண்மனையில் வேலை பார்க்கும் நான் ஐம்புலன்களையும் அடக்க வேண்டும். ராஜவம்சப் பெண்களை ஏறிட்டும் பார்க்கக் கூடாது. ஆனால்...'

பணிப்பெண் அமைதியாகக் கேட்டுக்கொண்டிருந்தாள். சீவகன் தொடர்ந்தான்.

'ஆனால் இந்த மாலை, பூக்களால் இல்லை, அன்பால் கட்டப் பட்டிருக்கிறது. அது என்னைப் பிணைக்கிறது!'

சீவகன் யோசித்தான்.

'சரி. நான் நேரில் வரமுடியாது. இன்னொரு வகை மாலை தயாரித்துத் தருகிறேன். அவளிடம் கொண்டுபோய்க் கொடு!'

அநங்கவிலாசினி காத்திருந்தாள்.

★

அநங்கவிலாசினி திரும்ப வரும்போதே கனகமாலை மெத்தையில் படுத்திருந்த விதத்தைக் கண்டு அதிர்ந்தாள். என்ன ஆயிற்று இளவரசிக்கு?

தொட்டுப்பார்த்தால் கையை வைக்கவே முடியவில்லை. அப்படி ஒரு சூடு.

‘என்ன திடீரென்று காய்ச்சல் இளவரசி?’

கனகமாலையால் பேசமுடியவில்லை. திக்கித் திக்கிச் சொன்னாள். ‘இது காதல் தீ!’

மன்னருக்குத் தெரிந்தால் என்னாவது? எப்படியாவது கனகமாலையைக் குளிர்விக்க வேண்டுமே?

சந்திரகாந்தக் கல்லை எடுத்து இளவரசி உடலில் தேய்த்தாள். சாதாரணமாகக் குளிர்ச்சியாக இருக்கும் கல் அது. அவள் உடல் பட்டதும் சூடானது.

குளிர்ச்சியான கூந்தளம்பாவை மலர் அவள் உடலில் பட்டதும் பொசுங்கியது. அருவி நீர் உடலில் படும்போதே கொதித்தது.

சீவகன் கொடுத்த மாலையை அவள் உடலில் வைத்தாள். சூடு அடங்கியது.

அநங்கவிலாசினிக்கும் கனகமாலைக்கும் ஒரே நேரத்தில் புரிந்தது. இது தெய்வச் செயல்!

51

தடமித்தன் கொடுத்த தண்டனை

மகன்கள் பயிற்சி செய்யும் இடத்துக்கு வந்து பார்வையிட்டான் தடமித்தன். குருவைக் காணவில்லை.

'எங்கே அந்த குரு?'

'நாளை உங்கள் முன் நாங்கள் எல்லா வித்தைகளையும் செய்து காட்ட வேண்டும் என்று சொன்னீர்களாமே! அதற்கு ஏற்பாடுகள் செய்யப் போயிருக்கிறார்'

தடமித்தன் முகம் இறுகியது.

'விசயா. அந்தச் சுழலும் மீன்பொறியின் கண்ணில் அம்பெய் பார்க்கலாம்?' சொல்லி முடிக்கும் முன் மீன் கண்ணில் அம்பு தைத்தது. ஒரு மாம்பழத்துக்கு ஆறு அம்பு விடும் விசயனா இது?

'நீ உன் வித்தையைக்காட்டு கதம்பா?' சொல்லி முடிக்கவில்லை. கதம்பனின் வேல் ஆலமரத்தை இரண்டாகப் பிளந்தது.

ஆலமரத்தின் பின்னிருந்த யானை ஒன்று மதங்கொண்டு ஓடி வந்தது. எல்லோரும் கலவரப்பட்டார்கள். மன்னனை நோக்கி அதிவிரைவாக ஓடி வந்த யானை, மன்னனை நெருங்கியதும் தன் வேகத்தை ஒரே நொடியில் குறைத்துத் தாழ்ந்து வணங்கியது. யானையின் கால்களுக்கு இடையே இருந்து வெளிவந்தான் அசலகீர்த்தி.

யானையின் மதம் போலி என்று தெரியாத கனகன், தன் குதிரையால் யானையைத் தாண்டி அதே வேகத்தில் திரும்பி யானையின் கண்களுக்கு நேரே தன் வேலை நீட்டினான்.

ஒரே மாதத்திலா தன் மகன்கள் இப்படி மாவீரர்கள் ஆனார்கள்? தடமித்தனுக்கு மகிழ்ச்சியையும் மீறிக் கோபம் வந்தது.

'என்ன சொன்னான் அந்தக் குரு? எந்த நாட்டவன் என்று சொன்னான்? வணிகக் குலத்தவனாமா? பொய் சொல்கிறான். இவ்வளவு வித்தையும் வணிகக் குலத்தவனுக்கா வரும்? வரட்டும். நாளைக்காலை உங்கள் வித்தைகள் முடிந்தவுடன் சிறையில் அடைக்கிறேன் அந்தப் புளுகனை.'

மன்னன் கோபத்தை சீவகனிடம் சொன்னபோது, அவன் அதிர்ச்சி அடையவில்லை. 'மன்னன் எது செய்தாலும் நியாயம் இருக்கும். நீங்கள் பயிற்சியில் முழுமையாக ஈடுபடுங்கள்!'

மறுநாள் மக்களும் மந்திரிகளும் கூடி இருந்த அவையில், இளவரசர்கள் செய்துகாட்டிய போர்த்திறமைகளுக்குத் கைதட்டி மாளவில்லை மக்களுக்கு.

'வில்லில் விசயன் அர்ச்சுனனுக்கே சவால்!' 'வேலில் முருகன் முதலா கதம்பன் முதலா?' 'குதிரையில் கனகன் மகாபாரத நகுலனை மிஞ்சிவிட்டான்.'

'யானையை அடக்குவதில் அசலன்தான் சிறந்தவன் என்று நினைத்திருந்தோம். அசலகீர்த்தி அவனையும் மிஞ்சிவிட்டானே!' சீவகனுக்கு இதையெல்லாம் கேட்கும்போது பெரு மகிழ்ச்சி உண்டானது. தன் மாணவர்கள்!

வித்தைகள் முடிந்ததும் மன்னன் பேசத் தொடங்கினான்.

'ஒரு மாதம் முன்புவரை என் மகன்களுக்கு போர்த்தொழிலில் பயிற்சி போதாது. இன்று இவர்கள் காட்டிய அத்தனை திறமையும் ஒரே மாதத்தில் வந்தது என்றால் நம்ப முடிகிறதா? இது மட்டுமில்லை. கல்வி கேள்விகளிலும் என் மகன்கள் இன்று சிறந்திருக்கிறார்கள். அத்தனைக்கும் காரணம் என்றவன் சீவகனைக் காட்டினான். 'இந்தக் குருதான். ஆனால், இவருக்கு நான் தண்டனை அளிக்கப் போகிறேன்.'

மக்களால் தண்டனை என்பதை நம்பமுடியவில்லை. சலசலத்தது கூட்டம். சற்றுநேரம் அடங்க நேரம் கொடுத்துவிட்டுத் தொடர்ந்தான் தடமித்தன்.

'வணிகக் குலம் என்று பொய் சொன்னதால் அல்ல. இவர் நிச்சயம் அரச குலம் என்பது இவருடைய போர்த்திறமையில் இருந்தே தெரிகிறது.'

'தண்டனை, இவர் என் பெண் கனகமாலையை மணம் செய்து இந்த ஆட்சியிலும் பங்கேற்க வேண்டும்.'

கனகமாலை உப்பரிகையில் இருந்து இதைப் பார்த்தாள். ஆனந்தத்தில் மயங்கினாள்.

★

52

நந்தட்டன் சோகம்

நந்தட்டன் அடையாளமே தெரியாமல் மாறிப்போயிருந்தான். சீவகன் இறந்திருக்கமாட்டான் என்றே எண்ணியிருந்தான். கட்டியங்காரன் முரசறைந்து அறிவித்திருந்த செய்தியை அவன் நம்பவில்லை. கோழை மதனனும் அவன் அடியாட்களுமா அண்ணனைக் கொன்றிருக்க முடியும்? நம்பிக்கை வராமல் ஊரெல்லாம் தேடினான். ஆரம்பத்தில் இருந்த நம்பிக்கை நாள்கள் போகப்போக கொஞ்சம் கொஞ்சமாகக் குறைய, சோகம் அதிகரித்தது. தாடியும் மீசையும் வளர்ந்து நடைப்பிணமாக ஆனான். இறந்தா போயிருப்பான்? இதையும் நம்ப முடியாமல் அதையும் நம்ப முடியாமல் வேறு வழியின்றி ஊர் திரும்பினான்.

சீவகன் இருந்தால் எப்படியும் தத்தைக்கோ குணமாலைக்கோ தெரியாமல் இருக்காது.

வீட்டுக்குக் கொஞ்ச தூரம் முன்பாகவே பாட்டின் சத்தம் கேட்டது. தலைவி பாடும் விரகதாபப் பாடல்கள். தலைவனைப் பிரிந்த தலைவி. தனிமையில் இருக்கும் தலைவி. தலைவன் உயிரோடு இருக்கிறானா இல்லையா என்பது தெரியாத தலைவி.

தத்தையின் இனிய குரல், மகிழ்ச்சிக்குப் பதிலாக எரிச்சல் ஊட்டியது நந்தட்டனுக்கு.

கதவு திறந்தே இருந்தது. இருந்தாலும் தட்டினான் நந்தட்டன்.

தத்தை பாட்டை நிறுத்தினாள். 'நந்தட்டனா? வா கொழுந்தா வா. இங்கே வந்து உட்கார்ந்து பாட்டைக் கேளேன்!'

நந்தட்டன் கோபம் விலகாமல் அண்ணியை வணங்கினான். 'ஆடம்பரமான நகைகளை ஒதுக்குவார்கள் சிலர். ஏன், நெருப்பிலேயே கூடச் சிலர் குதிப்பார்கள். எல்லா நகைகளையும்

போட்டுக்கொண்டு மகிழ்ச்சியாக இருப்பதை இப்போதுதான் பார்க்கிறேன்.'

'என்ன சொல்கிறாய் நந்தட்டா? புரியவில்லையே!'

'சீவகன் இருக்கிறானா இல்லையா என்ற கேள்வி எனக்கு எழுந்த அளவுக்குக்கூட உங்களுக்கு எழுந்ததாகத் தெரியவில்லையே!'

தத்தை சிரித்தாள். 'எனக்கு ஏன் அந்தக் கேள்வி எழ வேண்டும்?'

நந்தட்டனுக்கு அந்தச் சிரிப்பு இன்னும் கோபத்தை ஏற்றியது. 'ஆமாம். கேளிக்கைகளில் ஈடுபட்டு இருக்கும்போது எழாது தான்.'

'நிறுத்து நந்தட்டா. கேளிக்கைகளில் ஈடுபட்டிருப்பது நானா உன் அண்ணனா? நாமெல்லாம் எப்பாடு படுகிறோம் என்று கவலைப்படாதது அவரா நானா? எனக்கு மந்திர தந்திரங்கள் தெரியும் என்பதை மறந்துவிட்டாயா?'

மறந்துதான் போய்விட்டான் நந்தட்டன். அப்படியென்றால், தத்தை மகிழ்ச்சியாக இருப்பதற்கு ஒரே அர்த்தம்தான் இருக்க முடியும்.

'என்னை மன்னித்துவிடுங்கள் அண்ணி. அண்ணன் இப்போது?'

'அவருக்கென்ன, காணாமல் போன ஆறு மாதங்களில் மூன்று கல்யாணம் செய்துகொண்டு சுகபோகமாக வாழ்ந்துகொண் டிருக்கிறார். பார்க்க விருப்பமா?'

'என்ன அண்ணி இப்படிக் கேட்கிறீர்கள்? பார்க்க முடியுமா என்ன?'

தத்தை சிரித்தாள். 'அவ்வளவு சுலபமில்லை. எல்லா நாளும் என் பேச்சைக் கேட்பதாக வாக்குறுதி அளித்தால்தான் பார்க்க முடியும்.'

நந்தட்டன் வாக்குக் கொடுத்தான். 'இந்த மந்திரத்தைச் சொல்!'

சொன்னான்.

சீவகன், கனகமாலையோடு பேசிக்கொண்டிருந்தான். 'இந்த மாலையைச் சூடிக்கொள் கனகமாலை!'

'அதுதான் மாலை தொடுத்து மணமாலை வரை கொண்டு சென்று விட்டீர்களே? இன்னும் என்ன மாலை?'

சீவகன் பதில் சொல்வதற்குள் காட்சி மறைந்தது. 'பார்த்தாயா நந்தட்டா? நம் நினைவு அவருக்கு வருமா என்ன?'

நந்தட்டன் பணிவாக, 'அண்ணி! எனக்கொரு உதவி செய்ய வேண்டும்' என்றான்.

'கேட்காதே! உன் அண்ணன் இருக்கும் ஊருக்கு உன்னை அனுப்ப வேண்டும். அதுதானே? இப்போது இருக்கும் தோற்றத் தில் போகாதே. யாருக்கும் உன்னை அடையாளம் தெரியாது. உன் உருவை மாற்றிவிடுகிறேன். ஏறத்தாழ சீவகன் இருக்கும் உருவத்துக்கு. நீ தூங்கும்போது மந்திரத்திலேயே அங்கே அனுப்பிவிடுகிறேன்.'

★

உறக்கம் கலைந்து எழுந்தான் நந்தட்டன். எந்த ஊர் என்று தெரிய வில்லை. சூரியன் உதிக்க ஆரம்பித்திருந்தது. வாளைச் சரி பார்த்துக்கொண்டான். நடந்தான். ஒரு தேர் அவனை விரை வாகக் கடந்துசென்றது. தாண்டி நின்றது.

தேரில் இருந்து இறங்கியவன், நந்தட்டனைப் பார்த்து 'குருவே சரணம்!' என்றான். கூறிவிட்டு உடனே குழம்பி நின்றான். குரு போலத்தான் இருக்கிறது. ஆனாலும் பாவனைகள் அப்படி இல்லையே.

நந்தட்டனுக்குப் புரிந்தது. தத்தை என்ன சொன்னாள். சீவகன் இருப்பது போன்ற உருவில் மாற்றுகிறேன் என்றுதானே. சீவகன் தான் இவனுடைய குரு.

'நான் உங்கள் குருவின் தம்பி. அவரைப் பார்க்க வந்தேன்.'

'இதோ அழைத்துக்கொண்டு போகிறேன்.'

சீவகன், நந்தட்டனைப் பார்த்ததும் அடையாளம் கண்டு கொண்டான். அவன் கண்களில் தாரை தாரையாக ஆனந்தக் கண்ணீர்.

53

இணைந்த சகோதரர்கள்

சீவகனும் நந்தட்டனும் இரவு உணவை முடித்துவிட்டு நந்த வனத்தில் காலாற நடந்தார்கள்.

'எப்படி இளைத்துவிட்டாய் நந்தட்டா? நான் பாவி. என்னால் எத்தனை பேருக்குக் கஷ்டம்? நம் மக்களிடம்கூடச் சொல்லாமல் கிளம்பவேண்டியதாகிவிட்டது. கட்டியங்காரனும் மதனனும் சேர்ந்து எவ்வளவு அனர்த்தம் செய்துவிட்டார்கள்?'

'சரி, நீ எப்படி சிறையில் இருந்து விடுபட்டாய்? ஒரு கோடி காட்டி இருந்தால் நானும் கூட வந்திருப்பேன் இல்லையா? ராமனுக்கு லட்சுமணன் போல, உன்கூட வர இந்தப் பாவிக்கு அருகதை இல்லையா?'

'சேச்சே! என்ன பேசுகிறாய் நந்தட்டா? நான் சிறையில் இருந்த போது, தத்தை தன் மந்திரத்தால் என்னை விடுதலை செய்வதாகச் சொன்னாள். விடுதலை ஆகி எங்கே போவது? கட்டியங்காரனை ஒழிக்க வேளை வரவில்லை. எனவே, சுதஞ்சணனை வணங்கி னேன். அவன் வந்து சங்கவெண்மலைக்குக் கூட்டிச் சென்றான். அங்கிருந்து பல ஊர் தாண்டி இங்கே வந்தேன். சுதஞ்சணன் தான் வழி சொன்னான். விதி எவ்வளவோ செய்தது' என்றான் சிரித்துக் கொண்டே.

'கேள்விப்பட்டேன் கேள்விப்பட்டேன்.' நந்தட்டனும் சிரித்தான்.

'சரி. என் கதையில் சொல்ல அதிகம் இல்லை. ராசமாபுரத்தில் என்ன நடந்தது? அப்பா அம்மா சுகமா? நண்பர்கள் எல்லோரும் எப்படி இருக்கிறார்கள்? இன்னும் என்மேல் கோபமாகத்தான் இருக்கிறார்களா?'

'உன் மேல் என்ன கோபம் அவர்களுக்கு? உன்னைக் காண வில்லை என்றதும் என்ன செய்வது என்று தெரியாமல் கூடியது

நண்பர் கூட்டம். பதுமுகன் உறுமிக்கொண்டிருந்தான். கோட்டையை உடைக்கலாம் என்றான் புத்திசேனன். சீதத்தனோ படையைத் திரட்டலாம் என்று சொன்னான். எங்களுக்கெல்லாம் ஈமக்கடன் செய்ய நீ மட்டும் உயிரோடு இரு என்றான் என்னை. எனக்குக் கோபம் வந்துவிட்டது. 'இப்போதே ஈமக்கடனைச் செய்துவிட்டேன். கிளம்புங்கள் போருக்கு!' என்றேன்.'

'நினைத்தேன். இப்படி எல்லாம் நடக்கக் கூடாது என்பதுதான் அப்பாவின் விருப்பம். மதனனின் ஆள்கள் என்னைச் சிறை செய்ய வந்தபோதே அவர்களை ஒழித்துக்கட்டுவது என்ன அவ்வளவு கஷ்டமா? அதுவும் உங்களைப் போன்ற நண்பர்கள் துணை இருக்கும்போது? ஆனால், அமைதியாகச் சிறை சென்றதற்கு என்ன காரணம்? அப்பா மனது புண்படக் கூடாது என்பதுதானே?'

'எல்லோரும் இப்படி உக்கிரமாகப் பேசிக்கொண்டிருந்தோம். அப்போது தேவதத்தன் ஒரு வார்த்தை சொன்னான்.'

'என்ன?'

'சீவகன் இறந்துவிட்டான் என்று மதனனும் கட்டியங்காரனும் சொல்வதை நம்பி நாம் இப்படியெல்லாம் முடிவெடுக்கிறோமே, சீவகனை அவ்வளவு சுலபமாக மதனன் போன்ற முட்டாளால், கோழையால் கொல்ல முடியுமா? அதை உறுதிப்படுத்திக் கொள்ளாமல் நாம் ஏன் அவசரப்பட வேண்டும் என்றான்.'

'புத்திசாலித்தனமான பேச்சு.'

'எனவே, நாங்கள் அனைவரும் பிரிந்தோம். தனித்தனியாகத் தேடத் தொடங்கினோம்.'

மூச்சுவிட்டுவிட்டுத் தொடர்ந்தான் நந்தட்டன்.

'நான்கைந்து மாதங்கள் எங்கெங்கோ சுற்றினேன். பிறகு, அண்ணி குணமாலை வீட்டுக்குச் சென்றேன். அவர்களுடைய அப்பாவும் அம்மாவும் சோகமாகத்தான் என்னை வரவேற்றார்கள். சாப்பிட உட்காரும்போதுதான் அண்ணி வந்தார்கள். மெலிந்து அழுது அழுது கண்கள் மட்டும் வீங்கி பார்க்கவே பரிதாபமாக இருந்தார்கள். என்னைப் பார்த்துக் கோபமாக, 'அண்ணன் எங்கிருக்கிறார் என்று தெரியாமல் சோறு ஒரு கேடா!' என்றார்கள்.'

சீவகன் கண்ணிலும் நீர் துளிர்த்தது. குணமாலையைத்தான் ரொம்ப கொடுமைப்படுத்தி இருக்கிறது பிரிவு.

'பிறகு, அண்ணி காந்தர்வதத்தை வீட்டுக்குச் சென்றேன், அங்கே அவர்கள் வெளிப்படையான சோகம் ஏதுமில்லாமல் இருந்ததைப் பார்த்ததும் இழிசொல் சொல்லி ஏசிவிட்டேன்.'

'என்ன இழிசொல்?'

'கணவன் நிலை அறியாமல் மகிழ்ச்சியாக இருக்கிறீர்களே என்று கேட்டுவிட்டேன். நல்லவேளை அவர்கள் என்னை மன்னித்து, என்னை இங்கே அனுப்பிவைத்தார்கள்.'

'நல்ல வேலை செய்தாள். இத்தனை நாள் பேச்சுத்துணைக்குக் கூட ஆளில்லாமல் நான் பட்ட கஷ்டம் இருக்கிறதே...'

'பேச்சுக்கு மட்டும்தானே துணை தேவைப்பட்டிருக்கும்?' நந்தட்டன் சிரித்தான்.

சீவகனும் சிரித்தான் 'உனக்கும் தெரிந்துவிட்டதா?'

'ஓரளவுக்கு. எல்லாவற்றையும் தெளிவாகச் சொல்லலாம் அல்லவா?'

சகோதரர்கள் பேச்சில் இரவு நீண்டுகொண்டே போனது.

54

தண்டகாரணியத்தில் அன்னை

பதுமுகன், குதிரையை குளத்தின் ஓரத்தில் விட்டான். நீண்ட பயணம். குதிரைகள் களைத்திருந்தன. அவை, தேவையான அளவுக்குத் தண்ணீர் குடித்துக்கொள்ளட்டும்.

புத்திசேனன் கேட்டான். 'இன்னும் எவ்வளவு தூரம் இருக்கிறது மத்திமதேசத்துக்கு?'

‘நெருங்கிவிட்டோம். இந்தக் காட்டைத் தாண்டினால் பிறகு கொஞ்சம் தூரம்தான்.’

சீவகனின் நண்பர்கள், மதனனின் அறிவிப்புக்குப் பிறகு கலங்கி நின்றார்கள். பிறகு, சீவகனுக்கு ஒன்றும் ஆயிருக்காது என்று மனத்தைத் தேற்றிக்கொண்டு, ஆளுக்கொரு பக்கமாகத் தேடி அலைந்தும் கிடைக்காமல், மீண்டும் மனம் உடைந்து ஏமாங்கத நாட்டுக்கே திரும்பினார்கள். கூடிப் பேசினார்கள். ஏமாங்கதத் தில் சீவகனின் உறவினர்கள் எல்லோரும் சோர்ந்துபோயிருக்க, தத்தை மட்டும் மகிழ்ச்சியாக இருப்பதைப் பார்த்து ஒருவேளை சீவகன் அங்கே மறைந்திருக்கிறானோ என்ற நினைப்பில் அவளிடம் போய்க் கேட்டார்கள். அவள், நண்பர்களின் கவலை யைத் தீர்த்தாள். நல்ல சொல் சொன்னாள். சீவகன் இருக்கும் இடத்தைச் சொன்னாள்.

‘மத்திமதேசமா? அங்கே எப்படி போவது?’

‘கொஞ்ச நாள்களுக்கு முன்புதான் நந்தட்டனை அனுப்பி வைத் தேன். எல்லோரையுமா மந்திரத்தால் அனுப்பி வைக்கமுடியும்?’

நண்பர்கள், வழியை கவனமாகக் கேட்டுக்கொண்டார்கள். பிறகு ‘சீவகனுக்கு ஏதேனும் தகவல் சொல்ல வேண்டுமா?’ என்றார்கள்.

தத்தை ஒரு ஓலையைக் கொடுத்தாள். சீவகனுக்கு மட்டுமே தெரியக்கூடிய எழுத்தில் அந்தக் கடிதம் எழுதப்பட்டிருந்தது.

இப்போது, களைத்துப்போன குதிரைகளுக்குத் தண்ணீர் காட்ட ஒதுங்கி இருந்தார்கள்.

‘இதென்ன காடு? மிருகங்களைக் காணோம். அமைதியாக ஏகாந்தமாக இருக்கிறது!’

‘சமண முனிவர்கள் தவம் செய்யும் காடு என்றுதானே தத்தை வழி சொன்னாள்?’

‘ஆமாம். அதோ சில ஆசிரமங்கள்கூடத் தெரிகின்றன.’ அப்பொழுது ஒரு வயதான பெண் துறவி நீர் எடுக்க வந்தார். இவர்கள் அந்தப் பெண் துறவியை வணங்கினார்கள். அந்தத் துறவியின் முகத்தில் ராஜகளை தெரிந்தது. என்ன பிரச்னையோ துறவில் இருக்கிறார்கள். இவரிடம் வழி கேட்கலாமா? முதலில் நம்மை அறிமுகப்படுத்திக்கொள்வதுதான் மரியாதை.

‘தாயே வணக்கம்!’

துறவி திடுக்கிட்டுப் பார்த்தார். புதிய முகங்கள். இந்தக் காட்டின் ஏகாந்தத்தில் பொதுவாக வெளியாட்கள் உள்ளே நுழைய முடியாது. ‘நீங்கள் யார்?’

‘நாங்கள் ராசமாபுரத்தில் இருந்து வருகிறோம்.’ ராசமாபுரம் என்ற பெயரைக்கேட்டதும் துறவி முகத்தில் ஒரு ஒளி தோன்றியது. பழைய நினைவுகளில் புகுந்தார்.

‘ராசமாபுரத்தில் எங்கே இருக்கிறீர்கள்?’

‘இதோ இருக்கிறானே! இவன் அமைச்சர் சாகரனுக்கும் குருதத் தைக்கும் பிறந்தவன். பெயர் ஸ்ரீதத்தன்.’ குழந்தையில் பார்த்தது, எவ்வளவு வளர்ந்துவிட்டிருக்கிறான். நினைத்துக் கொண்டார் துறவி.

‘இது அசலன். இவன் பெயர் புத்திசேனன்.’

‘இவர்?’ என்று கேட்டார் துறவி. தனபாலின் முகஜாடை தெரி கிறதே? அவன் மனைவி பவித்திரையின் அழகும் இருக்கிறது.

‘இவன் பெயர் பதுமுகன். பவித்திரையின் மகன்.’ துறவி மகிழ்ச்சி அடைந்தார். என்னென்னவோ பழைய நினைவுகள் கிளர்ந்து எழுந்தன.

‘நான் விசயதத்தனின் மகன். என் பெயர் தேவதத்தன்.’

‘நானும் ராசமாபுரத்தில் வாழ்ந்திருந்தவள்தான். ரொம்ப நாள் களுக்கு முன்பு.’ துறவிக்குக் கண்ணில் நீர் திரையிட்டது.

‘அப்படியா? நாங்கள் அனைவரும் ஒன்றாகப் படித்தவர்கள். ஒன்றாகவே விளையாடியவர்கள். வாணிகர் கந்துக்கடன் வீட்டில்தான் எந்நேரமும் கொட்டமடிப்போம்.’

துறவிக்கு கந்துக்கடன் என்ற பெயர் ஞாபகங்களைப் புரட்டிப் போட்டது. வயிற்றுக்குள் ஏதோ உருண்டது.

‘சீவகன் என்பவன் எங்கள் நண்பன். அவனுக்கும் மன்னன் கட்டியங்காரனுக்கும் பகை வந்து அவனைக் கொல்ல ஆணை யிட்டுவிட்டான்.’

இதென்ன துறவி மயக்கம் போட்டுவிட்டார்? பேசிக்கொண் டிருக்கும்போதே நெடுமரமாகக் கீழே வீழுந்துவிட்டார்?

'தண்ணீரை அவர் முகத்தில் தெளி!' என்றான் தேவதத்தன்.

மூர்ச்சை கலைந்து விழிக்கும்போதே அழுதுகொண்டே விழித் தார் துறவி. 'சீவகன்... சீவகனுக்கு என்ன ஆனது? மகனே!'

நண்பர்களுக்கு ஒன்றும் முதலில் புரியவில்லை.

'என் கொள்ளிக்கண் உன்மேல் பட்டால் உனக்கு நல்லதில்லை என்றுதானே இப்படி காட்டில் பதுங்கி வாழ்கிறேன். இன்னொரு முறை உன்னைப் பார்ப்பதற்குக்கூட எனக்குத் தகுதியில்லையா சீவகா?' அழுகுரல் உயர்ந்தது.

'நீங்கள்... மகாராணி விசயையா?' என்று தயங்கித் தயங்கிக் கேட்டான் பதுமுகன்.

'ஆமாம். சீவகன் என் மகன்தான். சச்சந்தர் மறைவதற்கு முன் னால் எங்களை மயிற்பொறியில் தப்பிக்க வைத்தார். சீவகனைத் தனியாக என்னால் காப்பாற்ற முடியாது என்று சுடுகாட்டில் விட்டேன். அவனை, கந்துக்கடன் வந்து எடுத்துச் சென்றார். என்ன புண்ணியம்? சீவகனை அந்தச் சாத்தானிடம் இருந்து கந்துக்கடனாலும், ஏன் உங்களாலும் காப்பாற்ற முடியவில் லையே!' புலம்பத் தொடங்கினார் விசயை.

'அவசரப்படாதீர்கள் தாயே! சீவகன் சாகவில்லை. உயிரோடு தான் இருக்கிறான். அவனைத் தேடித்தான் நாங்கள் இங்கே வந்திருக்கிறோம்.'

நண்பர்கள் மகிழ்ச்சி அடைந்தார்கள். சீவகன் ஒரு வணிகன் மகனல்ல. ராஜகுலத்தைச் சேர்ந்தவன். கட்டியங்காரனோடு போர் செய்து சீவகனுக்கு முடிசூட்டுவது நியாயமான காரியம். சீவகன், சச்சந்தன் மகன். அவன் மன்னராவது அவனுடைய உரிமை.

விசயையின் அழுகை மறைந்தது. சந்தோஷம் பொங்கக் கேட் டாள். 'என் மகன் எங்கே இருக்கிறான்?'

'மத்திமதேசத்தில் இருப்பதாகக் கேள்வி. வழி சொன்னால் போய் அவனை அழைத்து வருகிறோம்.'

வழி சொன்னார் விசையை.

55

தோழர்கள் ஆலோசனை

பதுமுகன் பொறுமையின் எல்லையை மீறி இருந்தான். எவ்வளவு நேரம் வீணாகிறது! நேராக ஏமமாபுரத்துக்குப் போய் சீவகனை அழைத்துக்கொண்டு வந்துவிட்டால் என்ன?

புத்திசேனன் தடுத்துவிட்டிருந்தான். 'அங்கே என்ன நடக்கிறது என்பது நமக்குத் தெரியாது. நாமோ ஒரு படையோடு வந்திருக் கிறோம். சீவகன் தன் பெயரிலேயே அங்கே தங்கி இருக் கிறானோ, அல்லது வேறொரு பெயரில் தங்கி இருக் கிறானோ? நம் படையைப் பார்த்ததும் போரிட வந்திருக் கிறோம் என்று அவர்கள் நினைத்துவிட்டால் வேண்டாத பிரச்னைகள் வரும். ஒற்றர்களை அனுப்பலாம். அவர்கள் வந்து நிலைமையைச் சொன்னதும் முடிவெடுத்துக்கொள்ள லாம்.'

ஒற்றன் போய் நீண்ட நேரம் ஆகிறது. இன்னும் வரவில்லை அவன். தேவதத்தன் தனியாக வேறு ஒருவனை அனுப்பி இருக் கிறான். ஒன்றுக்கு இரண்டு. உருப்படாமல் மூன்று. இத்தனை பேர் போயும் இன்னும் தகவல் மட்டும் வரவில்லை.

பேச்சுச் சத்தம் கேட்டது. அவர்கள்தான்.

'பார்த்தாயா? யானையைப் பார்த்ததும் எனக்குப் பயமே வந்து விட்டது. மரத்தின் மேல் ஏறிவிட்டேன்' என்றான் ஒரு ஒற்றன். நல்ல தைரியசாலிதான்.

'பயம் வராதா என்ன? பட்டத்து யானை. எவ்வளவு பிரம்மாண்ட மாக இருக்கிறது? அது வந்த வேகத்தைப் பார்த்து நானும் நடுங்கிவிட்டேன்.'

பதுமுகனுக்குக் கோபம் வந்தது. 'உங்கள் பயங்கொள்ளிப் பேச்சையெல்லாம் விட்டுவிட்டு என்ன நடந்தது என்று சொல்கிறீர்களா?'

'ஊருக்கு உள்ளே போய் விசாரிக்கலாம் என்றுதான் போனோம். மன்னனின் பட்டத்து யானைக்கு மதம் பிடித்து விட்டது.'

'மறுபடியும் யானையா? சீவகனைப் பற்றி விசாரிக்கத்தானே சென்றீர்கள்?'

'அதைத்தான் சொல்ல வருகிறோம். எப்படி யாரை விசாரிப்பது என்று தெரியாமல் நகரத்துக்குள்ளே சென்றபோதுதான் ஒரு மதம் பிடித்த யானையைப் பார்த்தோம். பாகர்கள் செய்த முயற்சி எல்லாம் வீணாகப் போனது. அப்போது மக்கள் பேசிக் கொண்டிருந்ததைக் கேட்டோம். 'இந்த மதம் பாகர்களுக்கு எல்லாம் கட்டுப்படாது. இளவரசர்களின் குருவைத்தான் அழைக்க வேண்டும்!' என்று பேசிக்கொண்டிருந்தார்கள்.'

தேவதத்தனுக்கு குணமாலை ஞாபகம் வந்தது. 'குரு வந்தாரா?'

ஸ்ரீதத்தன் கேட்டான். 'இப்போது அந்த குருவுக்கு என்ன அவசரம்?'

தேவதத்தன் பொறுமையாகச் சொன்னான். 'அசனிவேகத்தை அடக்கியது யார்? மதம் கொண்ட யானைக்கு எந்த குரு மருந்து அளிப்பான்? எல்லாம் நம் ஆளாகத்தான் இருக்கும்.'

'அந்தக் குருவுக்கு வாமன் என்று பெயர் சொன்னார்கள். இளவரசி கனகமாலையின் கணவன் என்றும் சொன்னார்கள். ஆனால், நம் சீவகர்தான். அதில் சந்தேகமில்லை. வந்த வேகத்தில் மரத்தில் ஏறி யானை மேல் குதித்தார். ஒன்றிரண்டு விநாடிகள்தான். யானை அடங்கிவிட்டது. மன்னனும் வந்து பார்த்தான். குருவைப் புகழ்ந்தான்.'

'இந்த நந்தட்டன் இப்போது எங்கே இருக்கிறானோ?'

'அவரும் சீவகருடன் இருந்தார். பார்த்தோம்.' என்றான் இன்னொரு ஒற்றன்.

'நல்லது. நமக்குத் தெரியவேண்டிய விஷயம் தெரிந்தாகி விட்டது. இப்போது எப்படி சீவகனை வெளியே கொண்டு வருவது?' ஸ்ரீதத்தன் சிந்தனை வயப்பட்டான்.

'இதில் யோசிக்க என்ன இருக்கிறது? நேராக மன்னனின் சபைக்குப் போகலாம். அங்கே சீவகனைப் பார்த்துப் பேசலாம்.' அசலன் எந்தக்கவலையும் இல்லாமல் சொன்னான்.

புத்திசேனன் கோபமாக, 'முட்டாள்தனமாகப் பேசாதே! சீவகன் தன் பெயரையே சொல்லிக்கொள்ளவில்லை. அதற்கு நிச்சயம் ஏதாவது காரணம் இருக்கும். இப்போது நேரடியாக இத்தனை பேர் போவது சரிவராது' என்றான்.

பதுமுகன் உறுதியாகச் சொன்னான். 'நம் நண்பனை நாம் அறிய மாட்டோமா? அவனை இப்போது வெளியே கொண்டுவந்தது என்ன? ஒரு யானைக்குப் பிடித்த மதம். மதம் பிடித்த யானையைக் கட்டுப்படுத்த முதல் ஆளாக வருவான் அவன்.'

'அப்படியென்றால், மறுபடி ஒரு யானைக்கு மதம் பிடிக்கச் செய்ய வேண்டுமா?' சிரித்தான் தேவதத்தன்.

'இல்லை. அது ஒன்றுதான் வழியா? எனக்கு எப்படிக் கல்யாணம் ஆனது? மறந்துவிட்டாயா?'

'பசுமாடுகள்?'

'அதேதான். நாம் ஒரு சிறு படையை மட்டும் கூட்டிக்கொண்டு நாட்டுக்குள் இரவுவேளையில் செல்வோம். பசுமாடுகளைக் கடத்தி இதே இடத்துக்குக் கொண்டு வந்துவிடுவோம். எப்படியும் மாடுகளை மீட்கவாவது சீவகன் போருக்கு வருவான்.'

'சீவகனுடன் போரா? யோசித்துத்தான் சொல்கிறாயா?'

'போர் என்றால் போர் இல்லை. நாம் வில்வீரர்களை வைத்து போரைத் தொடங்குவோம். அவர்கள் காலாட்படையுடன் வரும் போது, சீவகனுக்குத் தகவல் சொல்லிப் போரை நிறுத்தி விடுவோம்.'

'என்னவோ போ! ராசமாபுரத்து இளைஞர்கள் இவ்வளவு தூரம் வந்து பசுமாடு திருட வேண்டுமா?' புத்திசேனன் சிரித்துக் கொண்டே உடன்பட்டான்.

56

தொடங்கும் முன்பே முடிந்த போர்

தடமித்தன் அரசவையில் அமர்ந்தவுடன் சீவகனைப் பார்த்தான். அவன் அருகில் இருக்கும் நந்தட்டனையும் பார்த்தான். இது யார்? இதுவரை நான் பார்த்தது கிடையாதே?

'வாமா! உன் அருகில் நிற்பவர் யார்? அரசவைக்குப் புதிதோ?'

நந்தட்டன் எழுந்து நின்றான். அரசனை வணங்கினான். 'நான் வெளியூரில் இருந்து வருகிறேன். இந்த குருவின் தம்பி நான்.'

'அப்படியா? எந்த ஊர் நீங்கள்? உங்கள் குருதான் ஒன்றும் சொல்வதில்லை. நீங்களாவது உண்மையைச் சொல்லுங்கள்'

'ஏமாங்கத நாடு. ராசமாபுரம் என்பது என் ஊர்.' சொல்லிக் கொண்டிருக்கும்போதே சபையின் வாசலில் ஏதோ சத்தம்.

'ஒரு நிமிடம்' என்று நந்தட்டனை நிறுத்திவிட்டு, 'என்ன அங்கே சத்தம்?' என்று முழங்கினான் தடமித்தன்.

'சில திருடர்கள் ஊருக்குள் புகுந்துவிட்டார்கள். பசுமாடுகளை ஓட்டிக் கொண்டு காட்டுப்பக்கமாக ஓடிக்கொண்டிருக்கிறார்களாம். இடையர்களால் அவர்களை நிறுத்த முடியவில்லை.' பதற்றமாகச் சொன்னான் சேவகன்.

அரசன் கோபத்தின் உச்சத்துக்குப் போனான். 'என் நாட்டுக்குள் நுழைந்து திருடும் அளவுக்கு வீரம் உள்ளவர்களும் இருக்கிறார்களா? உடனே படையைக் கிளப்புங்கள். காட்டைச் சல்லடை போட்டுத் தேடுங்கள். அவர்களை ஒழித்துக்கட்டுங்கள்!'

சீவகன் எழுந்தான். 'மன்னா, ஒரு வேண்டுகோள்!'

'சொல் வாமா!'

‘நான் சிறிது காலமே மத்திமதேசத்தில் இருந்தாலும் உங்கள் மகளைத் திருமணம் செய்துகொண்டதால் நானும் இந்த நாட்டுக் குடிமகன்தான். இந்தத் திருடர்களைப் பிடிக்கும் வாய்ப்பை எனக்குக் கொடுங்கள். இன்று இரவு முடிவதற்குள் அவர்களைப் பிடித்து உங்களிடம் ஒப்படைக்கிறேன்.’

இங்கிருந்து பார்க்கும்போதே காடு தெரிந்தது. சீவகனின் படைகள் இருந்த இடம் பொட்டலாக இருந்தது. இதுதான் சரியான இடம். அந்தத் திருடர்களை முதலில் போருக்கு அழைக்கலாம். வர மறுத்தால் துரத்திப் பிடிக்கலாம்.

சீவகன் போர் அழைப்புச் சங்கை எடுத்து ஊதினான். பதில் ஏதும் இல்லை.

சரி காட்டுக்குள் நுழையவேண்டியதுதான் என்று நினைத்துத் திரும்பும்போது, அவனுக்கு இரண்டடி முன்னால் வந்து விழுந்தது ஓர் அம்பு. அதில் ஓலை ஒன்று கட்டி இருந்தது.

கொல்ல விடப்பட்ட அம்பு அல்ல. இது தெளிவாகத் தெரிந்தது. அது என்ன ஓலை? கேடயத்தைப் பாதுகாப்பாக வைத்துக் கொண்டு அம்பை நெருங்கினான் சீவகன்.

ஓலையை எடுத்துப் பிரித்தான்.

‘ஏமாங்கத நாட்டின் ஒப்பற்ற சக்கரவர்த்தி சச்சந்தனின் ஏகவாரிசு சீவகனுக்கு நண்பர்களின் வணக்கம்!’ அதில் இவ்வளவுதான் எழுதி இருந்தது. இவர்களுக்கு எப்படித் தெரிந்தது? வெள்ளைக் கொடி எடுத்து ஆட்டினான். பதுமுகனும் தேவதத்தனும் சிரித்துக் கொண்டே காட்டில் இருந்து வெளியே வந்தார்கள்.

57

அன்னையைத் தேடி

சீவகன், நந்தட்டனைப் பார்த்தான்: ‘இவர்கள் அறிவைப் பார்த்தாயா தம்பி? என்னை வெளியே கொண்டு வர எப்படி சூழ்ச்சி

செய்திருக்கிறார்கள்! வேறு யாராவது படை எடுத்துக்கொண்டு போயிருந்தால் என்ன ஆகியிருக்கும்?'

புத்திசேனன், 'என்ன ஆகியிருக்கும்? ஒன்று அவர்களை ஓட ஓட விரட்டியிருப்போம். இல்லை நண்பனைத் தேடி வீரசொர்க்கம் போயிருப்போம்.'

பதுமுகன், சீவகனிடம் தனியாக 'தத்தை உனக்கொரு கடிதம் தந்திருக்கிறாள்' என்று சொல்லி ஓலையைக் கொடுத்தான்.

ஓலையை உடைக்குள் மறைத்தான் சீவகன். இப்போது படிக்க நேரமில்லை.

தடமித்தன் வந்தான். 'இவர்கள்தான் அந்தத் திருடர்களா?' சிரித்தான்.

'எனக்காக இவர்களை மன்னித்துவிடுங்கள் அரசே!'

'ஏன் மன்னிக்க வேண்டும்? இவர்கள் கொண்டு வந்த செய்தி என் வயிற்றில் பாலை அல்லவா வார்த்திருக்கிறது? சச்சந்தன் மகனாமே நீங்கள்? இப்படி ஒரு கணவன் என் மகளுக்கு வாய்க்க என்ன தவம் செய்திருக்க வேண்டும் நான்? இவர்களைக் கௌரவிக்க வேண்டும்!'

கனகமாலையும் உள்ளே வந்தாள். 'ஆம் தந்தையே! ஆனால், இவ்வளவு நாள் பொய் சொல்லிக்கொண்டிருந்த இவருக்கு மட்டும் ஏதாவது தண்டனை கொடுக்க ஏற்பாடு செய்யுங்கள்.'

'நாளைய ஏமாங்கதச் சக்கரவர்த்திக்குத் தண்டனை கொடுக்கும் அளவுக்கு மத்திமதேசம் பெரிய தேசமில்லை கனகமாலை!' என்றான் விசயன்.

'சரி. எல்லோருக்கும் நல்ல உணவுக்கும் இருப்பிடத்துக்கும் ஏற்பாடு செய்யுங்கள்! இன்னும் ஒரு வாரத்துக்கு நாட்டில் கொண்டாட்டங்களுக்கும் ஏற்பாடு செய்யுங்கள்!'

ஸ்ரீதத்தன் தயக்கத்தோடு சொன்னான். 'மன்னா! நாங்கள் சீவகனுடன் உடனே கிளம்ப வேண்டும்.'

'என்ன அவசரம்?'

'சீவகனின் தாய் விசயையைத் தண்டகாரணியத்தில் சந்தித்தோம். சீவகனை உடனே அழைத்து வருவதாக அவருக்கு வாக்குக் கொடுத்திருக்கிறோம்.'

சீவகனுக்குப் பேச்சு வரவில்லை. 'என் தாயை நீங்கள் பார்த்தீர் களா? எங்கே இருக்கிறார்கள்? உடனே கிளம்ப வேண்டும்.' இப்படி அவசரமாகச் சொன்ன பிறகுதான், கனகமாலையின் துக்கம் தோய்ந்த முகத்தைப் பார்த்தான் சீவகன்.

'கனகமாலை! இன்னும் கொஞ்ச நாள்தான். என் தாயைப் பார்த்துவிட்டு, நிறைவேறாத சில கடமைகளையும் நிறை வேற்றிவிட்டு...'

கனகமாலை கண்ணைத் துடைத்துக்கொண்டாள். 'என் மனத்தில் இருந்து நீங்கள் பிரியவா முடியும்?' என்றாள்.

நண்பர்களோடு கிளம்பி, ஏமமாபுரத்தைவிட்டு வெளியே வந்த பிறகுதான் சீவகனால் தத்தையின் ஓலையைப் படிக்க முடிந்தது.

வழக்கமான ஆரம்பங்களுக்குப் பிறகு 'இங்கே பலவிதமான பிரச்னைகள். என் தந்தை கலுழவேகன், தரனை அனுப்பி இருந் தார். அவருக்கு நீங்கள் மறைந்து வாழ்வது தெரியக் கூடாது என்பதற்காக தரனிடம் மட்டும் உண்மையைச் சொல்லி, அப்பா விடம் சொல்லிவிடக் கூடாது என்று சத்தியம் வாங்க வேண்டிய தாகிவிட்டது. குணமாலை, எல்லா நாளும் அழுதுகொண்டே இருக்கிறாள். உங்கள் தாய் தந்தையருக்கும் இன்னும் நீங்கள் உயிரோடிருக்கும் உண்மை தெரியாது. இதைப் பற்றியெல்லாம் கவலைப்படாமல் நீங்கள்பாட்டுக்குத் திருமணங்கள் செய்து கொண்டிருக்கிறீர்கள். விரைவாகச் செய்யவேண்டியதைச் செய்யுங்கள்! எங்களிடம் வந்து சேருங்கள்!'

சீவகன், தத்தையின் கடிதத்தில் இருந்த உண்மையை உணர்ந்தான். குதிரையின் கடிவாளத்தை இழுத்து வேகம் கூட்டினான்.

பாகம் 8

விமலை

58

அன்னையைக் கண்டான்

'போரைத் தவிர்க்க முடியாது!' என்றான் சீவகன், குதிரையை விரட்டியபடி.

'ஏன் தவிர்க்க வேண்டும்? எல்லா நிகழ்வும் போரைக் குறி வைத்துத்தான் நடந்துகொண்டிருக்கிறது. உன் தந்தையை ஏமாற்றி, அவரைக் கொன்று ஆட்சியைப் பிடித்தவன் கட்டியங் காரன். உன்னைக் கொல்ல ஆணையிட்டுவிட்டு, கொன்றதாகவே நினைத்துக்கொண்டும் இருக்கிறான். அவனைக் கொல்வது என்பது நீ பழி தீர்ப்பது மட்டுமல்ல, நியாயமும் அதுதான்.' பதுமுகனுக்கு போர் இல்லாமல் போய்விடக்கூடாதே என்ற கவலை.

'பல திட்டங்களைத் தீட்ட வேண்டும். நியாயம் தெரிந்த மன்னர் களை நம் பக்கம் சேர்க்க வேண்டும்.' நந்தட்டன் தெளிவாகச் சிந்தித்தான். 'பதுமுகா. நம் படைக்குத் தேவையான உணவு, நீர் ஆகியவற்றுக்கு நீதான் பொறுப்பு!' சீவகன் சிரித்தான். சும்மாவா சொன்னார்கள், தம்பியுடையான் படைக்கஞ்சான் என்று.

குதிரைகள் சீரான தாளகதியில் சென்றுகொண்டிருந்தன. உச்சி வெயிலையும் இருட்டாக்கிக் காட்டியது காடு. வெயில் தெரியாததால் அலுப்பும் தெரியவில்லை.

இவ்வளவு நடந்துவிட்டது. இன்னும் சொல்லாமல் இருந்தால் சரியாக இருக்காது. ‘நான் மதனனின் சிறையில் இருந்து தப்பித்த தற்கு முக்கியமான காரணத்தை உங்களிடம் இன்னும் சொல்ல வில்லை.’

‘அதை மட்டுமா சொல்லவில்லை, போகும் ஊரில் எல்லாம் மணவிழா கொண்டாடியதையும்தான் சொல்லவில்லை.’ தேவ தத்தன் சிரித்தான்.

புத்திசேனன், ‘அவன் சொல்ல வருவதை முதலில் சொல்லவிடு!’ என்றான்.

‘எனக்கு, நான் யார் என்பது ஏற்கெனவே தெரியும்.’

நண்பர்களுக்கு ஆச்சரியம் தாங்கவில்லை. ‘தெரிந்துமா இவ்வளவு நாள்களும் சும்மா இருந்தாய்? கட்டியங்காரன் கதையை முடிக்க ஏன் இத்தனை தாமதம்?’

‘அச்சணந்தி அடிகள்தான் சொன்னார். சொல்லிவிட்டு என்னிடம் இன்னொரு வாக்குறுதியும் வாங்கினார். ஒரு வருட காலம் கட்டியங்காரனைப் பழிவாங்க முயற்சிக்கக் கூடாது என்று.’

‘ஏன்?’

‘குரு சொல்கிறார். குருக்குக் கேள்வியா கேட்கமுடியும்? ஒப்புக் கொண்டேன். அதனால்தான் சிறையில் இருந்து தப்பி, பல நாடு களுக்குச் சென்றேன். அதில் ஒரு சாதகமான அம்சமும் இருப் பதைப் பின்னர்தான் உணர்ந்தேன்.’

‘அதென்ன சாதகமான அம்சம்?’

‘இப்போது பல மன்னர்கள் எனக்கு உறவு. பெரிய போர் வரும் போது அவர்கள் என்பக்கம் நிற்பார்கள்.’

பேசிக்கொண்டே வந்த அவர்கள் ஒரு பொய்கையின் அருகே வந்தார்கள். தண்ணீர் குடிப்பதற்காக குதிரைகளை அவிழ்த்து விட்டார்கள்.

‘இன்னும் ரொம்ப தூரமோ?’

‘இல்லை. வந்துவிட்டோம். இரண்டொரு நாழிகை. அவ்வளவு தான்.’

'தண்டகாரணியம் வந்ததும், உங்களில் யாராவது முதலில் போய் தாயிடம் விஷயத்தைப் பக்குவமாகச் சொல்லி அவரை வெளியே அழைத்து வாருங்கள்!'

ஆசிரமத்தின் மையப்பகுதியில் இருந்த மரமணையில் விசயை அமர்ந்திருந்தார். பதுமுகனைப் பார்த்த நொடியில் பாய்ந்து எழுந்து வந்தார்.

'வந்தானா? எங்கே என் சீவகன்? எங்கே என் கண்மணி?'

தாயைப் பார்த்த சீவகன் கண்ணில் தாரை தாரையாக நீர் வழிந்தது.

சுற்றியிருந்த நண்பர்களுக்குப் புல்லரித்தது. தாயும் மகனும் சேர்ந்த ஆனந்தத்தில் வந்த அமைதி அங்கே நிலவியது.

முதல் பேச்சுச் சத்தம் கேட்கக் கொஞ்ச நேரம் ஆனது. 'உன்னைக் கொஞ்ச முடியாத பாவியாக இருந்தேனே நான்!'

'அப்படிச் சொல்லாதீர்கள் அம்மா! பிறந்தபோதே தந்தையைக் கொன்ற நான்தான் துரதிர்ஷ்டசாலி.'

'நீ கடவுள். நீயா துரதிர்ஷ்டசாலி?' என்றவள். பக்கத்தில் கண்ணீர் பெருக நின்றுகொண்டிருந்த நந்தட்டனைக் கவனித்தாள்.

சீவகனைப் பார்த்தாள். 'நீ என் மகன் இல்லை. நீ சுநந்தை மகன். இவன்தான் என் மகன்.' என்று நந்தட்டனைக் கட்டி அணைத்துக் கொண்டாள்.

தாயும் மகன்களும் பாசத்தைப் பொழிந்ததில் நாள்கள் நகர்ந்ததே தெரியவில்லை. சீவகன் ஒரு நாள் விசயையைக் கேட்டான். 'சில நேரம் எனக்கே வெறுப்புண்டாகிறது. கட்டியங்காரனைப் பழி தீர்த்துத்தான் ஆக வேண்டுமா?'

'கோழை ஆகிவிட்டாயா சீவகா?'

'இல்லை அம்மா. கட்டியங்காரனின் படைபலம் என்னைப் பாதிக்கவில்லை. உயிர்களிடத்தில் அன்பு வேண்டும் என அருகர் சொல் சொல்கிறதே!'

'சீவகா! நீ சாதாரண மானிடன் இல்லை. அரசன் ஆகப் போகிறவன். அரசனுக்கென்று சில குணங்களையும் நூல்கள் சொல்கின்றன. பகைவர்களுக்கு மனிதன் அருளலாம். அரசன்

அருளக் கூடாது. நாட்டு மக்களுக்கு நன்மை செய்வதற்காகக் கொலை, ஒற்றுவேலை, பிரித்து ஆளுதல் - எதையும் செய்யலாம் - நாட்டுமக்கள் நலம்தான் முக்கியம்.'

சீவகனுக்கு விசயை சொன்ன வார்த்தைகளின் அர்த்தம் புரிந்தது.

'நாம் இந்த தண்டகாரணியத்திலேயே இனியும் காலம் தாழ்த்தக் கூடாது. கட்டியங்காரன் கதைமுடிக்கக் கிளம்பலாம்!' நந்தட்டன் ஆவேசப்பட்டான்.

'பொறு நந்தட்டா! அச்சணந்தி அடிகள் சொன்ன கால அவகாசம் வருவதற்கு இன்னும் சில மாதங்கள் இருக்கின்றனவே!'

'சீவகா! இப்போது உனக்கு நண்பர்கள் கூட்டம் இருக்கிறது. நிறைய மன்னர்களும் உதவத் தயாராக இருக்கிறார்கள். ஆனாலும் கட்டியங்காரனை வெல்ல ஒரு பெரிய மன்னனின் உதவி உனக்குத் தேவை!' என்றாள் விசயை.

'அந்த மன்னன் உன்னைத் தவிர வேறு யாருக்கும் உதவி செய்ய மாட்டான். ஆனால், நீ யார் என்பது அவனுக்குத் தெரிய வேண்டும்.'

'யாரம்மா அந்த மன்னன்?'

'விதேய நாட்டு மன்னன் கோவிந்தன். என் தம்பி, உன் மாமன். அவனுக்கு நான் இங்கே இருப்பதுகூடத் தெரியாது. மன்னன் இறந்த சோகத்தில், உன்னைப் பிரிந்த சோகத்தில் பிறந்த வீட்டுக்குச் செல்லக் கூடாது என்று ஒரு தெய்வம் சொன்னது!'

விசயைக்குப் பழைய நினைவுகள் சோகத்தைக் கிளப்பின.

'ஆனால் இனி என்ன சோகம்? என் மகன்கள் கிடைத்துவிட்டார் கள். இனி தாராளமாக நான் பிறந்த வீட்டுக்குச் செல்லலாம். விதேய நாட்டுக்கு உடனே கிளம்புவோம். கோவிந்தனைக் கேட்போம்.'

'அம்மா! உங்களுக்கு உங்கள் மகனுக்குப் பதிலாக மகன்கள் கிடைத்துவிட்டார்கள். ஆனால், இன்னும் சோகத்திலேயே வாடும் சிலரும் இருக்கிறார்களே?'

'யார் சீவகா அது?'

‘என் பெற்றோர். கட்டியங்காரன் காலில் விழுந்து என்னைக் காப்பாற்ற முனைந்த கந்துக்கடனும், பெறாவிட்டாலும் பாலூட்டிய சுநந்தையும், இன்னும் நான் இறந்துவிட்டேன் என்றே நினைத்திருக்கிறார்களே! அவர்களுக்குத் தெரிய வேண்டாமா, நான் உயிருடன் இருப்பது?’

‘அப்படியானால் ஒன்று செய்யலாம். நீ கிளம்பி ராசமாபுரம் போய்விட்டு, உன் தாய் தந்தையருக்கு உண்மையைச் சொல்லி விட்டு விதேய நாட்டுக்கு வா! நான் இங்கிருந்து விதேய நாட்டுக்குச் சென்று கோவிந்தனைத் தயார் செய்கிறேன்.’

பயணம் மீண்டும் தொடங்கியது.

59

விமலை

பிறந்து, வளர்ந்த ஊர். பார்த்துப் பார்த்துச் சுற்றிய ஊர். என்றாலும் சில நாள்களுக்குப் பிறகு பார்த்த போது, அழகு அதிகமானதுபோல் இருந்தது ராசமாபுரம். நகரத்தின் வடக்குப் பகுதிக்கு அதிகம் வந்ததில்லை சீவகன். அந்தப் பகுதியிலும் சோலைகளும் வயற்காடுகளும் நிரம்பியே இருந்தன. நீருக்குப் பஞ்சம் இல்லாத ராசமாபுரத்துப் பொய்கைகளும் அங்கே அதிகம் இருந்தன.

தன்னுடன் அழைத்து வந்திருந்த சிறு படை, இரவு ஓய்வுக்காக நின்றிருந்ததைப் பார்த்தான் சீவகன். வீரர்கள் குதிரைகளுக்கு கொள்ளும் புல்லும் வைத்துக்கொண்டிருந்தார்கள். கரும்பை வெட்டி, சாறு பிழிந்து, அரிசிச் சோற்றில் கொட்டி யானை களுக்குப் படைக்க எடுத்துச் சென்றுகொண்டிருந்தார்கள் சிலர்.

பொழுது புலரத் தொடங்கி இருந்தது. செவ்வானம் மஞ்சளாக மாறும் தினசரி அதிசயம். அந்தக் கண்கொள்ளாக் காட்சியைப்

பருகிக்கொண்டே நடந்தான் சீவகன். சந்தை. இந்தப்பகுதியிலும் சந்தை இருக்கிறதா? அதுவும் இவ்வளவு அதிகாலையிலேயே தொடங்கிவிடுகிறதா?

கடைதான் திறந்து இருந்தது. வாங்குபவர்கள் யாரும் இன்னும் வரக் காணோம். அதிகாலையிலிருந்து நடை பயின்றுகொண் டிருந்த சீவகன் உட்கார இடம் தேடினான். கடையின் வாசலில் திண்ணை. கடைக்காரனைக் காணவில்லை. திண்ணையில் அமர்ந்தான்.

கடையின் பின்புறம் பெரிய வீடு. கடையும் வீடும் சேர்ந்தே இருந்தது. வீட்டின் வாசலில் நந்தவனம். நந்தவனத்தில் இருந்து கேட்ட வளையல் சத்தமும் பெண்களின் சிரிப்பொலியும் விளை யாடிக்கொண்டிருக்கிறார்கள் என்பதை உணர்த்தியது. சீவகன் தூணின் மேல் சாய்ந்தான். பொட்டென்று அவன் மார்பின் மேல் வந்து விழுந்தது ஒரு பந்து.

திடுக்கிட்டு எழுந்தவன் சுற்றுமுற்றும் பார்த்தான். பெண்கள் வீட்டு வாசலின் பின்னே பதுங்கி நின்றார்கள்.

'இந்தாருங்கள் பந்து. வந்து எடுத்துச் செல்லுங்கள்.'

வெளியே தயங்கித் தயங்கி வந்தாள் ஓர் அழகி. 'விமலை! சீக்கிரம் பந்தை எடுத்து வா!' உள்ளே இருந்து குரல் கேட்டது. இவள்தான் விமலையா?

பந்தை எடுத்துச் சென்றவள், சீவகனைத் திரும்பிப் பார்த்தாள். அவள் கண்ணில் காதல் தெரிந்தது.

திண்ணையில் மீண்டும் அமர்ந்தான் சீவகன். கடைக்காரன் வந்துவிட்டான். வியாபாரம் தொடங்கியது. நல்ல வியாபாரம் தான். ஒரே நாளில் இத்தனை பேரா வந்து பொருள்கள் வாங்கு வார்கள்? கடைக்காரன் அடிக்கடி கடைக்கண்ணால் சீவகனைப் பார்ப்பதையும் கவனித்தான்.

விமலை அடிக்கடி ஏதோ ஒரு காரணம் சொல்லிக்கொண்டு கடைக்கு வருவது சீவகனைப் பார்க்கத்தான் என்பதை அறிய ஜோதிடம் தேவை இல்லை.

கடையில் பொருள்கள் வேக வேகமாகக் காலியாகிக்கொண் டிருந்தன. பணப்பெட்டி நிரம்பிக்கொண்டிருந்தது.

கடைக்காரன், நொடிக்கொருமுறை கண்களை மூடி 'ஆண்டவா!' என்பதையும், கண்ணைத் திறந்தவுடன் சீவகன் அங்கேதான் இருக்கிறானா இல்லை கிளம்பிவிட்டானா என்று பார்ப்பதும், சீவகனுக்கு ஏன் என்று புரியவில்லை. சிரிப்புதான் வந்தது.

சரி. நம் படைகள் இருக்கும் இடத்துக்காவது போகலாம். எழுந்தான்.

'நில்லுங்கள்.' கடைக்குள் இருந்து ஓடிவந்தான் கடைக்காரன்.

'என்ன?'

'என் கடைதான் இது. என் பெயர் சாகரதத்தன். இங்கேயே ஒரு நிமிடம் அமருங்கள். இந்த வியாபாரத்தை மட்டும் முடித்து விட்டால் சரக்கெல்லாம் தீர்ந்துவிடும். உங்களுடன் முக்கியமான விஷயம் ஒன்றைப் பேச வேண்டும்.'

சீவகன் அமர்ந்தான். கடைக்காரன் கதவை அடைத்துவிட்டு வெளியே வந்தான். சீவகனைப் பார்த்து மரியாதையுடன் தலை குனிந்தான்.

'இங்கே இருந்ததே சரக்கு... அது எத்தனை நாள்களாக இங்கே இருந்தன என்று சொல்லமுடியுமா?'

'என்ன ஒரு வாரமாக இருந்திருக்குமா?'

'அதுதான் இல்லை. இந்தச் சரக்குகள் என் கடையில் கடந்த பன்னிரண்டு ஆண்டுகளாக இருக்கின்றன.'

'இதென்ன கூத்து? கடையில் சரக்குகள் பன்னிரண்டு ஆண்டு களாகத் தங்கி இருக்குமா என்ன?'

'அதுதான் என் விதி. நானும் வேண்டாத தெய்வமில்லை. பன்னி ரண்டு ஆண்டுகளுக்கு முன் நானும் வியாபாரத்தில் கொழித்த வன்தான். ஆனால் எனக்கு ஒரு மகள் பிறந்தாள். இப்போதுகூட வெளியே வந்தாளே, அவள்தான். பெயர் விமலை.'

'சரி.'

'அவள் பிறந்த நாளில் இருந்து என் கடைச் சரக்குகள் தங்கி விட்டன. ஒரு பொருள் விற்பனை ஆவதில்லை, ஒருவரும் என் கடைக்கு வருவதில்லை.'

‘பிறகு?’

‘பிறகு ஒரு ஜோதிடனிடம் போய் என் மகளின் ஜாதகத்தைக் குறிக்கச் சொன்னோம். அவர் கிரக பலன்களைத் தீர ஆராய்ந்து விட்டுச் சொன்னார்...’

‘என்ன சொன்னார்?’

‘உன் கடையில் உள்ள பொருள்கள் விற்பனை ஆகாது. அங்கேயேதான் தங்கி இருக்கும். ஆனால், பல ஆண்டுகளுக்குப் பிறகு ஒரு வாலிபன் தானாக வந்து உன் கடைத் திண்ணையில் அமர்வான். அவன் அமர்ந்த யோகம் ஒரே நாழிகையில் உன் கடையின் அத்தனை பொருள்களும் விற்றுத் தீர்ந்துவிடும் என்றார்.’

‘ஓஹோ! அதுதான் இன்று நடந்ததா?’

‘ஆமாம். அந்த வாலிபரும் நீங்கள்தான். இன்னொரு விஷயமும் சொன்னார்.’ சாகரதத்தனின் குரல் தழைந்தது.

‘என்ன?’

‘அந்த வாலிபர்தான் என் மகள் விமலைக்கேற்ற கணவர் என்றார்.’

சீவகனுக்குச் சிரிப்பு வந்தது. விதியின் கோடுகளுக்கு அளவே இல்லையா?

உடனே திருமணத்துக்கான ஏற்பாடுகள் நடந்தன. திருமணம் விமரிசையாக நடைபெற்றது. சீவகனின் படையில் இருந்த வர்கள் அத்தனை பேரும் வந்து விருந்தை உண்டார்கள். குதிரை, யானைகளுக்கும்கூட கொழுத்த வேட்டை கிடைத்தது.

இரவு ஏறத் தொடங்கியது. விமலை, சீவகன் கால்தொட்டு வணங்கினாள்.

‘விமலை!’

‘சொல்லுங்கள்!’ அவள் குரல் எழும்பக்கூட இல்லை.

‘நான் உன்னிடம் ஒரு விஷயம் சொல்ல வேண்டும்.’

'அதற்குமுன் நான் ஒரு விஷயம் சொல்ல அனுமதி தாருங்கள். நீங்கள் எனக்குச் செய்திருக்கும் உதவி எப்படிப்பட்டது என்பதை நீங்கள் அறியமாட்டீர்கள். பிறந்த நாள் முதல் ராசி இல்லாதவள், அப்பனை வறுமையில் தள்ளியவள் என்று நான் கேட்ட சொற்களின் கூர்மையால் என் இதயம் கிழிபட்டு இருந்தது. காலையில் உங்களைத் திண்ணையில் பார்த்தபோதே உணர்ந்துவிட்டேன். நீங்கள் ஜோதிடர் சொன்ன வாலிபராக இருந்தாலும் சரி, இல்லாவிட்டாலும் சரி, உங்களுடன்தான் என் வாழ்க்கை என்று முடிவே செய்துவிட்டேன்.'

சீவகன் யோசித்தான். பிறகு சொல்லிக்கொள்ளலாம்.

பொழுது புலரும் வேளையில் விமலையை எழுப்பினான் சீவகன். 'அன்பே!'

சோம்பலுடன் புரண்டு படுத்தாள் விமலை.

'நான் ஒரு பெருத்த கடமையுடன் நாடுகளைச் சுற்றிக்கொண்டிருக்கிறேன். இங்கே வருவேன் என்றோ, உன்னை மணப்பேன் என்றோ நான் எதிர்பார்க்கவில்லை. என்னை என் வழியில் செல்லவிடு! கூடிய விரைவில் திரும்பி வருகிறேன். உன்னை அழைத்துச் செல்கிறேன்.'

விமலைக்கு அதிர்ச்சி தாங்கவில்லை. அழுகை வந்தது.

எழுந்து பார்த்தபோது, வில்லை எடுத்துக்கொண்டு படைகளுடன் நடக்கத் தொடங்கி இருந்தான் சீவகன்.

பாகம் 9
சுரமஞ்சரி

60

பந்தயம்

சீவகனின் படை விமலையின் வீட்டைவிட்டு வெகுதூரம் வந்த பிறகும் பத்தடிக்கு ஒருமுறை திரும்பிப் பார்த்துக்கொண்டே நடந்தான் சீவகன். நண்பர்களும் இதைப் பார்த்து நமட்டுச் சிரிப்பு சிரித்துக்கொண்டிருந்தார்கள்.

'உன் புது மனைவியின் பெயர் என்ன?' என்றான் புத்திசேனன், கிண்டலாக.

'விமலை! அதில் உனக்கு என்ன கிண்டல்? பொறாமையா?'

'எனக்கு ஏனப்பா பொறாமை? பல திருமணங்கள் செய்துவிட்டால் நீ காம திலகன் ஆகிவிடுவாயா?'

சீவகனுக்குக் கூச்சமாக இருந்தது. 'இல்லையா பின்னே?'

'இல்லவே இல்லை சீவகா. இதுவரைக்கும் நீயும் பல பெண்களைத் திருமணம் செய்துவிட்டாய். ஒருத்தியை யாழ்ப்போட்டியில் ஜெயித்தாய், பாம்புக்கடி, யானை மிதி, நாட்டு நலம் - என்று உனக்குத் திருமணம் நடக்க எத்தனையோ காரணங்கள். ஆனால்...'

'ஆனால்?'

‘ஆனால், எல்லா திருமணங்களையும் பெண்களைப் பெற்றவர்கள் முடிவு செய்து, உனக்கு அவர்களை மணம் செய்து வைத்தார்கள் - இல்லையா?’

‘அதனால் என்ன?’

‘அதனால் ஒன்றுமில்லை. அந்தப் பெண்களுக்கு வேறென்ன வழி இருக்கிறது? அப்பா செய்துவைத்த திருமணம். கூனானாலும் குரூபியானாலும் கொண்டவன். கல்லானாலும் கணவன் என்று உன் மேல் ஆசையாக இருக்கிறார்கள். பெண்களைப் பெற்ற தந்தையரும் உன்னைப் பார்த்து, வீரன், திறமைசாலி, பணக்காரன் என்றுதான் பெண்ணைக் கொடுத்தார்கள். இதோ இந்த சாகரதத்தன் போல, எப்படியாவது பெண்ணைக் கரைத்தேற்ற வேண்டும் என்றுகூட கல்யாணம் செய்துவைத்து விடுகிறார்கள். எந்தப் பெண்ணுக்காவது நிஜமாகவே உன்மேல் ஆசை வந்ததா? எங்களுக்குத் தெரியாது.’ சிரித்தான் புத்திசேனன்.

‘அதற்கு என்ன செய்வது? பெற்றோர்கள் கல்யாணம் செய்து வைத்தால் அது என் தவறா?’

‘உன் தவறு என்று யார் சொன்னார்கள்? நீ நிஜமாகவே பெண்களைக் கவர்ந்தாய் என்று நிரூபிக்கவில்லை என்றுதானே சொல்கிறேன்.’

சீவகன் சிரித்தான். ‘உனக்கு எப்படி நிரூபிப்பது? அதையும்தான் சொல்லேன்?’

‘சொல்கிறேன். குபேரதத்தன் நினைவில் இருக்கிறானா?’

சீவகனுக்குப் பழைய நினைவுகள் புரண்டன. ‘சுரமஞ்சரியின் தந்தைதானே?’

‘சரிதான். பெண்ணை வைத்துத்தான் அப்பா ஞாபகம் இருக்கிறது.’

‘அட! அந்தப் பெண்ணும் குணமாலையும் தோழிகள். இருவர் இடித்த சுண்ணப் பொடிகளில் எது சிறந்தது என்று வந்து கேட்டதுகூட ஞாபகம் இருக்கிறது. அதைச் சொன்னேன்.’

‘சரி சரி. அந்தப்பெண்ணேதான். நீ அவள் செய்த சுண்ணம் தரமில்லை என்று சொன்னபிறகு என்ன நேர்ந்தது உனக்குத் தெரியுமா?’

'தெரியாதே? என்ன நடந்தது?'

'அவள் வீட்டிலேயே அடைந்துவிட்டாள். எந்த ஆடவரையும் மணக்க மாட்டேன். ஏன், பார்க்கக்கூட மாட்டேன் என்று வீட்டுக்குள்ளேயே அடைந்துகிடக்கிறாள். அது மட்டுமல்ல. அவள் இருக்கும் தெருவுக்குள்ளேயே ஆடவர்கள் போக அனுமதி இல்லை. தெரியுமா?'

'அடப்பாவமே!'

'இப்படி ஆடவரை வெறுத்து ஒதுங்கி இருக்கும் பெண்ணை நீ கவர்ந்து, திருமணம் செய்தால், நீ காம திலகன் என்பதை அப்போது ஒத்துக்கொள்வோம்.'

சீவகனை உசுப்பி விட்டது புத்திசேனனின் சவால். 'அப்படியா. சரி, அதையும்தான் பார்த்துவிடுவோமே!'

'சுலபமாகச் சொல்லிவிட்டாய். எப்படி அவளைப் பார்ப்பாய்? அவளோ வீட்டைவிட்டு வெளியே வருவதில்லை. நீயோ அந்தத் தெருவுக்குள் கூட நுழைய முடியாது.'

'மனம் இருந்தால் மார்க்கம் உண்டு.' சிரித்தான். 'தெருவுக்குள் இளமையான ஆடவர்கள்தான் போகமுடியாது. கிழவன் கூடவா?'

புத்திசேனனுக்குப் புரிந்துவிட்டது. வேடம் கட்ட வேண்டியது தான்.

61

சுரமஞ்சரி

தெரு அடைக்கப்பட்டிருந்தது. காவலர்கள் பார்த்துக்கொண் டிருக்கும்போதே கிழவன் உள்ளே நுழைய முனைந்தான்.

'என்ன தாத்தா வேண்டும்? அங்கெல்லாம் போகக் கூடாது.'

'சின்ன வயதில் பால்சோறுதான் சாப்பிடுவேன். இப்போது பெண்கள் கையால் எதைக் கொடுத்தாலும் சாப்பிடுவேன்.'

'சரிதான். கிழவன் செவிடு போலிருக்கிறது' என்றான் காவலன். பிறகு உரத்த குரலில் 'தாத்தா.. இங்கெல்லாம் போகக் கூடாது' என்றான்.

'பசிக்கிறது. பசி காதை அடைக்கிறது. நீ என்ன சொல்கிறாய் என்பது கேட்கவில்லை.'

காவலனுக்கு மனம் இரங்கியது. 'சரி. அந்த வாயிலில் பெண்கள் காவல் காக்கிறார்கள். அங்கே போய்ச் சாப்பிட ஏதாவது இருக்கிறதா என்று கேட்டுக்கொள்!' கேட்காது என்று தெரிந்ததால் கை ஜாடையிலேயே காட்டினான்.

கிழவன் அசைந்து அசைந்து உள்ளே நடந்தான். காவல் காத்திருந்த பெண்கள் 'கிழவா! இங்கே வரக் கூடாது' என்றார்கள்.

அவர்கள் சொன்னது கிழவனுக்குக் கேட்டது போலவே தெரியவில்லை. வாயிலை மறைத்து நின்ற பெண்களைக் கண்டுகொள்ளாமல் உள்ளே நுழையத் துடித்தான்.

'ஒன்று போட்டு வெளியே துரத்தலாமா?'

'வேண்டாம். கிழவன். அதிலும் அந்தணன் போல இருக்கிறது. நாம் ஏதாவது செய்து ஒன்று கிடக்க ஒன்று ஆகிவிட்டால்? சுரமஞ்சரியிடம் போய்ச் சொல்லலாம். அவள், கிழவனை உள்ளே விடச் சொன்னால் அனுமதிப்போம். இல்லையென்றால், துரத்திவிடுவோம்.'

சீவகன் உள்ளுக்குள்ளே சிரித்துக்கொண்டான். எல்லாம் திட்டப்படி நடக்கிறது.

கிழவனை இரண்டு பெண்கள் பார்த்துக்கொண்டிருக்க, இரண்டு பேர் உள்ளே சென்றார்கள். சுரமஞ்சரியை அழைத்துக்கொண்டு மூவராகத் திரும்பி வந்தார்கள்.

சுரமஞ்சரி, கிழவனைப் பார்த்தாள். 'பாவம். இப்பவோ அப்பவோ என்றிருக்கிறான். என்ன வேண்டும் தாத்தா?'

'குமரிகள் கையால் எது கொடுத்தாலும் சரிதான். உங்கள் இளமையைப் பருகினால், எனக்கும் தொலைந்த இளமை கிடைக்கும். '

சுரமஞ்சரி சிரித்தாள், 'குமரிகள் கையால் இளமை கிடைக்குமா?' அவள் சிரித்துத்தான் எவ்வளவு நாள் ஆகிவிட்டது. பணிப் பெண்கள் ஆச்சரியமாகப் பார்த்தார்கள்.

'ஆமாம். நான் சொல்வது கதையல்ல பெண்ணே. நிஜம்.'

'சரி சரி. கிழவனுக்குச் சாப்பாடு போடுங்கள்!'

சாப்பிட்டு முடித்து வெற்றிலை போட்டுக்கொண்டிருந்தான் கிழவன். சுரமஞ்சரி பேச்சுக் கொடுத்தாள்.

'ஆமாம், நீங்கள் எதில் வல்லவர்?'

'நான் மறை வல்லவன்' சீவகன் பொய் சொல்லவில்லை. மறைந்திருப்பதில் வல்லவன்தானே.

'சரி உண்ட மயக்கம் தீரச் சற்று ஓய்வெடுங்கள். மாலையில் பார்க்கலாம்.' சுரமஞ்சரி சென்றுவிட்டாள்.

மாலையில் பெண்கள் பொழுதுபோக்குக்காக வீணையை எடுத்து மீட்டினார்கள். சீவகனுக்குப் பொறுக்கவில்லை. 'என்னம்மா மீட்டுகிறீர்கள். சுருதி சேரவேண்டாமா?'

'கிழவனாரே! உங்களுக்கு வீணைமீட்டத் தெரியுமா?'

சீவகன் வீணையை எடுத்து மீட்டினான். பாடத் தொடங்கினான். அனைவரும் தங்கள் வேலைகளை விட்டுவிட்டு, இனிமையான வீணை இசையையும் அவனுடைய வாய்ப்பாட்டையும் ரசிக்க ஆரம்பித்துவிட்டார்கள்.

சுரமஞ்சரி தன் அறையில் இருந்து ஓடி வந்தாள். 'யார்? இவ்வளவு இனிமையாகப் பாடுகிறார்கள்?'

கிழவன் சிரித்தான். 'இந்த இசை இனிமையானதுதான். உனக்குப் பிடித்ததில் ஆச்சரியம் ஒன்றும் இல்லை. ஆனால், எனக்கு

வயதாகிவிட்டதம்மா. உன் ஆசையை என்னால் தீர்க்க முடியாது.'

'கிழவனுக்கு ஆசையைப்பார்! எனக்கு யார் மேலும் ஆசை கிடையாது.'

சுதஞ்சணன் கொடுத்த இசை வரம் வேலை செய்யத் தொடங்கியது. சீவகன் யோசித்தான். இவளை இன்னும் கொஞ்சம் இறங்கிவரச் செய்யவேண்டுமே!

'ஏதோ நான் கிழவனாகிவிட்டேன் என்பதனால்தானே இந்த இசை மேல் மட்டும் உனக்கு ஆசை. இதே ஓர் இளைஞனாக இருந்திருந்தால்?'

'இளைஞனாக இருந்திருந்தால் உள்ளே நுழைந்துகூட இருக்க முடியாது.' சிரித்தாள் சுரமஞ்சரி.

'என் நாட்டு இளைஞர்கள் அப்படி என்ன தவறு செய்தார்கள்?'

பக்கத்தில் இருந்த கனகபதாகை, 'இளைஞர்கள் என்ன தவறு செய்தார்கள்! பாவம். அந்த சீவகன் மட்டும்தான் தவறு செய்தான்.'

சுரமஞ்சரி, கனகபதாகையை எரித்துவிடுவது போலப் பார்த்தாள்.

'சீவகனா? அவன்தான் இறந்துவிட்டான் போல இருக்கிறதே!'

'கிழவரே! வாயை அடக்கிப் பேசுங்கள். சீவகனுக்குச் சாவு கிடையாது.' சுரமஞ்சரி கோபத்தோடு சொன்னாள்.

'ஆடவரையே வெறுக்கும் தேவிக்கு, சீவகன் மேல் மட்டும் ஆசையோ?'

'பேச்சை நிறுத்து! பாட்டைத் தொடங்கு!'

சீவகன் பாடத் தொடங்கினான். பாட்டில் சீவகனைப் புகழ்ந்தான். குறிப்பாக, சுரமஞ்சரிக்கு விஷயத்தைச் சொன்னான். 'சீவகனை அடையவேண்டுமென்றால், நீ அதிகாலையில் காமன் கோயிலுக்குச் சென்று வழிபட்டு வர வேண்டும்.' தோழிகளுக்குப் புரியவில்லை. சுரமஞ்சரி புரிந்துகொண்டாள்.

62

சுரமஞ்சரி திருமணம்

'கோயிலுக்கா? இந்த அதிகாலையிலா?' கனகபதாகைக்குத் தூக்கம் கலையவில்லை.

'கிளம்பு. சீக்கிரம்!'

'இவ்வளவு நாளாக நீங்கள் வீட்டைவிட்டே வெளியே சென்ற தில்லையே. இன்றைக்கு ஏன்?'

'எல்லாவற்றுக்கும் ஒரு வேளை வரவேண்டாமா?'

'நானும் வரட்டுமா' என்று கேட்ட கனகபதாகையை 'நீ கொஞ்சம் இரு. நான் தனியாகப் பூஜை செய்ய வேண்டும்' என்று சொல்லி விட்டு கோயிலுக்குள் நுழைந்தாள் சுரமஞ்சரி.

உள்ளே போய் மனமுருகி வேண்டினாள். 'சீவகனைத் தவிர வேறு எந்த ஆணையும் தொடமாட்டேன் என்று சூளுரைத்திருக் கின்றேன். தெய்வமே! கிழவன் சொன்னது நிஜமா? அது நடக்குமா?'

'நிச்சயம் நடக்கும்.' என்று ஒரு குரல் கேட்டது. நிஜமாகவா குரல் கேட்டது?

'சுரமஞ்சரி. நீ வீட்டுக்குத் திரும்பிப் போ! அங்கே உனக்காக சீவகன் காத்திருப்பான்.' இதென்ன அசரீரி? சுரமஞ்சரிக்குப் பயம் வந்தது.

'பயம் வேண்டாம்.' நினைப்பதெல்லாமா புரிந்துவிடும் அசரீரிக்கு?

அவசரமாகக் கோயிலுக்கு வெளியே வந்தாள் சுரமஞ்சரி. 'வீட்டுக்குப் போகலாம்.'

சற்றுநேரம் பொறுத்து சிரித்துக்கொண்டே கோயிலைவிட்டு வெளியே வந்தான் புத்திசேனன்.

★

வீட்டில் அசரீரி சொன்னது நடந்திருக்குமா? எப்படி நடக்கும்? காவலை மீறி எப்படி உள்ளே நுழைந்திருப்பான் சீவகன்?

உள்ளேபோனதும் கட்டிலில் அமர்ந்திருந்த சீவகனைக் கண்டாள். பேச்சு எழும்பவில்லை. ஓடிச்சென்று சீவகனை அணைத்துக்கொண்டாள். இருவருக்கும் சிறிது நேரம் பேச்சு தேவையாக இருக்கவில்லை.

★

'நிஜமாகவா? அப்படியானால்?'

'காந்தர்வ விவாகம் முடிந்தது புத்திசேனா! இனி உனக்கு எந்த சந்தேகமும் இல்லைதானே?'

'எனக்கென்ன சந்தேகம்? சுரமஞ்சரி கதையைக் கேட்டதில் இருந்தே அந்தப்பெண்ணுக்கு எதாவது செய்ய வேண்டும் என்று நினைத்திருந்தேன். காமதிலகன் ஆன உன்னைவிட்டால் எனக்கு வேறு கதி?'

'அடப்பாவி. எல்லாம் தெரிந்தேதான் ஏற்பாடு செய்தாயா?'

'சரி. குபேரதத்தனிடம் முறையாகப் போய்ப் பெண் கேட்க வேண்டும். யாரை அனுப்பலாம்?'

★

குபேரதத்தன் ஆச்சரியப்பட்டான். அதே நேரத்தில், அவனை ஏதோ ஒரு சோகமும் பற்றிக்கொண்டது.

'சீவகன் போன்ற இளைஞனுக்குப் பெண் கொடுப்பதில் எனக்கு எந்த ஆட்சேபமும் இல்லை. ஆனால், நான் அபாக்கியவான்.'

'ஏன் அப்படிச் சொல்கிறீர்கள்?'

'என் பெண்தான் திருமணமே வேண்டாம் என்று சொல்கிறாளே!'

குபேரதத்தனின் மனைவி சுமதி திரைமறைவில் இருந்து 'ஒரு நிமிடம் இங்கே வருகிறீர்களா?' என்று கூப்பிட்டாள்.

'உங்கள் பெண் திருமணமே வேண்டாம் என்று எப்போது சொன்னாள்? வேறு ஆடவருடன் கூடாது என்றுதான் சொன்னாள்.'

'அப்படி என்றால்?'

'அவள் மனம் உருகியதே சீவகனுக்காகத்தான். அவனை ஒரு நாளும் அவள் மறுக்கமாட்டாள்.'

சிரித்துக்கொண்டே திரும்பினான் குபேரதத்தன். 'ஆகவேண்டியதைப் பார்க்கலாமே!'

★

சுரமஞ்சரி, சீவகனைப் பார்த்தாள். அவன் அவளைப் பார்க்கவில்லை. ஓவியத்தின் அழகை ரசித்துக்கொண்டு இருந்தான்.

'என்னைவிட அந்த ஓவியம் அழகா?'

'உன்னைப் போலவே அந்த ஓவியமும் அழகு.'

'கிழவன் வேடம் போட்டு ஆசையோடு வந்தவருக்கு இப்போது ஓவியம் அழகாகத் தெரிகிறது.'

சீவகனுக்கு ஊடலை எப்படிச் சமாளிப்பது என்பதா தெரியாது?

கோழி கூவ ஆரம்பித்தபோது சீவகன் எழுந்தான்.

'சுரமஞ்சரி. உன்னிடம் ஒரு விஷயம் சொல்ல வேண்டும்.'

'சொல்லுங்கள்.'

'எனக்கு ஒரு கடமை இருக்கிறது. அதைச் செய்ய கொஞ்ச நாள்கள் தேவைப்படுகின்றன.'

'அதற்கு?'

'அதற்கு, உன்னைப் பிரியும் கொடுமையைக் கொஞ்ச நாள்களுக்கு நான் அனுபவிக்க வேண்டும்.'

சுரமஞ்சரி கண்களில் நீர் கோர்த்தது.

'கவலைப்படாதே. ஓரிரு மாதங்கள்தான். ஓடி வந்துவிடுகிறேன்.'

சீவகன்தான் ராசமாபுரத்துக்கு வந்த காரியம் இன்னும் தாமத மாகக் கூடாது என்று நினைத்தான். பயணத்தைத் தொடர்ந்தான்.

63

சுநந்தை

சுநந்தைக்கு அழுகை நிற்கவில்லை. 'என் கண்ணே! உன்னை இன்னொரு முறை பார்க்க மாட்டேனா என்று துடித்துப்போய் இருந்தேன். இவ்வளவு நாள் எங்கிருந்தாய்?'

கந்துக்கடன் வீட்டில் உறவினர்கள் வந்தும் போய்க்கொண்டும் இருந்தார்கள். எல்லாருடைய கண்களிலும் நீர். ஆனந்தக் கண்ணீர்.

கந்துக்கடன் மகிழ்ச்சியின் உச்சத்தில் இருந்தாலும் வெளியே காட்டிக்கொள்ளவில்லை. 'கும்பல் சேர்க்காதீர்கள். அரசன் கட்டியங்காரனின் ஒற்றர்களுக்குச் சந்தேகம் ஏற்பட்டுவிடும்.'

'ஏற்படாது. அதற்காகத்தான் விஷயம் தெரிந்தவுடன் இன்னொரு புரளியைக் கிளப்பிவிட்டோம்.' ஓர் உறவினர் சொன்னார்.

'என்ன புரளி?'

'இன்று கந்துக்கடன் தந்தைக்கு நினைவு நாள். அதனால்தான், உறவினர்கள் எல்லோரும் கந்துக்கடன் வீட்டுக்குச் செல்கிறார்கள் என்று. நான் மற்றவர்களிடம் விஷயத்தைச் சொல்லும்போதுகூட வாயால் சொல்லவில்லை. எல்லாம் ஜாடையில்தான்.'

'புத்திசாலித்தனமான வேலை செய்தாய்.'

சீவகன் சுநந்தையின் பிடியில் இருந்து விடுபட்டான். கந்துக் கடனிடம் வந்து அமர்ந்தான். நடந்த எல்லாவற்றையும் விளக்க மாகச் சொன்னான்.

'அப்படியென்றால் விசயை இப்போது...'

'ஆம் தந்தையே! விதேக நாட்டில் மாமன் கோவிந்தனைத் தயார் செய்துகொண்டு இருப்பார்கள்.'

கந்துக்கடனிடம் சொல்லிக்கொண்டு வீட்டின் உள்கட்டுக்குச் சென்று சீவகன், தத்தையைப் பார்த்தான். தத்தை தன் பல மாத ஏக்கம் தீர அவனை அணைத்துக்கொண்டாள்.

பிறகு, உடைகளைச் சரி செய்துகொண்டு, 'போய் தங்கை குணமாலையைப் பாருங்கள்!' என்றாள்.

குணமாலையின் அழுகை பல மாதங்களாக நிற்கவில்லை. சீவகனைப் பார்த்ததும் இன்னும் பெரும் குரலெடுத்து அழத் தொடங்கினாள். 'நான் பாவி. என்னிடம் வராதீர்கள். என்னைத் தொட்ட பாவம் உங்களைக் கொல்லவே பார்த்தது.'

'பைத்தியம் மாதிரி பேசாதே! உன்னைத் தொட்டது பாவம் இல்லை. புண்ணியம். அதனால்தான் நான் பல நாடுகளுக்குச் சென்றேன். அங்கே பல நண்பர்களையும் ஏன், என் தாயையும் பார்க்க என்னால் முடிந்தது. இவை எல்லாம் எப்படி பாவ மாகும்? இங்கே வா!'

மறுநாள் காலையில், சீவகன் வணிகன் வேடம் போட்டு தன் குதிரையை ஓட்டும்போது மீண்டும் குணமாலை கண்ணீர் வடித் தாள்.

'கவலைப்படாதே குணமாலை! இந்த முறை எங்கே செல் கிறேன் என்பதைத் தெரிந்தே செல்கிறேன். கொஞ்ச நாள்தான். தத்தை, அவளைத் தேற்று!'

சீவகன் இறுதிப்போருக்குக் கிளம்பினான்.

பாகம் 10

இறுதிப்போர்

64

விதேய நாட்டு மாமன்

அமரிகை ஆற்றங்கரையில் படைகள் நின்றிருந்தன. குதிரைகள் ஓய்வெடுத்துக்கொண்டிருந்தன. உயரமான மரங்களின் கிளை களில் இருந்த இலைகளைத் தும்பிக்கையை நீட்டிக் கடித்துக் கொண்டிருந்தன யானைகள். கோட்டை அடுப்பு ஜுவாலையில் இருந்து எழுந்த உணவின் மணம், வீரர்களின் பசியை மேலும் கூட்டிக்கொண்டிருந்தது.

சீவகன், வெளிப்பார்வைக்கு அமைதியாகத் தெரிந்தாலும் உள்ளுக்குள் கொந்தளித்துக்கொண்டிருந்தான். இதுவும் ஒரு நீண்ட பயணம். இன்னும் ஐம்பது யோசனை தூரம். வேகம் முக்கியம்.

'ஆனால், நாடுகள் வழியாகப் போவது புத்திசாலித்தனம் இல்லை சீவகா!' புத்திசேனனுக்கு சீவகனின் அவசரம் புரிந்திருந் தது. நாட்டு நடப்பையும் அவன் தெரிந்துவைத்திருந்தான்.

சீவகன் யோசித்தான். புத்திசேனன் தொடர்ந்தான்.

'எல்லா நாடுகளும் நட்பு நாடுகள் அல்ல. நாலைந்து நாடுகளைக் கடந்தால்தான் விதேய நாடு வரும். இவ்வளவு பெரிய

படையோடு யாருடைய கவனத்தையும் கவராமல் தொலை தூரம் பயணம் செய்ய முடியுமா?' புத்திசேனன் சொல்வது அறிவுக்குப் புரிந்தது. அவசரத்துக்குப் புரியவில்லை.

கடல் பாதைகளைக் கடக்கையில், குதிரைகளை யானைகள் முந்தின. மணல். குதிரைகளின் வேகத்தைத் தடைப்படுத்தியது. வெயிலின் வெம்மை காலையில் படுத்தினாலும் மாலையின் இளங்காற்று வருடிக்கொடுத்தது. சீவகன், அனைத்துப் படை யாட்களிடமும் இதமாகப் பேசி வேகத்தைக் கூட்டினான்.

மலைகளைக் கடக்கும்போது இழந்த வேகத்தைத் திரும்பப் பெற்றன குதிரைகள். சீவகன் யானைகளின் காதில் பேசித் தன் அவசரத்தை அவற்றுக்குப் புரியவைத்தான்.

காடுகள் இப்போது சீவகனுக்குப் பழக்கமாகிவிட்டிருந்தன. முதல் ஆளாகச் சென்று அனைவரையும் வழிநடத்தினான். இந்தக் காடுகள் வழியாக இரண்டுமுறை போய்வந்து விட்டிருந் தான் அல்லவா? அதனால் காட்டு வழி அவனுக்கு அத்துப் படியாகியிருந்தது.

விதேய தேசத்தின் எல்லைகள் தெரிய ஆரம்பித்தபோது, சீவகனின் மனம் உற்சாகத்தில் துள்ளியது. தாயை, மாமனை மீண்டும் பார்க்கப்போகிறோம்.

கோட்டை தெரிந்ததும் சீவகன் சொன்னான். 'படைகள் இங்கேயே இருக்கட்டும். நான் மட்டும் சில குதிரை வீரர்களுடன் செல்கிறேன்.'

'அதற்குத் தேவையே இல்லை சீவகா! எல்லோரும் சேர்ந்து செல் வோம்.' எதைப் பார்த்து இப்படிச் சிரிக்கிறான் புத்திசேனன்.

சீவகனும் பார்த்தான். விதேய நாட்டுக்காரர்கள் எல்லையில் சலசலப்புத் தெரிவதற்காகக் காத்திருந்தார்கள் போல. குதிரை பூட்டிய ரதங்கள் பெரிய வெள்ளைக்கொடியுடன் சீவகன் படையை நோக்கி வந்துகொண்டிருந்தன.

'ஏமாங்கத நாட்டின் சக்கரவர்த்தி சச்சந்தன், விதேய நாட்டின் சொத்து விசயையின் ஏகபுத்திரன் சீவகனை விதேய மன்னன் கோவிந்தன் அன்புடன் வரவேற்கிறார்.' ரத ஓட்டியின் அன்பான

வரவேற்புக்குரல் தூரத்தில் இருந்தே கேட்டது. சத்தம் கேட்டு யாரும் போர் என்று எண்ணிவிடக் கூடாது அல்லவா?

சீவகன் குதிரையில் இருந்து இறங்கி நடந்துதான் விதேய நகரத்தைக் கடக்கவேண்டி இருந்தது. தெருவெங்கும் தரப்பட்ட வரவேற்பு அப்படி இருந்தது. சீவகன் மகிழ்ச்சியில் திளைத்தான். மாமன் கோவிந்தனின் ஆட்சியில் மக்கள் மிகவும் சுபிட்சமாகத் தான் இருக்கிறார்கள். உளமார்ந்த மகிழ்ச்சியோடுதான் மக்கள் அவனை வரவேற்கிறார்கள். வாசல் எங்கும் விதவிதமான கோலங்கள், வீதியெங்கும் வண்ணமயமான அலங்காரங்கள், நடனம், இசை என்று வழிகாட்டி அழைத்துப்போகும் கலைஞர்கள், உப்பரிகையில் இருந்து பூத்தூவும் பெண்கள். அழகான பெண்கள்.

அரண்மனை வாயிலில் தன் குடும்பத்தோடும் அமைச்சர்களோடும் நின்றிருந்தான் கோவிந்தன். சீவகனைப் பார்த்ததும் மிகவும் மகிழ்ச்சியோடு அவனை நெருங்கியவன், ஏதேதோ உணர்ச்சிகள் தாக்க அழ ஆரம்பித்தான். மன்னன் அழ ஆரம்பித்ததும் மந்திரிகள் அதிர்ச்சி அடைந்தார்கள்.

சீவகன், கோவிந்தனைத் தேற்றினான். 'மாமா. அதுதான் வந்து விட்டேனே? அழுகையை நிறுத்துங்கள்.'

'என் கண்மணியைக் காண எத்தனை ஆண்டுகள் ஆகிவிட்டன? மாமன் சச்சந்தன் மறைவுகூட எங்களுக்குத் தெரியவில்லை. அருமை அக்கா விசயை உயிரோடு இருப்பதைக்கூட அறியாமல் இத்தனை நாள் இருந்துவிட்டோமே! ஏமாங்கத நாட்டின் ஏகவாரிசு திக்குத் தெரியாமல் காடுகளில் அலைந்ததைப் பொறுத்துக்கொண்டு உயிரோடு இருந்தோமே!'

கோவிந்தன் சகஜநிலைக்குத் திரும்ப ரொம்ப நேரம் ஆனது. சீவகனுக்கு அமைச்சர்களை அறிமுகப்படுத்திவிட்டு மனைவி மக்களையும் அறிமுகப்படுத்தினான்.

'இது என் மகள் இலக்கணை. இலக்கணை! உன் முறை மாமனைப் பார்!'

பின்னால் இருந்த தோழியர் சிரித்தார்கள். 'இவ்வளவு நேரம் கண்களாலேயே விழுங்கிக்கொண்டிருந்தாள். இப்போது வெட்கமாம்!'

சீவகன், இலக்கணையைப் பார்த்தான். விதேய நாட்டுப் பெண்களின் தனி அழகு அவளிடம் தெரிந்தது. ஒரு விதேயப் பெண்ணிடம் சிக்கித்தானே சச்சந்தன் நாட்டையே மறந்தான்?

★

கோவிந்தன் ஆட்சியில் மட்டும் சிறந்தவன் அல்ல, அன்பிலும் விருந்தோம்பலிலும் சிறந்தவன் என்று உணர்ந்தார்கள் சீவகனும் அவன் நண்பர்களும். ஸ்ரீதத்தனை நகரத்துக்குப் பொறுப்பாக்கினான் கோவிந்தன். போருக்காக அவன் செல்லும் வேளையில், நாட்டைக் காக்க ஸ்ரீதத்தனைவிடச் சிறந்த தேர்வு இல்லை என்று அனைவரும் ஆமோதித்திருந்தார்கள். சீவகனுக்கு உதவிய நண்பர்களுக்கெல்லாம் சிறப்புச் செய்தான் கோவிந்தன்.

சீவகன் தன் தாயின் அன்பில் பல ஆண்டுகளுக்குப் பின் தன்னை மறந்தான். அம்மா தன்னைவிட தம்பி நந்தட்டன் மீது அதிகப் பாசமாக இருப்பதாகச் சொல்லி விளையாடினான்.

'மன்னர் அரசவையைக் கூட்டப்போகிறாராம். தங்களையும் தோழர்களையும் உடனே வரச் சொன்னார்.' செய்தி கேட்டதும் சபைக்கு விரைந்தான் சீவகன்.

பதற்றம் அரசவையின் வாயிலில் இருந்தே தெரிந்தாலும் காரணம் தெரியவில்லை சீவகனுக்கு. யார் இந்த ஆள், சபையின் நடுவில்?

கோவிந்தன், சீவகனை சிம்மாசனத்தில் இருந்து எழுந்து நின்று வரவேற்றான். 'வா சீவகா! இங்கே உட்கார்.' அரசனுக்குச் சமமான ஸ்தானத்தில் உட்காரவைத்தான்.

'இவன் ராசமாபுரத்தில் இருந்து வந்திருக்கும் தூதன். கட்டியங்காரனிடம் இருந்து ஓலை கொண்டுவந்திருக்கிறான்.'

'என்ன சொல்கிறது ஓலை?'

'அவனையே படிக்கச் சொல்லுங்கள்!'

தூதன் தொண்டையைக் கனைத்துக்கொண்டான். 'விதேய நாட்டு மன்னன் கோவிந்தனுக்கு ஏமாங்கத நாட்டு மன்னன் கட்டியங்காரனின் அன்பான வணக்கங்கள்!'

'யாருக்கு வேண்டும் உன் அன்பு?' சீவகன், நண்பர்களிடம் இருந்து வந்த குரலை 'உஷ்!' எனக் கட்டுப்படுத்தினான் சீவகன்.

'உங்கள் மாமன் சச்சந்தனை நான் கொன்றுவிட்டதாக ஒரு வதந்தி பரப்பப்படுவதாக அறிந்தேன். அது உண்மையல்ல என்பதைப் பலர் உணர்ந்திருந்தாலும், அந்தப் பொய்யைப் பரப்புபவர்கள் உங்கள் நாட்டுக்கும் வந்திருப்பதாக அறிந்தேன்.'

'யாரய்யா பொய் சொல்வார்கள்? கட்டிய மனைவியும் பெற்ற பிள்ளையுமா?'

தூதன் தொடர்ந்தான். 'அசனிவேகம் என்ற பட்டத்து யானை தன் லாயத்தில் இருந்து சங்கிலியை அறுத்துக்கொண்டு வெளியேறி யது. பக்கத்தில் இருந்த குதிரை லாயத்தில் நுழைந்து அங்கே குதிரைகளை மிதித்துக் கூழாக்கியது. அசனிவேகத்தை அடக்க ஆயிரம் பாகர்கள் இருந்தாலும், அவர்களை எல்லாம் அனுப் பாமல் தானே லாயத்துக்குள் நுழைந்தான் சச்சந்தன். இதுதான் எங்களுக்குத் தெரியும். பிறகு, கூழான அவன் உடல்தான் கிடைத்தது.'

'கட்டியங்காரன் நன்றாகத்தான் கதை விடுகிறான்.'

'இதை நம்புவதும் நம்பாததும் உங்கள் இஷ்டம். ஆனால், சச்சந்தனின் ஆசைப்படியே நான் மன்னனாகத் தொடர்ந்தாலும், இந்த நாட்டுக்கு நான் உரிய மன்னன் அல்ல என்பதை உணர்ந்துதான் இருக்கிறேன். என் பழிகளைத் துடைக்க ஒரே வழிதான் தெரிகிறது.'

'நீ சாவதுதான் அது!' குரல் வந்த திசையை நோக்கித் திரும்பி னான் சீவகன். கோபமாகத் தன் நண்பர்களைப் பார்த்தான். 'அமைதியாக இருக்கமாட்டீர்களா?'

'உங்களை ஏமாங்கதத்துக்கு வரவேற்கிறேன். உங்களுக்காக என் உயிரையும் கொடுப்பேன். உங்கள் தெளிவான தீர்ப்புக்குப் பிறகுதான் என் ஆட்சி தொடரும். அன்புடன், கட்டியங்காரன்' என்று நிறுத்தினான் தூதுவன்.

சீவகன் சிரித்தான்.

'ஏன் சிரிக்கிறாய் சீவகா?'

'அவனை ஒழிப்பதற்கான வேளை வந்துவிட்டது என்பது அவனுக்கே தெரிந்திருப்பதை நினைத்துத்தான் சிரிக்கிறேன். இதைவிடச் சிறந்த சந்தர்ப்பம் கிடைக்குமா போருக்கு? ஆனால்...'

'ஆனால் என்ன சீவகா?'

'ஆனால், அவனுக்கு சந்தேகம் வந்துவிடக் கூடாது. அவனுக்குப் போருக்குப் படை திரட்ட அவகாசம் அளிக்கக் கூடாது. இந்தத் தூதுவனிடம் நட்பாகவே பதில் தூது சொல்லி அனுப்புங்கள். நாட்டு மக்களிடையே நீங்கள் கட்டியங்காரனுடன் நல்லுறவு கொண்டிருப்பதாகவே பறை சாற்றுங்கள்! அதே சமயத்தில், படையையும் திரட்டுவோம்.'

படை திரட்டும் வேலை அந்தக் கணத்தில் இருந்து மும்முரமாக ஆரம்பித்தது.

65

திரண்டது பெரும்படை

கோட்டைக்கு வெளியே கூடிய படையின் விஸ்தீரணம், அரண்மனை உப்பரிகையில் இருந்து பார்த்தாலே தெரிந்தது. கோவிந்தன், சீவகனைக் கேட்டான். 'கட்டியங்காரன் கணக்கை முடிக்க இந்தப் படை போதாதா?'

'தாராளமாகப் போதும் மாமா. போய் படையை நோட்டம் விட்டு வரலாமா?'

'ஞாபகம் வைத்துக்கொள்! நீ என் தளபதி என்றுதான் அறிமுகப் படுத்தப்போகிறேன். சீவகன் கதை எல்லோருக்கும் தெரியும். சீவகன் உடன் இருக்கும்போது கோவிந்தனுக்கு என்ன மனம் பிசகிவிட்டதா, கட்டியங்காரனோடு கூட்டு வைக்க? என்று படையினர் கேட்டுவிடக் கூடாது.'

யானைப் படைகளைக் கடப்பதற்கே நிறைய நேரம் பிடித்தது. இவ்வளவு யானைகளா?

'பத்தாயிரத்து அறுநூறு யானைகள் வந்திருக்கின்றன. யானைப் பாகர்களும் வீரர்கள்தான். எரிகோல், வேல், வில் மூன்றிலும் சிறந்து இருக்கும் யானைப் பாகர்களைத் தேடிக் கூட்டி வரச் சொல்லி இருக்கிறேன்.'

யானைகள் அளவைவிடப் பல மடங்கு சேர்ந்திருந்தன குதிரை கள். நல்ல ஜாதிக்குதிரைகள்.

'நிறைய போர் அனுபவம் பெற்றவர்கள் இந்தக் குதிரை வீரர்கள்.' கோவிந்தன் பெருமையாகச் சொன்னான்.

'இவை எந்த ஊர்க் குதிரைகள்?'

'மாளவ நாட்டில் இருந்து பல குதிரைகள் வந்திருக்கின்றன. சிந்து நதிக்கரை, பாராசூரம், பல்லவம், மராட்டா... எல்லா நாட்டில் இருந்தும் மொத்தம் ஒரு லட்சத்து அறுபதினாயிரம் குதிரைகளும் வீரர்களும் வந்திருக்கிறார்கள். இது தவிர தேர்ப்படை வேறு.'

'அது எங்கே இருக்கிறது?'

'குன்றுக்கு அந்தப்பக்கம். இந்தப்பக்கத்தில் இடம் இல்லை. இருபதாயிரத்து அறுநூறு தேர்கள், தவிர காலாட்படை.'

'இவ்வளவு குறுகிய காலத்தில் எப்படி மாமா இவ்வளவு பெரிய படையைத் திரட்டினீர்கள்?'

'விதேய நாட்டைப் பற்றி என்ன நினைத்தாய்? ஏமாங்கதத்துக்கு சற்றும் குறையாத பேரரசு நம்முடையது.'

ஜோதிடன், மன்னனைப் பார்த்ததும் காலில் விழுந்து வணங்கி னான். 'மன்னா, கிரக நிலைகளைப் பார்க்கையில் நம் வெற்றிக்கு எந்தத் தடையும் இல்லை. நாளை காலை நாளும் நட்சத்திரமும் நன்றாக இருக்கிறது. விடியற்காலையிலேயே அருகனை வணங்கிப் போருக்குப் புறப்படலாம்.'

★

பூஜை முடிந்ததும் சீவகன், கோவிந்தனிடம் சொல்லிக்கொண்டு ஒரு தேரில் கிளம்பினான்.

கோவிந்தன் ஐராவதம் என்ற தன் பட்டத்து யானை மேல் அமர, படை கிளம்பியது.

ஐம்பது யோசனை தூரமும் படைவீரர்கள் விளையாடிக் கொண்டே கடந்தார்கள். ஒரு மலை இடம் பெயர்வதுபோல, பெரும்படை ஏமாங்கதத்தை நோக்கி முன்னேறியது.

ஏமாங்கதத்தின் எல்லையில் மலைப்பக்கத்தில் கூடாரங்களை அமைத்துத் தங்கினார்கள். அரசனின் படைப்பள்ளிக்குள் சீவகன் மாறுவேடத்தில் நுழைந்தான்.

'மாமா, அடுத்தது என்ன?'

'தகவல் அனுப்பி இருக்கிறேன் கட்டியங்காரனுக்கு. அவன் ஓலை கிடைத்ததால் நட்பு பாராட்ட வருவதாக.'

'ஒரு விஷயம் மாமா!'

'சொல் சீவகா?'

'இப்போது கட்டியங்காரனை அழிப்பது மிகவும் சுலபம். உங்களை நட்பாக வரவேற்கிறான். நாமும் பெரும்படையுடன் வந்திருக்கிறோம். விரல்சொடுக்கும் நேரத்தில் முடித்துவிட லாம். ஆனால், அது தர்மம் ஆகுமா?'

'அதற்கு?'

'கட்டியங்காரனுடன் நட்பாகவே இருங்கள். ஏதேனும் ஒரு காரணத்தைக் காட்டி அவனுடைய நட்பு மன்னர்களைப் படையுடன் வரவழையுங்கள். அப்போதுதான் போர் போராக இருக்கும். கட்டியங்காரனுக்கும் படை திரட்ட வாய்ப்பளிக்க வேண்டாமா?'

'நீ சொல்வதும் சரிதான். சூழ்ச்சியாலே உன் தந்தையைக் கொன்ற வனைக்கூட தர்மமான முறையில் ஜெயிக்க நினைக்கிறாயே. உன் குணம் அரிய குணம் சீவகா!'

படைவீடு பரபரப்பானது. ஒரு பணியாள் உள்ளே நுழைந்து 'ஏமாங்கத அரசர் தூது அனுப்பி இருக்கிறார்' என்றான்.

'தூதுவனை உள்ளே அனுப்பு!'

தூதுவன் உள்ளே நுழைவதற்குள் சீவகன் மறைந்துகொண்டான்.

'விதேய சக்கரவர்த்தி கோவிந்தனுக்கு ஏமாங்கத சக்கரவர்த்தி கட்டியங்காரனின் வணக்கங்கள்.'

'என்ன செய்தி?'

'அரசர் தங்களை வரவேற்பதற்காக இருநூறு யானைகளையும், நூறு தேர்களையும் ஆயிரம் குதிரைகளையும் பொன் அணிகளால் அலங்கரித்து அன்பளிப்பாக அனுப்பி இருக்கிறார்.'

எனக்கெதற்கு இவன் அன்பளிப்பு என்று நினைத்தான் கோவிந்தன். தன் படைத் தளபதியைப் பார்த்தான். 'அவர் அனுப்பியுள்ளதைப் போல, இருமடங்கு யானைகளையும் குதிரைகளையும் தேர்களையும் அவருக்கு அன்பளிப்பாக அனுப்பி வையுங்கள்! கணக்கைத் தீர்ப்போம்.'

66

கட்டியங்காரனுடன் கோவிந்தன்

கட்டியங்காரன், கோவிந்தனைப் பார்த்ததும் கட்டி அணைத்துக் கொண்டான்.

'உங்கள் மாமனை நான் கொன்றேன் என்றா நினைத்தீர்கள்? என் மன்னனைக் கொன்ற பட்டத்து யானையை என்ன செய்திருக் கிறேன் பாருங்கள்.' பெரிய குழி ஒன்றில் வருடக்கணக்காகப் பட்டினி போடப்பட்ட யானையைக் காட்டினான். 'பட்டத்து யானைதான். ஆனாலும், என் தெய்வத்துக்கு நிகரான சச்சந்த மாமன்னனைக் கொன்ற யானை அல்லவா?'

கோவிந்தனுக்குக் கோபம் குமுறியது. எவ்வளவு யதார்த்தமாக நடிக்கிறான்?

வெளிப்பார்வைக்குச் சிரித்துக்கொண்டு, 'உங்கள் ஓலையின் மீது நம்பிக்கை இல்லாவிட்டால் கிளம்பி வந்திருப்பேனா? மேலும், ராசமாபுரத்தில் மட்டுமே செய்யக்கூடிய ஓர் உதவியை நீங்கள் எனக்குச் செய்ய வேண்டும்' என்றான் கோவிந்தன்.

'உதவியா? கட்டளை இடுங்கள் கோவிந்தரே!'

'என் மகள் இலக்கணைக்கு ஒரு வீர அரசனைத்தான் மணம் முடிக்க வேண்டும் என்று காத்திருக்கிறேன். ஆனால், அதில் ஒரு சிறு பிரச்னை. எல்லா நாட்டு அரசர்களும் விதேய நாட்டுக்கு வருவதில்லை. எங்களுக்கு நட்பான நாடுகளின் அரசர்கள் மட்டும்தான் வருகின்றார்கள்.'

'அதற்கு என்ன செய்ய உத்தேசித்திருக்கிறீர்கள்?'

'இங்கே, ராசமாபுரத்தில் ஒரு போட்டி நடத்தினால் எல்லா நாட்டு மன்னர்களும் வர வாய்ப்பிருக்கும் அல்லவா? நான் இங்கே வந்திருப்பதால், என் நட்பு அரசர்கள் வருவார்கள். இங்கே போட்டி நடப்பதால், உங்கள் நட்பு அரசர்களும் வருவார்கள். மொத்தத்தில், எல்லா அரசர்களையும் ஒரே இடத்தில் கூட வைக்கலாம் அல்லவா?'

'நல்ல யோசனைதான். ஆனால், எல்லா அரசர்களும் ஓர் இடத்தில் கூடினால் நாட்டுமக்கள் எதோ பெரும் போருக்குத் தயாராகிறோம் என்றல்லவா நினைப்பார்கள்?' சொல்லிவிட்டு இடிபோலச் சிரித்தான் கட்டியங்காரன். 'உனக்கு மூளை இருக்கிறது, ஆனால் அது வேலைதான் செய்வதில்லை' என்று நினைத்துக்கொண்டான் கோவிந்தன்.

'என்ன போட்டி வைக்கப்போகிறீர்கள்?'

'வீழ்த்தவே முடியாத பன்றி ஒன்றைக் கொண்டு வந்திருக்கிறேன். அதைப் பொன்னால் அலங்கரித்து, விளையாட்டு அரங்கின் நடுவில் ஓடவிட வேண்டும். சூரியனின் வெளிச்சத்தில் பொன் தகதகக்க, அதை வீழ்த்துவது என்பது யாராலும் முடியாது. அந்தப் பன்றியை ஒரே அம்பில் வீழ்த்துபவன் என் மகளை அடையலாம்.'

‘ஆஹா! சிறந்த போட்டி. இப்போதே ஏற்பாடுகளைச் செய்து விடுகிறேன்.’

67

வில்வித்தை போட்டி

மைதானத்தின் நடுவில் ஓடிக்கொண்டிருந்தது பன்றி. அதன் கெட்டியான தோலை அம்பால் பிளப்பதே கடினம். அதற்கு மேல் சுலபத்தில் உடையாத கெட்டியான தங்கக் கவசம். ஒரு இடத்தில் நிற்காமல் ஓடிக்கொண்டு வேறு இருந்தது.

போட்டிக்கு வந்தவர்கள் பலரும் என்ன செய்வது என்று தெரியாமல் முயற்சித்துக்கொண்டு இருந்தார்கள். அம்பைத் தேர்ந்தெடுக்கவே முடியாமல் திணறினார்கள் பலர். அப்படி மீறித் தேர்ந்தெடுத்து அம்பு விட்டவர்களுக்கும் குறி தவறி மைதானம் அம்புக்காடானது. சுத்தம் செய்பவர்களுக்குத் தொடர்ச்சியாக வேலை.

காம்பிலி நாட்டு மன்னன் அம்புவிட நாணை ஏற்றி இழுத்தான். அம்பு முன்னே போன வேகத்தில், இவன் நிலைதவறி யானை யின் மீதிருந்து கீழே விழுந்ததில் மைதானமே சிரித்தது.

அத்தினாபுரத்து மன்னன் விட்ட அம்பு, பன்றியின் கவசத்தின் மேல் பட்டு விழுந்தது. வேடிக்கை பார்த்தவர்களின் ஆஹாகாரம் விண்ணை நிறைத்தது.

கோசல நாட்டு மன்னன் என்ன நினைத்தானோ தெரியவில்லை. வளைந்த அம்பைத் தேர்ந்தெடுத்தான். பன்றியை வெட்டிவிட்டு திரும்பத் தன் கையில் வந்து சேரும் என்று நினைத்திருப்பான் போல. குறி தவறியதில் வானத்தை நோக்கிச் சென்றது அந்த அம்பு. வானத்தில் பல வித்தைகள் காட்டிவிட்டுத் தரையில் விழுந்தது.

அவந்தி நாட்டு மன்னன் வில்லின் நாணைப்பற்றி இழுத்த வேகத்தில் வில் முறிய வெறும் அம்புடன் என்ன செய்வது என்று தெரியாமல் நின்றான்.

வனிதை நாட்டு மன்னன் எழுந்தான். விற்போரில் கரை கண்டவன். குறி என்றும் தவறாது. தன் எண்ணத்தை எல்லாம் அம்பின் மீது குவித்து ஆண்டவனைத் தியானித்து எய்தான்.

அம்பு குறி தவறவில்லை. பன்றியின் நெற்றியைத்தான் குறி வைத்திருந்தான். ஆனால், அம்பின் வலிமை போதவில்லை. நெற்றியில் பட்டு இரண்டு துண்டாகி விழுந்தது அம்பு.

மகத நாட்டு மன்னனும் விற்போரில் கரை கண்டவன். அவன் விட்ட அம்பும் குறி தவறவில்லை. ஆனால், தங்கக் கவசத்தைப் பிளக்க முடியாமல் அதன்மேல் பட்டு விட்ட இடத்துக்கே திரும்பி வந்தது.

கலிங்க நாட்டு மன்னன் விட்ட அம்பு பன்றியின் வாய்ப்புறத் துக்கு அருகே சென்றது. பன்றி அது ஏதோ சாப்பிடும் பண்டம் என்று நினைத்துக் கடித்து விழுங்கிவிட்டது.

காசி மன்னன் விட்ட அம்பு தரையைச் சொருகியது.

போதனபுரத்து மன்னன், பாண்டியன், விசயன்... யாராலும் முடியவில்லை. பார்வையாளர்களின் பரிகாசத்துக்கு ஆளானது தான் மிச்சம்.

ஆறு நாள்கள். அந்தப்பன்றி நாளொரு மேனியும் பொழுதொரு வண்ணமுமாக சாப்பிட்டுக்கொண்டு திரிந்துகொண்டிருந்ததே தவிர ஒரு கீறல்கூட இல்லை.

கட்டியங்காரன், கோவிந்தனைப் பார்த்தான். 'என்னதான் நடக் கிறது? இந்தப் பன்றியை யாராலும் வீழ்த்தவே முடியாதா?'

கோவிந்தன் சிரித்தான். 'எல்லா சகுனங்களும் நல்லதைத்தான் சொல்கின்றன. இன்று நிச்சயம் நல்லது நடக்கும்.'

'சகுனங்களை நான் நம்புவதில்லை கோவிந்தரே! நீங்கள் வந்த நாளில்கூடப் பல கெட்ட சகுனங்கள்தான் நடந்ததாக என் மனைவிகள் சொன்னார்கள். கெட்டதா நடந்தது?' என்று சொல்லி வாய்மூடவில்லை கட்டியங்காரன். போட்டி மண்டபத் தில் ஏறிய அடுத்த ஆளைப்பார்த்துத் திகைத்தான்.

கட்டியங்காரன் தன் ஆசனத்துக்கு அடுத்த படியில் அமர்ந்திருந்த மதனனைக் கோபமாகப் பார்த்தான். மதனன், கட்டியங்காரன் பார்வையைத் தவிர்த்தான்.

இவனை இன்னுமா கொன்றுபோடவில்லை? கோபம் தலைக் கேறியது கட்டியங்காரனுக்கு. மைத்துனனே பொய் சொல்லி விட்டானே!

சீவகன் இன்னும் போட்டி மண்டபத்தில் ஏறவில்லை. சரியான அம்பைத் தேர்ந்தெடுத்து வில்லின் மேல் வைத்துக்கொண்டுதான் இருந்தான். ஆனால், நாணை இழுக்கவில்லை.

பன்றியின் ஓட்டத்தைக் கூர்ந்து கவனித்தான். அது நிழலில் எப்போது பதுங்குகிறது, எப்போது அதன்மேல் சூரியஒளி பட்டு கண்ணைக் கூசவைப்பதில்லை, எப்போது அதன் உடலின் திறந்த பாகங்கள் மண்டபத்துக்கு நேராக வருகின்றன, எந்த இடத்தில் பட்டால் உயிர் போகும்?

தோற்ற மன்னர்கள் சிரித்துக்கொண்டார்கள். இவன் இப்படிப் பார்த்துக்கொண்டே காலம் கழிப்பானா, இல்லை அம்பை விடுவானா?

ஒரு முகூர்த்த நேரம் காத்திருந்தான். சரியான நேரம் வந்ததும் சட்டென்று ஏறினான் மண்டபத்தில்.

எப்போது வில் மடங்கியது, அம்பு வில்லில் பொருந்தியது, நாண் பின்னுக்குப் போனது, அம்பு விடுபட்டது, திறந்த பன்றி யின் வாய்க்குள் எப்போது நுழைந்தது, எப்போது பன்றி இரு பிண்டங்களாகத் தங்கக் கவசம் பொடிபடக் கீழே விழுந்தது... யாராலும் இந்த நேரங்களைப் பகுத்து உணரமுடியவில்லை. எல்லாம் ஒரு நொடிக்கு உள்ளேயே நடந்து முடிந்தது.

ஆறு நாள்களாகக் காத்திருந்து வேடிக்கை பார்த்தவர்களுக்கு, இவ்வளவு விரைவாக போட்டி முடிந்ததில் ஆச்சரியத்தில் குரலே எழும்பவில்லை. யாரோ ஒருவன் சுதாரித்துக்கொண்டு 'சீவகன் வாழ்க!' என்று கத்தினான். அது எதிரொலித்தது. மற்றவர்களும் அந்த கோஷத்தில் சேர்ந்ததில் மைதானத்தில் சத்தம் விண்ணைப் பிளந்தது.

கட்டியங்காரன் அருகில் அமர்ந்திருந்த கோவிந்தன், 'அது யார் தெரிகிறதா?' என்றான்.

கட்டியங்காரனுக்கு என்ன சொல்வதென்றே தெரியவில்லை. 'யார்?' என்றான் உதட்டை ஈரப்படுத்திக்கொண்டு.

'அவன் பெயர் சீவகன். ஏமாங்கத நாட்டுச் சக்கரவர்த்தி சச்சந்தனுக்கும் என் சகோதரி விசயைக்கும் பிறந்த ஏகவாரிசு. ஏமாங்கத நாட்டின் உண்மையான உரிமையுள்ள சக்கரவர்த்தி. உன்னிடம் இருந்து நாட்டை மீட்க வந்தவன்.'

வானத்தில் இருந்து ஒரு அசரீரி கேட்டது 'யானையாகிய கட்டியங்காரனின் உயிரை விழுங்க வந்த சிங்கம் இந்தச் சீவகன்.' அச்சணந்தி அடிகளிடம் கொடுத்த ஒரு வருடக் கெடு முடிந்து விட்டது என்பது சீவகனுக்கும் புரிந்தது.

கட்டியங்காரன் எழுந்தான். சீவகனை நேர்ப்பார்வை பார்த்தான்.

'உன் மாமன் கோவிந்தனின் சூழ்ச்சியால் நீ உள்ளே வந்து விட்டாய். இந்த நாட்டை நான் ஆண்டுகொண்டிருப்பது விபத் தால் அல்ல. என் திறமையால், படைபலத்தால். சச்சந்தனைப் போய்க் கேட்டுப்பார் என் போர்த்திறனை. அட! அவன் செத்து விட்டான் இல்லையா? சரி சரி. உன்னையும் உன் மாமனையும் அங்கேயே அனுப்புகிறேன் போய்க் கேட்டுக்கொள்ளுங்கள்.' என்றான் இடிமுழக்கமாக.

மைதானத்தில் கூடி இருந்த அரசர்கள் இருபக்கமாகப் பிரிந்தனர். போருக்கான சங்கு ஊதப்பட்டுவிட்டது.

68

போர் ஆலோசனை

விசயன், சீவகனைக் கவலையோடு பார்த்தான். ' குருவே! நன்றாக யோசித்துவிட்டுத்தான் இந்த முடிவை எடுத்திருக்கிறீர்களா?'

‘குருவே என்று கூப்பிடாதே விசயா. அது கொஞ்ச நாள் நான் ஏற்றிருந்த வேடம். நான் உன் தங்கை கணவன். மாமா என்றே கூப்பிடு! ஆனால், பயப்பட என்ன இருக்கிறது?’

‘எண்ணிக்கைப்படிப் பார்த்தால்...’

‘நமக்கும் கட்டியங்காரன் படைக்கும் பெரிய அளவில் ஒரு வித்தியாசமும் இல்லை. யானைகளும் குதிரைகளும் சம அளவில்தான் இருக்கின்றன. என்ன, காலாட்படைதான் அவனிடம் கொஞ்சம் அதிகம்.’

‘கொஞ்சமா? ஏறத்தாழ ஒரு லட்சம் அதிகம்.’

‘ஒன்று செய்யலாம். அந்த ஒரு லட்சம் பேரை முதலில் முடித்து விடலாம்’ என்று சொல்லிச் சிரித்தான். சிரிக்கிறானே. இவனுக்கு அச்சம் என்பதே கிடையாதா? வியந்துபோனான் விசயன்.

பேசிக்கொண்டே இருவரும் படைவீடுகளைக் கடந்தார்கள்.

கோவிந்தனுடைய படைவீட்டில் முக்கியமான தளபதிகள் அனைவரும் இருந்தார்கள். அத்தனை நண்பர்களையும் ஒன்றாகப் பார்த்தவுடன் சீவகன் மகிழ்ச்சி எல்லை கடந்தது.

‘வியூகங்களை முடிவு செய்ய வேண்டும்’ என்றான் சிங்கநாதன். கோவிந்தனின் படைத்தளபதி. காரணம் தெரியாமலேயே கட்டியங்காரனை வெறுத்தவன். கோவிந்தன், கட்டியங்காரனுடன் நட்பாகிறான் என்றபோது கோபப்பட்டவன். அது நடிப்புதான் என்று தெரிந்ததும் மகிழ்ச்சியோடு ஓடிவந்து மன்னன் காலில் விழுந்தான்.

‘சிங்கநாதா, உன் வீரத்துக்கு ஏற்ற ஜோடி பூரணசேனன்தான்.’ கோவிந்தன் தன் தளபதி திரும்ப வந்து சேர்ந்ததில் நிம்மதி அடைந்திருந்தான். பூரணசேனன், கட்டியங்காரனின் தளபதி. தளபதிக்கு தளபதிதானே சரியான ஜோடி?

சிங்கநாதன் சிரித்தபடி சொன்னான். ‘பூரணசேனனைத் தேடிப் பிடித்து அவன் மண்டையோட்டுடன் வருகிறேன்.’

‘அரசர் உலோகபாலன், காம்பிலி மன்னனையும் அவன் படையையும் எதிர்க்கட்டும்!’

'மகத நாட்டுப்படையும் மன்னனும் எங்களுக்கு!' என்றார்கள் நபுல விபுலர்கள்.

'சொன்னாலும் சொல்லாவிட்டாலும் அவர்கள் உங்களுக்குத் தான்.' சிரித்தான் சீவகன்.

'அத்தினாபுரத்து மன்னனை நீ கவனித்துக்கொள் புத்திசேனா!' என்று சீவகன் சொன்னதும், புத்திசேனன் எழுந்து தலைவணங்கி னான்.

விசயன் எழுந்து நின்றான். 'என் குருவைச் சிறைப்பிடித்த மதனன் எனக்கு வேண்டும். அவனைக் கொன்றால்தான் என் மனம் ஆறும்.'

பதுமுகன் கோபமாகச் சொன்னான். 'அப்படியானால் எனக்கு?'

'எதிரி படையில் இன்னும் எத்தனையோ மன்னர்கள் இருக் கிறார்கள். அவர்கள் எல்லோரையும் எமனிடம் அனுப்ப வேண்டியது உன் பொறுப்பு.'

கீழ்வானம் சிவக்கத் தொடங்கியது, இன்னும் கொஞ்ச நேரத்தில் அந்த மண்ணும் சிவக்கப்போவதை அறியாமல்.

69

தொடங்கியது பெரும்போர்

ஏமாங்கதத்தின் எல்லையில் இருந்த வெட்டவெளிப் பிரதேசத் தில் கூடி இருந்தன இரண்டு படைகளும். யானைகள் மரங்களை முறித்துப் போட்டுத் தின்றுகொண்டிருந்தன. குதிரைகளுக்கு படைவீரர்கள் தண்ணீரும் உணவும் காட்டிக்கொண்டிருந் தார்கள். காலாட்படையினர், வேலையும் அம்புகளையும் பாறை களில் தீட்டிக்கொண்டிருந்ததில் சத்தம் மட்டுமின்றி ஒளித்

தீற்றல்களும் எழும்பி அந்த விடியற்காலை வேளையைப் பகலாக்கிக்கொண்டிருந்தன.

யானையின் தந்தங்களும் போரில் முக்கிய ஆயுதம் என்பதால் அவற்றைக்கூடத் தீட்டிக்கொண்டிருந்தார்கள் பாகர்கள்.

'ரத்தம் பார்த்து வெகு நாளாகிறது என்று சொன்னாயே! இன்று உனக்கு விருந்துதான்' என்று வாளுடன் பேசிக்கொண்டிருந்த வீரர்கள், அவர்களுக்கு உணவு சமைத்துப்போட அமைக்கப் பட்ட பெரிய கூடங்களில் இருந்து வந்த வெம்மை கலந்த உணவு வாசனை, தேரின் நுனியில் குரடுகளைப் பதித்து குதிரையைப் பூட்டிக் கொண்டிருந்த சாரதிகள் ஒரு பக்கம்... என்று காற்றிலேயே போர் கலந்திருந்தது. போர் தொடங்கும் சங்கொலிக்காக எல்லோரும் காதுகளைத் தீட்டிக்கொண்டிருந் தார்கள்.

சங்கு ஒலித்தது. இரண்டு மலைகள் நகர்வது போல, சீவகனின் படையும் கட்டியங்காரனின் படையும் வேகமாக நகர்ந்தன. காலாட்படை காலாட்படையைத் தேடித் தேடி வெட்ட, குதிரை யாட்கள் தங்களுக்குச் சமமான குதிரைகளுடன் வேறு இடத்தை நோக்கிச் சண்டை செய்தவண்ணம் நகர்ந்தார்கள். யானைகள் தந்தத்தால் எதிரி யானையின் தந்தத்தை வெட்ட முனைய மின்னல் பறந்தது.

காலாட்படைகளின் வாள்கள் வீசிய வேகத்தில் வெளியே வந்தது வாள் மட்டுமல்ல எதிராளி தலையும்தான். மாலைகளுடன் தலைகள், சிலம்புகளுடன் கால்கள் என்று வாள்களின் நீண்ட நாள் கோரப்பசி, ரத்தத்தை வாங்கி ஊரெங்கும் தெறித்தபடி இருந்தன.

யானைகள் கோபமாக முன்னேறும்போது எதிரிப்படை யானைப் பாகர்கள் தங்கள் வாளால் தும்பிக்கையை அறுத்துப்போட் டார்கள். அப்போது நினைவற்று விழுந்த யானைகள், காலாட் களின் மீது விழுந்து அவர்களையும் எமலோகத்துக்கு அனுப்பின. வளைந்துபோன வேல் ஏறிய காலாட்கள் அந்த வளைவை நிமிர்த்த யானைத் தந்தங்களைத் தாங்கலாகப் பயன்படுத்த, அவையும் முறிந்து யானையும் அருவிபோல ரத்தத்தைப் பெருக்கி இறந்து விழுந்தது.

70

சீவகன் படையின் தாண்டவம்

விசயன் தன் யானையை வேகமாக ஓட்டிக்கொண்டிருந்தவன், மதனனைப் பார்த்துவிட்டான்.

கேமமாபுரத்துப் படைகளின் உள்ளே புகுந்து பெரிய நாசத்தை ஏற்படுத்திக்கொண்டிருந்தான் மதனன். மதனன் பெரிய படையை நடத்திக்கொண்டு வந்தாலும் முதல் வரிசையில் நின்றதால் அவனைச் சுலபமாகப் பிடிக்க முடிந்தது. வெற்றிக்களிப்பில் எல்லாப்பக்கமும் பார்த்தபடி கெக்கலித்துச் சிரித்தான் மதனன்.

விசயன் தன் யானையை மதனன் யானை முன்பு நிறுத்தி சங்கை ஊத மதனன் திடுக்கிட்டுத் திரும்பினான். பிறகு, சுதாரித்துக் கொண்டு போர் செய்யத் தொடங்கினான். விசயன் புத்திசாலித்தனமாக மதனனைக் குறிவைக்காமல் அவன் யானையின் தும்பிக்கையைத் தன் வாளால் அறுத்தான். யானை இறந்து கீழே விழ, விசயனின் யானையை வெட்ட மதனன் வாளை வீசினான். விசயன் தன் யானையைப் போக்குக் காட்டித் திருப்பி மதனனின் நெஞ்சில் பாய்ச்சினான் வாளை. மதனன் இறந்து விழுந்தான். விசயன், மதனனின் உடம்பில் பாய்ந்திருந்த வாளை உருவ யத்தனித்தபோது, அம்பு மழைக்குள் மாட்டிக்கொண்டான்.

தூரத்தில் ஒரு தேரில் இருந்து விசயனை நோக்கிச் சரமாரியாக வந்துகொண்டிருந்தன அம்புகள். அதைக் கவனித்துச் சட்டென்று விலகி கீழே கிடந்த வேலை எடுத்தான் விசயன். பிறகு தேரைக் குறிவைத்து அந்த வேலை வீசினான். வேல் சரியாகத் தேரின் சக்கரங்கள்மீது மோத, சக்கரம் கழண்டு விழுந்து தேர் நின்றது.

தேரில் இருந்தவன் கீழே விழுந்தான். விழுந்த வேகத்தில் எழுந்தான். மதனன் இறந்து கிடப்பதைப் பார்த்ததும் வெறியோடு கத்தினான். 'அண்ணா! பழிக்குப் பழி வாங்குவேன்.'

விசயனுக்கு இது மதனனின் தம்பி மன்மதன் என்பது புரிந்தது. அவசர அவசரமாக வில்லை எடுத்து அம்புமழை பொழியத் தொடங்கினான் மன்மதன். தன் வாளால் அம்புகளைத் தடுத்து எறிந்தான் விசயன். உடனே மன்மதன், வாளை உயர்த்திப் பிடித்தபடி விசயனை நோக்கி ஓடி வந்தான். அந்தக் கணத்தில், விசயனின் அம்பறாத்தூணியில் அம்புகள் தீர்ந்து போயிருந்தன. ஓடிவரும் மன்மதனை எதிர்கொள்ள, அடுத்த ஆயுதத்தை எடுக்கக் கூட அவனுக்கு அவகாசம் இல்லை. மன்மதன், விசயனை நெருங்கியிருந்தான்.

அப்போது எதிர்பாராத ஒன்று நடந்தது. விசயனின் யானை, மன்மதனைத் தும்பிக்கையால் தூக்கியது. தன் தந்தத்தின் மேலேயே அவனைப்போட்டு அழுத்தி, கழுவேற்றியது.

விசயன் பெருமூச்சுவிட்டான். மயிரிழையில் உயிர் தப்பியிருக்கிறோம்.

★

புத்திசேனன், படைவீட்டுக்கு வெற்றியுடன் திரும்பிக்கொண்டிருந்தான். அத்தினாபுர மன்னனால் அவனுடைய வீரத்துக்கு முன்பு ஒன்றும் செய்ய முடியவில்லை. அம்புகள் பொழிந்த மழையின் ஊடாகப் பாய்ந்த வேல், தேரை நிலைகுலைய வைத்திருந்தது. எந்த வாள் தன் தலையை வெட்டியது என்பது கூடத் தெரியாமல் இறந்தான் அத்தினாபுரத்து மன்னன்.

மகதநாட்டுப் படை எதிரில் ஓடிக்கொண்டிருப்பதைப் பார்த்துச் சிரித்தான் புத்திசேனன். படையைத் துரத்திக்கொண்டு வந்த தேவதத்தனைப் பார்த்தான். 'அவர்களை வெட்டவில்லையா?' என்று கேட்டான்.

'புறமுதுகிட்டு ஓடுகிறார்கள். கோழைகள்! அவர்களை வெட்டி நம் வீரத்தை நிரூபிக்க வேண்டுமா?'

'சீதத்தன், கலிங்க மன்னனைக் கொன்றுவிட்டானாமே?'

'ஆமாம். வாளால் நடுநெற்றியைப் பிளந்துவிட்டானாம்.'

'கோவிந்தன் என்ன செய்கிறாராம்?'

'வயதானாலும் அவர் வீரத்துக்கு எந்தக் குறைவும் இல்லை. மராட்டிய மன்னனை யானையால் இடித்தே கொன்று விட்டாராம்.'

★

உலோகபாலன் ஒரு சிக்கலான சூழ்நிலையில் மாட்டிக்கொண் டான். காம்பிலி மன்னனின் படைகள் அவனைச் சூழ்ந்து நின்றன. அவன் மட்டும் தனியாக மாட்டியிருந்தான். எங்கே என்னைத் தொடர்ந்து வந்த பல்லவப் படைகள்? நான்தான் வேகமாக வந்து சிக்கிக்கொண்டேனோ?

காம்பிலி மன்னன், உலோகபாலனைப் பார்த்தான். இவனை முடிக்க இதுதான் சரியான தருணம். வேலை எடுத்தான். உலோக பாலனை நோக்கி வீசினான். உலோகபாலன் கையைக் கிழித்தது வேல். அந்த ரத்தம் உலோகபாலனுடைய யானையை நனைத்தது. அம்பாரியில் சரிந்து விழுந்தான் உலோகபாலன். காம்பிலி மன்னன் வெற்றிக்களிப்போடு கத்த ஆரம்பித்தது கேட்டது. அவ்வளவுதான். எங்கிருந்துதான் உலோகபாலனுக்கு அப்படி ஒரு பலம் வந்ததோ? வெறிவந்தவனைப் போல் அம்பாரியில் இருந்து வில்லையும் அம்புகளையும் எடுத்தான். காம்பிலி மன்னன்மேல் அம்புகளை மழையாகப் பொழிந்தான். காம்பிலி மன்னன் மாண்டுபோனான்.

மன்னன் இறந்த சோகத்தில் அவன் படையினர் உலோகபால னைச் சூழ்ந்துகொண்டார்கள். அவன் அப்படியே மயங்கி விழுந்தான். மயங்கியவன், படைவீட்டில் விழித்தபோதுதான் அவன் படை, இக்கட்டான அந்தப் போர்ச் சூழ்நிலையில் வந்து சேர்ந்ததையும், பெரிய போரில் காம்பிலிப் படைகளை பல்லவப் படைகள் வெற்றிகொண்டதையும் அறிந்தான்.

★

நபுலன், அயோத்தி நாட்டு மன்னனின் யானை எதிரே வருவதைப் பார்த்தான். தன் குதிரையால், யானையை இடித்தான். யானை தடுமாற, அயோத்தி மன்னன் கீழே விழுந்தான். நபுலன் தன் வாளை உருவிக்கொண்டு, அயோத்தி மன்னனோடு போர் புரியத் தயாராக நின்றான்.

பயத்தோடு நபுலனைப் பார்த்த அயோத்தி மன்னன், கண்களைப் படபடவென்று இமைத்தான். அவனுக்கு வாளை உருவக்கூடத் தோன்றவில்லை.

நபுலனால் சிரிப்பை அடக்க முடியவில்லை. 'உன் கூட்டத்தோடு ஓடிப்போய்விடு! உன்னைத் துன்புறுத்தமாட்டேன்!' என்று சொல்லிவிட்டு வாளை உறையில் போட்டான். தப்பித்தால் போதும் என்று ஓடினான் அயோத்தி மன்னன்.

பிறகு, படைவீட்டை நோக்கி நடந்தான் நபுலன். வழியில் இன்னொரு சண்டையைப் பார்த்தான். அது யார்? தம்பி விபுலனா?

அவனேதான். யாருடன் சண்டை போட்டுக்கொண்டிருக்கிறான்?

'இந்த வாளுக்கு வேலைதர இன்னும் யாராவது இருக்கிறீர்களா?' விபுலனின் சத்தம் அந்த மயான அமைதியில் எதிரொலித்தது.

'நான் இருக்கிறேன்' என்று ஒரு குரல் கேட்டது.

குரல் வந்த திசையில் நின்றுகொண்டிருந்த வீரனைப் பார்த்து விபுலன் சிரித்தான். 'நான் இங்கே முதலில் வந்தவன். நீ என்னுடைய விருந்தாளி. முதலில் நீதான் தாக்க வேண்டும். ம். முதல் வெட்டை நீ போடு!' என்றான் மார்பைக் காட்டி.

அந்த வீரன் ஆவேசமாகத் தன் வாளால் விபுலனை வெட்டினான். விபுலனின் மார்புக்கவசம் கீழே விழுந்தது. அவ்வளவுதான். அதைத்தவிர சிறு கீறல்கூட இல்லை. 'இப்போது உன் முறை!' என்றான் அந்த வீரன்.

விபுலன் ஒரு வேலை எறிந்தான். அது அந்த வீரனின் மார்பில் புகுந்து முதுகு வழியாக வெளியேறியது. இதைப் பார்த்த நபுலன் சொன்னான், 'சுவாரசியமான போர் விபுலா!'

★

பதுமுகன் படைவீட்டில் தன் யானைக்கு மருந்து வைத்துக் கட்டிக்கொண்டிருந்தான். 'அழாதே! எல்லாம் சரியாகிவிடும்.' இப்படி யானையிடம் சொன்னான்.

அந்தப் பக்கமாக வந்த தேவதத்தன் இதைப் பார்த்துச் சிரித்தான். 'யானையிடமா பேசுகிறாய்?'

‘ஏன் பேசக்கூடாதா? என் உயிரை ஒருமுறையல்ல, இரண்டு முறை காப்பாற்றியது இந்த யானை.’

‘என்ன நடந்தது?’

‘காமுகன் என்று ஒரு மன்னன். அவன்தான் என் இலக்கு. அவன் என் தாக்குதலை எதிர்கொள்ள முடியாமல் ஒரு கட்டத்தில் ஓட ஆரம்பித்துவிட்டான். நான் விடவில்லை. ஓடிக்கொண்டிருந்த வன் மேல் ஒரு தேர்ச்சக்கரத்தை எடுத்து வீசிக் கொன்றேன். அதைப் பார்த்துத் துடித்துப் போனான் அவன் தம்பி கோமுகன். என் பின்பக்கமாக அவன் யானையை ஓட்டிக்கொண்டு வந்து விட்டான்.’

‘பிறகு?’

‘கோமுகன் நிஜமாகவே பெரிய வீரன். அம்பை எவ்வளவு வேகமாக விடுகிறான் என்கிறாய்? என் படையில் பாதியை அவன் அம்புகள் கொன்று தீர்த்துவிட்டன. அவன் யானை வேறு தந்தத்தால் இந்த யானையை வெட்ட வந்துவிட்டது. அதில், இதன் வைரப்பூண் உடைந்துவிட்டது.’

‘பிறகு?’

‘அப்புறம் இந்த யானைக்குக் கோபம் வந்துவிட்டது. அவன் யானையைக் கொன்றது. கோமுகன் அம்பு மழை பொழிந்த போது எனக்குக் கேடயமாக நின்றது. நான் அம்புவிட்டு அவனைக் கொல்ல மறைவையும் அவகாசத்தையும் கொடுத்தது. இப்போது சொல்! இதை நான் எப்படிப் பார்த்துக்கொள்ள வேண்டும்?’

‘சரிதான். அதைவிடு. சிங்கநாதன், பூரணசேனனைக் கொன்று விட்டான். கேள்விப்பட்டாயா?’

‘அப்படியா?’

‘என்ன சாதாரணமாகக் கேட்கிறாய்? பூரணசேனன் உயிரோடு இருந்திருந்தால் கட்டியங்காரனுக்கு வெற்றி வாய்ப்பு இன்னும் கொஞ்சமாவது இருந்திருக்கும். அந்த அளவுக்கு அவன் படைகளை ஓடிப்போகவிடாமல் ஊக்கமூட்டும் வார்த்தை களைச் சொல்லிப் போருக்கு அனுப்பிக்கொண்டிருந்தவன், இந்தப் பூரணசேனன்தான்.’

‘அவன் கெட்ட நேரம், அவன் சிங்கநாதனிடம் போய் மாட்டினான்.’ சிரித்தான் பதுமுகன்.

‘ஆமாம். ஒன்றல்ல இரண்டல்ல. ஏறத்தாழ நூறு அம்புகளை பூரணசேனன்மேல் பாய்ச்சி அவனை அம்புப்படுக்கையில் படுக்கவைத்துவிட்டான் சிங்கநாதன்.’

71

கட்டியங்காரன் முடிவு

கோவிந்தனுடைய படைவீட்டில் தொடர்ந்து மகிழ்ச்சிக் கூக்குரல்கள் எதிரொலித்துக்கொண்டிருந்தன.

‘கட்டியங்காரனுக்கு உதவியாக வந்த மன்னர்கள் அனைவரும் ஓடிவிட்டார்கள், அல்லது உயிரைவிட்டார்கள். கிட்டத்தட்ட போர் முடிந்துவிட்டது போலத்தான்.’

சீவகன் எழுந்தான். ‘இன்னும் போர் முடியவில்லை. கட்டியங்காரன் உயிரோடு இருக்கும்வரை போர் எப்படி முடியும்?’

‘அவனால் எப்படி பிழைத்திருக்க முடியும்? அவன் கதையை முடிக்க எல்லாரும் விடிந்ததும் கிளம்பலாம்’ என்றான் புத்திசேனன்.

‘இல்லை. அவனை நான் தனியாக எதிர்கொள்ள வேண்டும். அவன் என் எதிரி. அவன் கதையை நான்தான் முடிக்க வேண்டும்.’

‘அவனை இப்போது காப்பது அமைச்சன் அரிச்சந்தன் மட்டும் தான். ஆனால் அவன் சிறந்த போராளி.’

‘ஒற்றர்கள் ஏதாவது தகவல் கொண்டு வந்தார்களா?’

'ஆமாம். கட்டியங்காரனை அரிச்சந்தன் ஒரு பத்மவியூகத்தில் வைத்திருக்கிறானாம். ஓட இருந்த படைவீரர்களை ஊக்கப் படுத்தி யானைகளை முதல் படியிலும் குதிரைகளை அடுத்த வட்டத்திலும் வைத்திருக்கிறான்.'

'அதற்கடுத்த வட்டங்களில்?'

'தெரியவில்லை. ஒற்றர்களால் அவ்வளவு தூரம் ஊடுருவ முடிய வில்லை. ஆனால் என் ஊகம், அடுத்த கட்டத்தில் கட்டியங் காரனின் நூறு மகன்களும் இருப்பார்கள்.'

கோழி கூவும் சத்தம் கேட்டது. சீவகன் போருக்கான உடைகளை அணிந்துகொண்டான். இன்று, என் தந்தையின் மரணத்துக்கு பதில் சொல்லும் நாள்.

★

சீவகன் சிறு படையுடன் மட்டுமே கிளம்பி இருந்தான். பத்ம வியூகத்தை உடைக்கப் பெரும் படைகளால் முடியாது. யானை களைக் கண்ணுக்குக் கீழே குறிபார்த்து அம்பெய்யக்கூடிய பொறுக்கி எடுத்த வில்லாளர்கள், முதல் கட்டத்தைச் சுலபமாகக் கடக்க உதவினார்கள்.

குதிரை வீரர்கள் பெரும்பாலும் வாளைக் கொண்டே போராட முயன்றார்கள். ஆனால், சீவகனின் படை தூரத்தில் இருந்தே வில் அம்பினால் அவர்களைச் சுலபமாக வென்று அடுத்த கட்டத் துக்குச் சென்றார்கள். அரிச்சந்தன், தன் குதிரையைச் சீவகனுக்கு அருகாமையில் ஓட்ட முனைந்து வெட்டுப்பட்டுத் தலையை இழந்தான்.

சீவகனுக்கே பரிதாபமாக இருந்தது. அடுத்த கட்டத்தில், சிறிய வர்களும் பெரியவர்களுமாகக் கட்டியங்காரனின் நூறு மகன் களும் நின்றிருந்தார்கள். உறுதியாக நின்று போரிட்டார்கள். போரில் போதிய பயிற்சி இல்லையென்றாலும் தந்தையைக் காக்க ஊக்கமாக நின்று போரிட்டார்கள். ஆனால், சீவகனின் படையை எதிர்த்து அவர்களால் நீண்டநேரம் போரிட முடிய வில்லை.

தேரைவிட்டு வெளியே வர நினைத்தவர்கள் மார்பில் சீவகனின் அம்புகள் தைத்தன. ஓட முயன்றவர்கள் முதுகைப்

புண்ணாக்கின. அதையும் தாண்டி, வெளியே வந்து நின்று போரிட முயன்றவர்கள் சீவகனின் வாளால் மாண்டனர்.

கடைசிக் கட்டத்தை அடைந்தான் சீவகன். நிலமெல்லாம் ரத்தம். குருதிச் சேற்றில் இறங்கி நின்று தன் சங்கை எடுத்து ஊதினான் சீவகன். அச்சமூட்டும் அந்த ஒலி கேட்டு, பறவைகள் படபடத்தன.

அசனிவேகம் என்ற பட்டத்து யானைமேல் அமர்ந்திருந்த கட்டியங்காரன் கண்ணில் சோகமும் வெறியும் நன்றாகத் தெரிந்தன.

'என்னை வென்றுவிட்டதாகக் கொக்கரிக்காதே சீவகா! வெல்வதும் தோற்பதும் உன் நல்வினை தீவினைகளால் ஆவது. உன் அப்பன் செய்த தீவினைக்கு நான் அவனைக் கொன்றேன். நீ செய்த தீவினைக்கு நான் உன்னைக் கொல்லப்போகிறேன்.' இடியாக முழங்கினான் கட்டியங்காரன்.

'பயந்துவிட்டாயா கட்டியங்காரா?' சீவகன் நகைத்தான்.

'பயமா? எனக்கா? நீ உன் வேலை என்னை நோக்கி வீசு! நான் கண்ணை இமைத்தால்கூட பயந்தேன் என்று வைத்துக்கொள். பயம் என்பதை என் வம்சத்திலேயே யாரும் அறியமாட்டார்கள்'

'உன் வம்சமா? இதற்கு முன் இருந்த கட்டத்தில் முதுகில் புண் வாங்கி எத்தனைபேர் செத்தார்கள் தெரியுமா? அத்தனை பேரும் உன் மகன்கள். உன் வம்சம்.'

சீவகன் சொன்னதைக் கேட்டதும் வெறி ஏறியவனாக, கட்டியங்காரன் வில்லை எடுத்தான். அம்பைத் தொடுத்தான்.

அம்பு ஒரு அடிகூடப் போகவில்லை. போகவில்லை. அவன் வில் முறிந்து கீழே விழுந்து கிடந்தது. சீவகன் அதற்கும் முன்பே அம்பெய்து கட்டியங்காரனின் வில்லை முறித்துவிட்டிருக்கிறான்.

கோபம் பொங்க, உருவிய வாளோடு அசனிவேகத்தில் இருந்து குதித்தான் கட்டியங்காரன். இவனை இப்போதே முடித்துவிடுகிறேன்.

சீவகன் கடவுளை வேண்டிக்கொண்டான். தந்தையை நினைத்துக் கொண்டு அடுத்த அம்பை கட்டியங்காரன் மார்பை நோக்கி விட்டான்.

வேகவேகமாக வந்த அம்புகளைத் தன் உடம்பையே அம்பறாத் தூணியாக்கி வாங்கினான் கட்டியங்காரன். இறந்து கீழே விழுந்தான்.

சீவகன் பின்னால் வந்த படைவீரர்கள் முரசறைந்தனர். 'ஏமாங்கத சக்கரவர்த்தி சீவகன், துரோகி கட்டியங்காரனை வீரப்போரில் கொன்றார். வென்றார்!'

72

கட்டியங்காரன் அந்தப்புரம்

சீவகன் படைவீட்டுக்குச் செல்லும் வழியிலேயே கூட்டம் அதிக மாகிவிட்டது. வாழ்த்து கோஷம் விண்ணைப்பிளந்தது. வேக வேகமாக போர்க்களத்துக்குச் சென்ற அதே வழியில், இப்போது அங்குலம் அங்குலமாக முன்னேற வேண்டியதாக இருந்தது.

சீதத்தன் எதிரில் வாயெல்லாம் பல்லாக வந்தான். 'சக்கரவர்த்தி ஆகிவிட்டீர்கள்!'

சீவகன் மென்மையாகப் புன்னகைத்தான். நண்பர்கள் சீவகனைத் தலைக்கு மேலே தூக்கி ஆரவாரம் செய்தார்கள்.

புத்திசேனன் 'சரி சரி. கொண்டாட நிறைய நேரம் இருக்கிறது, முதலில் ஆகவேண்டியதைப் பார்க்கலாம்.'

பதுமுகன் கேட்டான். 'அதென்ன முதலில் ஆகவேண்டியது?'

'கட்டியங்காரன் கெட்டவன்தான். ஆனால், அவன் மனைவியர் என்ன பாவம் செய்தார்கள்? அவர்களுக்குத் தகவல் தெரிவிக்க

வேண்டாமா? சீவகன்தான் அதை முறைப்படிச் செய்ய வேண்டும்.'

கட்டியங்காரனின் அந்தப்புரம் மௌனமாக இருந்தது. இன்னும் தகவல் தெரியவில்லை என்றாலும் போரின் போக்கு பற்றி அறியாமலா இருந்திருப்பார்கள்? சீவகன் கூட வந்த படையின் ஜெயகோஷம் சூழலின் அமைதியைக் குலைத்தது.

அந்தப்புரத்து வாயிலில் இருந்த காவல்காரன் படை வருவதைப் பார்த்ததும் பயந்து ஓடிவிட்டான். 'அவனைப்பிடித்து வாருங்கள். பயமுறுத்தாதீர்கள், அடிக்காதீர்கள்' என்று ஆணை யிட்டான் சீவகன்.

பயந்து பயந்து வந்தான் காவல்காரன்.

'கட்டியங்காரன் பட்டத்து மனைவி எங்கே?'

'மூன்றாம் மாளிகையில்.'

அரசியாக இருந்தவளைப் பார்த்ததும், சீவகனுக்கு வெற்றியின் மகிழ்வெல்லாம் ஒரு நொடி வற்றிப்போனது. 'என்ன நடந்தது?' அவள் கேள்வியிலேயே அவளுக்குப் புரிந்துவிட்டது தெரிந்தது.

சீவகன் கூட வந்திருந்த படையில் இருந்து ஒருவன் பறை அறிவிக்கும் தொனியில் சொன்னான். 'ராசமாபுர எல்லையில் நடந்த போரில் சீவக மகாராஜா, கட்டியங்காரனையும் அவனது நூறு மகன்களையும் வீர சொர்க்கம் அனுப்பிவைத்தார்!'

அரசியின் கண்கள் நிலைகுத்தின. வேரற்ற மரமாகச் சாய்ந்தாள். சீவகன் சற்றுநேரம் அமைதியாக இருந்தான்.

அரசி அசையவில்லை. 'மருத்துவச்சிகளை அழைத்து வாருங்கள்!'

மருத்துவச்சி வந்தாள். 'பத்தினி தெய்வம்.கெட்டசேதி கேட்ட வுடன் சுமங்கலியாகப் போய்ச் சேர்ந்தார்கள்!'

கட்டியங்காரனின் மற்ற மனைவிகள், அரசியைச் சூழ்ந்தார்கள். அழுகுரல் சத்தம் வேறெதையும் கேட்கவிடவில்லை.

'நீங்கள் யாரும் பயப்படவேண்டியதில்லை. உங்கள் உரிமைகள் எதுவும் பாதிக்கப்படாது. நீங்கள் இங்கேயோ, நீங்கள் விரும்பும் வேறு இடத்திலோ எந்த அச்சுறுத்தலும் இன்றி வாழ்ந்து

கொள்ளலாம். உங்களுக்குத் தேவையான பாதுகாப்பு கிடைக்கும்.'

சீவகனின் பெருந்தன்மையை அவன் படைகள் வியந்து பாராட்டியதில் ஜெயகோஷம் அதிகமானது. கூட்டம், அரண்மனையை நோக்கித் திரும்பியது.

பாகம் 11

இலக்கணை

73

முடிசூட்டுவிழா

விடியற்காலையிலேயே அரண்மனை களைகட்டத் தொடங்கி விட்டிருந்தது. சீவகனைத் துயிலெழுப்ப இன்னிசைக் கருவி களோடு இசைக்கலைஞர்கள் தயாராக இருந்தார்கள். சீவகன் துயில் எழுந்ததும் முகம் கழுவ, வெட்டிவேரும் மருதாணியும் நெல்லி இலைகளும் போட்ட வெதுவெதுப்பான நீர் தயாராக இருந்தது.

நண்பர்கள் காத்திருந்தார்கள். வெற்றி மயக்கத்தில் யாருக்கும் தூக்கம் பிடிக்கவில்லை. சீவகன் மட்டும் தூங்கிக்கொண்டிருப் பதை ஆச்சரியமாகப் பார்த்தார்கள். எத்தனை இரவுகள் அவ னோடு கழித்திருக்கிறார்கள்? இவ்வளவு ஆழ்ந்த உறக்கத்தை சீவகனிடம் பார்த்ததில்லையே!

'நேரமாகிவிட்டதே? எழுப்பலாமா?' என்றான் நந்தட்டன்.

'இல்லை! ஓர் ஆண்டு காலமாக அவன் உறங்காததை எல்லாம் சேர்த்துவைத்து உறங்குகிறான். உறங்கட்டும்!' வெளியே எல்லோரையும் வரச் சொல்லி சைகை செய்தான் பதுமுகன்.

சீவகனைப் பார்க்க வந்துகொண்டிருந்த கோவிந்தன், நண்பர் களைப் பார்த்ததும் ‘எழுந்துவிட்டாரா?’ என்று கேட்டான்.

‘இல்லை. எழுந்துகொள்ளும் நேரம்தான். உங்களைப் பார்க்கத் தான் வந்துகொண்டிருந்தோம்.’

‘என்ன விஷயம்?’

‘அடுத்ததைப் பற்றிப் பேசத்தான். முடிசூட்டு வைபவத்தை எப்போது வைத்துக்கொள்ளலாம்?’

‘உடனே செய்துவிடவேண்டியதுதான். நல்லவேளையாக வர வேண்டிய மன்னர்கள் எல்லோரும் இங்கேயே இருக்கிறார்கள். ஜோதிடர்களை அழைத்து நாளும் கோளும் பார்க்கச் சொல்லுங்கள்!’

சீதத்தன் சொன்னான். ‘அரசர் உறங்கப்போகும் முன்னர் போரில் பலியானவர்களின் குடும்பங்களுக்கு மான்யங்களை தாராளமாக வழங்கிய பின்புதான் முடிசூடுவேன் என்று கட்டளை இட்டு விட்டுத்தான் சென்றார்.’

கோவிந்தன், ‘அதற்கென்ன! நிச்சயம் செய்துவிடலாம். ஊன முற்றோருக்கும் இறையிலி நிலங்களைக் கொடுத்துப் பிழைக்க வழி செய்யவேண்டும்’ என்றார்.

‘நல்ல பொற்கொல்லர்களை அழைக்க வேண்டும். இதுவரை யாரும் அணிந்திராத அழகில் கிரீடத்தைத் தயார் செய்ய வேண்டும்!’ புத்திசேனன் மகிழ்ச்சி கொப்பளிக்கச் சொன் னான்.

★

குறித்த நாளில் ராசமாபுரமே விழாக்கோலம் பூண்டிருந்தது. தெருவெங்கும் அடைத்த பந்தல்கள் வண்ணவண்ணமான அலங்காரங்களில் கண்ணைப்பறிக்க, தரையில் போடப் பட்டிருந்த கோலங்கள், எங்கள் வண்ணங்களுக்கு என்ன குறைவு என்று சவால் விட்டுக்கொண்டிருந்தன. புதிய மன்னனைப் பார்க்க ஏமாங்கதத்தில் இருந்து மட்டுமின்றி மத்திம தேசம், தக்க தேசம், பல்லவ தேசம், விதேய தேசம், வித்தியாதர தேசம் என்று எல்லா நாடுகளில் இருந்தும் மக்கள்

குவிந்துகொண்டிருந்தனர். புதிய நண்பர்களை ராசமாபுரத் தினர் சத்திரங்கள் அமைத்தும் தண்ணீர்ப்பந்தல்கள், மோர்ப் பந்தல்கள் அமைத்தும் விருந்தோம்பலைக் காட்டிக்கொண் டிருந்தனர்.

அரசனின் பரிவாரங்கள் அருகன் கோயிலில் இறங்கி இருந்தன. சீவகனும் விசயையும் மனம் உருகி அருகனை வழிபட்டார்கள். விசயை, சீவகனை நெட்டி முறித்து வாழ்த்தினாள்.

பரிவாரங்கள் அரண்மனையை நெருங்குகையில் வானத்தில் திடீரென வெளிச்சம் நிறைத்தது. வேட்டுகளும் வாணங்களுமாக ஒரு நாழிகை நேரத்துக்கு வானம் தூள்பட்டது. முடிசூட்டு விழாவுக்கு வந்திருந்த அனைவரும் கண்களை வானத்திலேயே வைத்திருந்ததில் கழுத்துவலி கண்டார்கள். வாணவேடிக்கை முடிந்தபோது வானமே வெண்மையானது. அந்த வெண்மை யைப் பிளந்துகொண்டு வானத்தில் இருந்து இறங்கியது ஒரு தேர். தேரில் சுதஞ்சணனும் அவன் மனைவியரும் சீவகனைப் பார்த்துப் புன்னகைத்தார்கள்.

மன்னர்களும் அந்தணர்களும் கூடி நின்று வாழ்த்த, வானில் இருந்து பூமழை பொழிய, முரசு கொட்ட, துந்துபிகளும் இசைக்கருவிகளும் முழங்க, சீவகனுக்கு கோவிந்தன் முடி சூட்டினான்.

கூட்டத்தின் ஜெயகோஷமும் ஆச்சரியக்கூச்சலும் அடங்கப் பலமணி நேரமானது.

★

ஏமாங்கத மக்களுக்குப் புது மன்னன் வந்த மகிழ்ச்சிக்கு மேலும் மிஞ்சிய மகிழ்ச்சி மறுநாள் காத்திருந்தது. முரசொலியின் ஓசை கேட்டது.

'சக்கரவர்த்தி சீவகனின் ஆணையின் பேரில் அமைச்சர் நந்தட்டன் அறிவிக்கும் அரச கட்டளைகள்.'

'இன்றுமுதல் பதினாறு ஆண்டுகளுக்கு, நாட்டு மக்கள் யாருக்கும் எந்த வரியும் கிடையாது.'

‘கண்பார்வையற்றவர்கள், உடல் ஊனமுற்றவர்கள், கணவனால் கைவிடப்பட்ட மனைவியர் ஆகியோருக்கு மானியமும் பணமும் வழங்கப்படும்.’

‘கோயில்களுக்கு இறையிலி நிலங்களாக இருந்து, முந்தைய மன்னனால் அரசு நிலமாக்கப்பட்ட அத்தனை நிலங்களும் மீண்டும் இறையிலி நிலங்கள் ஆக்கப்படும்.’

‘சிறைகளில் குற்றமின்றி வாடுவோர் விடுதலை செய்யப்படுவார்கள். சிறைகள் இடிக்கப்படும்.’

மக்கள் நல்லாட்சி தொடங்கியதை உணர்ந்தார்கள்.

74

இலக்கணை திருமணம்

ஊரெல்லாம் மக்கள் கூடிக் கூடி சீவகனின் முடிசூட்டு விழா பற்றி அலுக்காமல் பேசிக்கொண்டிருந்ததில் விழா முடிந்ததாகவே தோன்றவில்லை. அதற்குள் அரசனின் முரசு கொடுத்த இன்ப அதிர்ச்சி வேறு. மக்களின் மகிழ்ச்சிக்கு அளவே இல்லாமல் இருந்தது.

விசயை, சுநந்தையிடம் சீவகன் வளர்ந்த கதையைக் கேட்டுக் கொண்டிருந்தாள். சிறுவயதிலேயே அவனுடைய வில் திறமை, இசை ஆர்வம் பற்றியெல்லாம் கேட்டுப் பூரித்தாள். இன்னொரு அறையில், கந்துக்கடனும் கோவிந்தனும் இதே கதைகளைப் பேசிக்கொண்டிருந்தார்கள்.

சீவகன், குணமாலையிடம் பேசிக்கொண்டிருந்தான். ‘நீ வந்த ராசி அப்படி ஒன்றும் மோசமான ராசி அல்ல என்பது இப்போது

புரிகிறதா? சாதாரண வணிகன் மகனாக இருந்த நான் நாடாளும் சக்கரவர்த்தி ஆனது நீ வந்த பிறகுதானே?'

'இருந்தாலும் சிறைவாசம், காடு, மலை பயணம் என்று என்னால் உங்களுக்கு எத்தனை கஷ்டங்கள்?'

சீவகனின் நண்பர்களை வேறு சில வேலைகள் அழுத்த, ஒவ்வொருவரும் ஒவ்வொரு திசையில் தங்கள் குதிரைகளைத் துரித கதியில் செலுத்திக்கொண்டிருந்தார்கள்.

பல்லவ நாட்டுக்குச் சென்ற உலோகபாலன், தன் தங்கை பதுமையை அழைத்துக்கொண்டு ராசமாபுரம் திரும்பினான்.

விடலையை அழைத்துவர தக்கநாட்டுக்கு புத்திசேனன் சென்றான்.

மத்திமதேசத்துக்குச் சென்ற விசயன், தன் சகோதரி கனகமாலை யோடு திரும்பினான்.

ராசமாபுரத்தின் எல்லைக்குச் சென்று முறைப்படி கேமசரியை அழைத்துவந்தான் பதுமுகன்.

சுரமஞ்சரியை அழைத்துவர குணமாலையோடு நந்தட்டன் சென்றான்.

ஏழு மனைவியரும் ஒன்றாகச் சேர, சீவகனை மீண்டும் அரண் மனைக்கு வரவழைத்து ஆரத்தி எடுத்தாள் சுநந்தை.

விசயைக்குப் பெருமையில் கைகால் கொள்ளவில்லை. 'அக்கா!' என்ற குரல் கேட்டுத் திரும்பினாள்.

கோவிந்தன், மருமகனைப் பார்த்துக்கொண்டே சொன்னான். 'ஒன்று குறையவில்லை?'

விசயைக்குத் தன் கனவு ஞாபகம் வந்தது. எட்டு மணிமாலை களுடன் வளர்ந்த அசோக மரம் தன் கண் முன்னே இன்று. 'என்ன சொல்கிறாய் கோவிந்தா?'

'பன்றியைக் கொல்பவனுக்கு என் மகள் என்று போருக்கு முன்னால் முரசறைந்தேன். போர் முடிந்து, முடிசூட்டும் முடிந்து

விட்டது. இன்னும் யாருக்கும் என் மகள் இலக்கணையின் நினைவு வரவில்லை' அலுத்துக்கொண்டான்.

'உண்மைதான் கோவிந்தா. சீவகனுக்கு இத்தனை திருமணங்கள் நடந்தாலும், ஒன்றையும் நாம் பார்க்கக் கொடுத்து வைக்க வில்லை. இலக்கணை, சீவகன் திருமணத்தை யாரும் கண்டும் கேட்டும் இராத வகையில் நடத்த வேண்டும். இரு பெரும் ராஜ்யங்கள் இணையும் கோலாகலம் வேறு.பிரம்மாண்டமாக இருக்க வேண்டும்.'

'மாமியார் ஆசைப்பட்டபின் அதை மாற்ற முடியுமா?' சிரித்தான் கோவிந்தன்.

★

ராசமாபுரத்தில் கடல் போலக் கூட்டம் கூடியது. ஆறு நாள்களுக்கு அரண்மனை தவிர வேறு எந்த வீட்டிலும் அடுப்பு பொங்கவில்லை. நூற்றி எட்டு யானைகள் சூழ வந்த முரசு சொன்ன செய்தி, நாட்டு மக்களைப் புளகாங்கிதம் அடையச் செய்தது.

சீவகனை அலங்கரிக்க வந்த கலைஞர்கள் அவனுடைய இயற்கையான அழகை மேலும் கூட்டச் சிகையலங்காரம் செய்தார்கள். தேவகன்னிகைகள்கூட ஒரு நொடி அவனைப் பார்த்து நிற்கும் அளவுக்கு மலர்மாலைகளால், பொன் மாலை களால் அலங்கரித்து அழகாக்கினர்.

இலக்கணையை அலங்கரிக்க வந்த மங்கையருக்கு இது ஒரு சவாலாகவே ஆனது. அவளை அலங்கரிப்பதில் மேலும் சிரத்தை எடுத்துக்கொண்டார்கள். வென்றவர் யார் என்பது யாருக்கும் தெரியாத அளவுக்கு விளங்கியது மணவறை.

இலக்கணையை மணவறையில் பார்த்த சீவகன், 'எமனே என்னைக் கொல்ல இங்கே பெண் உருவெடுத்து வந்திருக்கின் றானோ!' என்று நினைத்தான்.

ஹோமத்தீ வலமாக அசைந்தது. பார்ப்பவர் அனைவருக்கும் சகுனத்தின் நற்பலன்கள் மனத்திலே தோன்றி மகிழ்ச்சியை அதிகரித்தன. கோவிந்தன் தாரை வார்க்க, இலக்கணையைத் துணையாக ஏற்றுக்கொண்டான் சீவகன்.

75

ஆட்சி

கந்துக்கடனுக்கு என்ன பேசுவதென்றே தெரியவில்லை. ‘சீவகா, யோசித்துத்தான் சொல்கிறாயா?’

‘அப்பா, வம்சத்தில் நான் மாறிப் பிறந்திருக்கலாம். உங்கள் வளர்ப்புதான் என்னை அரசனாக்கியது. இப்போது நாட்டு மக்கள் எல்லோரும் மகிழ்ச்சியாகவும் கவலைகள் இல்லாமலும் இருக்கிறார்கள் என்றால் அதற்கு முக்கியக் காரணம் உங்கள் வளர்ப்புத்தான்.’

‘இருக்கட்டுமே. இருந்தாலும்...’

‘இதில் ஒரு தவறும் இல்லை அப்பா. இந்த நாட்டின் ஆட்சிப் பொறுப்பை ஏற்று எல்லோரையும் வழிநடத்த உங்களுக்கு எல்லாத் தகுதிகளும் இருக்கின்றன.’

‘நான் ஒரு வணிகன்.’

‘அதனால் என்ன அப்பா? நாட்டை வழிநடத்த ஆலோசனைகள் சொல்வது வணிகர்களின் கடமைதானே?’

கந்துக்கடனுக்கு சீவகனைப் பார்க்கும்போது பெருமையாக இருந்தது. நாட்டின் சக்கரவர்த்தி, எனக்கு முடி உரிமையையும் வழிநடத்தும் தகுதியையும் அளிக்கிறான். வளர்ப்புத் தாயை ராஜ மாதாவுக்குச் சமமாக பெருந்தேவி என்று பட்டமிட்டு அழைக் கிறான். எனக்குப் பிறந்த நந்தட்டனை ‘இளவரசன்!’ என்றே முரசறைந்து அறிவித்துவிட்டான். நண்பர்களுக்கு அரசகுல சம்பந்தங்களைப் பெற்றுக்கொடுத்து அரசர்களுக்குச் சமதையாக இருக்க வழிவகுத்துவிட்டான். முத்திரை மோதிரங்களை பதுமுகனுக்கும் புத்திசேனனுக்கும் அளித்து அமைச்சர்களாகவும் குறுநிலமன்னர்களாகவும் ஆக்கிவிட்டான். நண்பன் சுதஞ்சண னுக்குப் பொன்னால் ஒரு கோயிலே அமைத்திருக்கிறான்.

மக்களுக்கு எல்லாத் தேவைகளும் நிறைவேறிவிட, பேராசை இல்லாத மக்களாக வாழ்கிறார்கள். நாட்டில் மழை தவறாமல் பொழிந்து விவசாயம் சீராக நடக்கிறது.

'நான் சுடுகாட்டில் உன்னைப்பார்க்க என்ன தவம் செய்தேன்!' என்று தனக்குத்தானே சொல்லிக்கொண்டான் கந்துக்கடன்.

76

அன்னையின் ஆசை

பல்லக்கு எங்கே செல்கிறது என்று தெரியக் கூடாது என்பது அரசனின் ஆணை என்பதால், வழி மாற்றிச் சுற்றிச் சுற்றிச் சென்று கொண்டிருந்தார்கள் பல்லக்குத் தூக்கிகள். சீவகன் தன் தேரில் அவர்களைத் தொடர்கிறான் என்பது தெரிந்ததும் வேகம் எடுத்தார்கள்.

பல்லக்குக்குள் உட்கார்ந்திருந்த விசயைக்கும் சுநந்தைக்கும் கண்கள் கட்டப்பட்டிருந்தன.

'எங்கு செல்கிறோம் என்று உனக்காவது தெரிகிறதா சுநந்தை?'

'தெரியவில்லை அரசி. சுற்றிச் சுற்றிச் செல்கிறார்கள். ராசமாபுரத்திலேயே இருக்கிறோம் என்றுதான் நினைக்கிறேன்.'

'என்னை அரசி என்று கூப்பிடாதே சுநந்தை. என்ன மாற்றம் இடையிலே நடந்திருந்தாலும் இன்னும் நான் துறவிதான்.'

'ஆமாம். ஆனால் துறவின் பலன்களையே தானமாகத் தந்து விட்டீர்களே?'

'எனவேதான், மீண்டும் துறவுக்குச் செல்ல வேண்டும் என் கிறேன்.' காற்றை முகர்ந்து பார்த்தாள் விசயை.

காற்றில் நறுமணம் வீசிக்கொண்டிருந்தது. மலர்வனம். என்ன மணம் என்று பிரித்துச் சொல்ல முடியாத அளவுக்கு மல்லிகை, முல்லை, இருவாட்சி... என்று எல்லா மலர்களும் கலந்த மலர் வனமாக இருக்க வேண்டும்.

சீவகன் ஆணைப்படி பல்லக்கு இறங்க, கண்ணைக் கட்டி இருந்த துணி அகற்றப்பட்டது.

விசயை கண்களை ஒளிக்குப் பழக்கப்படுத்திக்கொண்டு சுற்று முற்றும் பார்த்தாள்.

இது என்ன இடம்? பழக்கப்பட்ட இடம்போலத்தான் இருக் கிறது. மலர்கள் சூழ்ந்த நந்தவனம்தான். ஆனால், அந்தக் கோயிலைப் பார்த்தால் புதிதாகக் கட்டப்பட்டது போல இருக்கிறது.

'என்ன கோயில் அது சீவகா?'

'உள்ளே போய்ப் பார்க்கலாமா?'

கோயிலில் இரண்டு மூலஸ்தானங்கள் இருந்தன. ஒன்றில் ஒரு பெண் வடிவம் மூல மூர்த்தியாக இருந்தது. யாரிந்த தெய்வம்? விசயைக்கு எங்கோ பார்த்த ஞாபகம்.

'இது சண்பகமாலை என்ற தெய்வம் அம்மா!' சீவகன், விசயை யின் குழப்பத்தைத் தீர்த்தான்.

சண்பகமாலை. சீவகனைப் பிரசவித்த உடனே கட்டியங்கார னின் படைகள் சூழவரக் காப்பாற்றிய தெய்வம். சீவகனை விசயை நன்றியுடன் பார்த்தாள்.

'இன்னொரு மூலஸ்தானத்தில் என்ன இருக்கிறது பார் அம்மா!'

அதைப் பார்த்ததும் விசயைக்குப் பழைய ஞாபகங்கள் அழுகை யாக வெடித்தன. முழுமாத கர்ப்பிணியாக அரண்மனையில் இருந்து தன்னையும் சீவகனையும் பத்திரமாக வெளிக்கொண்டு வந்த மயிற்பொறி. இப்போது புரிந்துவிட்டது இது என்ன இடம் என்று. சீவகனைப் பிரசவித்த சுடுகாடு.

'இனி எனக்கு என்ன வேண்டும் என் கண்ணா! நான் நினைத்த விஷயங்களைச் சொல்வதற்கு முன்னாலேயே முடித்து

விட்டாயே!' விசயையின் குரல் நெகிழ்ந்திருந்தது. கூட இருந்த சுநந்தையும் ஆனந்தக் கண்ணீர் விட்டுக்கொண்டிருந்தாள்.

'சீவகா! உன்னிடம் ஒரு வேண்டுகோள்!'

'வேண்டுகோளா? ஏனம்மா என்னை அந்நியப்படுத்துகிறாய்? கட்டளை இடு!'

'நான் ஒரு பாவப்பிறவி. என்மேல் கொண்ட ஆசையால்தான் உன் தந்தை நாட்டை இழந்து உயிரையும் இழக்க நேரிட்டது. உனக்கு ஒரு அறிவுரை சொல்கிறேன், கேட்கிறாயா?'

'சொல்லுங்கள்!'

'காம இன்பத்தில் மூழ்கி நாட்டு நலனைக் கவனிக்காமல் இருந்துவிடாதே! நீயும் இந்த நாடும் நல்லபடி வாழ நான் இறைவனைப் பிரார்த்திக்க வேண்டும். அதற்கு, நான் மீண்டும் துறவறம் செல்ல வேண்டும். அதற்கான ஏற்பாடுகளைச் செய்வாயா?'

சீவகன் கலங்கினான். 'இத்தனை ஆண்டுகளும் என் அருகாமை யில் இல்லாத தாய், இப்போதுதான் என் அருகில் வந்திருக் கிறீர்கள். மீண்டும் துறவறமா? உங்கள் முடிவை பரிசீலனை செய்யமாட்டீர்களா?'

'எப்போது பிறந்தோம் என்பது மட்டும்தான் நமக்குத் தெரியும் சீவகா! எப்போது இறக்கப்போகிறோம் என்பது தெரியுமா? திடீரென என்று வேண்டுமானாலும் எமன் நம்மைக் கதவுதட்டி அழைத்துச் செல்லலாம். நிலையில்லாத இந்தச் செல்வத்தை நம்பி இருந்தால், நற்பலன்களைச் சேமிக்க நமக்கு ஏது நேரம்? துறவு கொண்டு, இறை நாமம் ஜெபிக்க வாய்ப்புக் கிடைக்கும் போது அதை அற்ப சுகங்களுக்காக வீணடித்துவிட்டால் பிறகு வருத்தம்தான் படவேண்டும்'

'சரியாகச் சொன்னீர்கள் அரசி. நானும் உங்களுடன் துறவுக்கு வருகிறேன்' என்றாள் சுநந்தை.

சீவகனுக்கு, ஒரே நேரத்தில் இரண்டு தாய்களையும் இழக்க மனமில்லை. 'அரசியை விடுங்கள் அம்மா! அவர்கள் எனக்காக என்ன செய்தார்கள்? நீங்கள்தான் என் சிறு வயதில் எனக்குப் பாலூட்டினீர்கள், சீராட்டினீர்கள். வேளாவேளைக்கு உணவும்

உடையும் கொடுத்து என்னைப் பார்த்துக்கொண்டீர்கள். உங்களுக்கு என்னைவிட்டுப் போக எப்படி மனம் வந்தது?'

'நீ என் மகன் என்ற எண்ணத்தால்தான் நான் உன்னைப் பார்த்துக் கொண்டேன். இந்தப் பெருந்தேவி பட்டத்துக்காகவும் அரச சுகத்துக்காகவும் அல்ல' என்றாள் சுநந்தை.

விசயை, சுநந்தையைப் பார்த்தாள். 'இல்லை சுநந்தை! சீவகன் சொல்வதிலும் ஒரு நியாயம் இருக்கிறது. ஒரே நேரத்தில் இருவரும் விட்டுச் சென்றால், சீவகனும் நந்தட்டனும் என்ன பாடுபடுவார்கள்? நீ துறவுக்கு வரவேண்டாம். குழந்தைகளை என் சார்பில் நீதான் தாயாகப் பார்த்துக்கொள்ள வேண்டும்.'

விசயை துறவை மேற்கொள்வதில் உறுதியாக இருந்தாள். பல்லக்கை விட்டு இறங்கினாள். நடந்தே காடு நோக்கிப் போனாள். அவள் மறையும்வரை கண்ணில் நீர்கோர்க்கப் பார்த்துக்கொண்டிருந்தார்கள் சீவகனும் சுநந்தையும்.

பாகம் 12

முக்தி

77

மனம் ஒரு குரங்கு

நந்தட்டன், சீவகனைப் பார்க்க வேகவேகமாகச் சென்று கொண்டிருந்தான். என்ன ஆகியிருக்கும் அரசருக்கு? இவ்வளவு அவசரமாக என்னை ஏன் வரச் சொல்லவேண்டும்? அவனுக்குப் புரியவில்லை.

சீவகன் அரச சிம்மாசனத்தில் உட்கார்ந்திருந்தான். எதிரே இருந்த ஆசனத்தைக் காட்டி 'அமருங்கள் இளவரசே!' என்றான் நந்தட்டனைப் பார்த்து.

நந்தட்டனுக்கு ஒன்றும் புரியவில்லை. 'இளவரசே!' கிண்டலாகச் சொல்கிறாரோ? அவன் கொடுத்த பட்டம்தான் என்றாலும் முப்பது ஆண்டுகள் அரசாட்சியில் இப்படிச் சொல்லிக் கேட்டதில்லையே?

'என்ன நடந்தது அரசே!' நாமும் அதே அரசமுறைப்படி அழைப்போம்.

'ஒன்றும் இல்லை. சில விஷயங்கள் பேச வேண்டும். அதற்குத்தான் வரச் சொன்னேன்.'

'குழந்தைகள் அனைவரும் சுகம்தானே?'

'அவர்களுக்கென்ன? எட்டு பேரும் ஒரே குருகுலத்தில் படித்துக் கொண்டிருக்கிறார்கள். தத்தையின் மகன் சச்சந்தன் எல்லாக் கலைகளிலும் தேர்ந்து வருகிறான். குணமாலையின் மகன் சுதஞ்சணனுக்கு மந்திர தந்திரங்களில் ஆர்வம் அதிகமாம்'

'இருக்காதே பின்னே? பெயர் ராசி ஆயிற்றே!'

சீவகனும் சிரித்தான். 'தரணி, அவன் அம்மா பதுமையைப் போலவே விளையாட்டில் சுட்டியாக இருப்பதாகத் தகவல்.'

'கந்துக்கடன்?'

'கேமசரியைப் போலவே கணக்கில் கெட்டி அவன்!'

'கேமசரியைப் போல அல்ல, கந்துக்கடன் போல.' நந்தட்டன் இயல்பாகிவிட்டான். 'மற்ற குழந்தைகள்? விசயன், தத்தன், பரதன், கோவிந்தன்?'

'குருகுலத்தில் எல்லோரும் ஒருவரோடொருவர் போட்டி போட்டிக்கொண்டு படிக்கிறார்கள். கூடிய விரைவில் ராஜ்ய பாரத்தை ஏற்கத் தகுதி ஆகிவிடுவார்கள்.'

நல்லவேளை. இவர்களைப் பற்றியெல்லாம் பேச அழைக்க வில்லை சீவகன்.

'தேவியர் அனைவரும்?'

'அனைவரும் சுகம்தான். நேற்று அனைவரும் அருவிக்குச் சென்றிருந்தோம். அங்கே ஒரு சோலைக்குச் சென்று ஒரு காட்சியைப் பார்த்தேன். அதைப்பற்றிச் சொல்லத்தான் உன்னை அழைத்தேன்.'

'சொல்லுங்கள்.'

'அங்கே இரண்டு குரங்குகள். பார்க்கக் காதல் ஜோடி போல இருந்தது. பெண் குரங்கை மயக்க ஆண் குரங்கு எவ்வளவோ வித்தைகள் செய்தது. ஆனாலும் பெண் குரங்கு மசியவில்லை. அதற்குப் பசி போல. ஆண் குரங்கு பலா மரத்தில் இருந்து ஒரு பழத்தைப் பறித்து, தோலைப் பாறையில் எல்லாம் உரசி கஷ்டப் பட்டுச் சுளையை எடுத்து பெண் குரங்குக்குக் கொடுக்க வந்தது.'

நந்தட்டன் ஒன்றும் பேசாமல் சீவகன் சொன்னதைக் கவனித்தான்.

'அப்போது அங்கே ஒரு வேடன் வந்தான். ஒரு அம்பை விட்டதில் குரங்குகள் உயிருக்குப் பயந்து ஓடிவிட்டன. வேடன் பழத்தைச் சாப்பிட ஆரம்பித்தான்.'

'இவ்வளவும் உங்கள் கண்முன்னே நடந்ததா?'

'ஆமாம். எல்லாம் ஒரு நாடகம் போலவே நடந்தது. நானும் வேடனைக் கவனிக்கவில்லை. கவனித்திருந்தால் அந்தக் குரங்கு ஜோடியைப் பிரிக்க விட்டிருக்கமாட்டேன். இதைப் பார்த்ததும் எனக்கு மனது சோகவயப்பட்டது.'

'ஏன்?'

'எனக்கும் அந்த வேடனுக்கும் என்ன வித்தியாசம் நந்தட்டா? கட்டியங்காரனைப்போல அந்தக்குரங்குகள். அவனை விரட்டி ஆட்சி என்ற பழத்தை எடுத்து நான் சாப்பிட்டுக் கொண்டிருக் கிறேன்.'

நந்தட்டனும் யோசித்தான்.

'எனக்கு இந்த ஆட்சி, மனைவியர், இல்லறம் எல்லாம் ஒரு தூசாகத் தோன்றுகிறது. கடவுள் எனக்கு இந்தக் காட்சியை ஒரு காரணத்தோடுதான் காட்டினார் என்று தோன்றுகிறது. மனம் குழப்பமாக இருக்கிறது. அருகர் கோயிலுக்குச் செல்லலாம், வருகிறாயா?'

கோயிலுக்குக் கிளம்பினார்கள்.

78

உபதேசம்

கோயிலில் சீவகன், அருகர் பெருமனை மனம் உருகப் பிரார்த் தித்தான். வெளியே வந்து தவப்பள்ளி அருகே அமர்ந்தான்.

சமணத் துறவிகள் பலர் அந்தப் பள்ளியைக் கடந்து சென்று கொண்டிருந்தார்கள். ஒரு துறவி, சீவகனை அடையாளம் கண்டு கொண்டார்.

'ஆட்சி சுகமாக இருக்கிறதா அரசரே?'

சீவகனுக்கு ஆச்சரியம். தன் குழப்பத்தை உணர்ந்தவர் போல இவர் பேசுகிறாரே!

'என் குழப்பம் உங்களுக்கு எப்படித் தெரிந்தது சாரணரே?' சாரணர் என்பது சமணத் துறவிகளில் ஒரு வகை. இரண்டு துறவிகள் ஒன்றாகச் சேர்ந்து தேசாந்திரம் சென்று சமணம் பரப்புபவர்கள்.

'அரிய விஷயங்கள் பல நடந்த பிறப்பு உங்களுடையது அரசரே! விலங்காக அல்லாமல் மனிதனாகப் பிறப்பதே அரிது. அதிலும் கூன் குருடு என்ற குறைகள் இல்லாமல் பிறப்பது அரிது. வேடனாகவோ காட்டுமிராண்டியாகவோ அல்லாமல் அரச குலத்தில் பிறப்பது மிக அரிது. அரச குலத்திலும் அருகப் பெருமானின் ஆகமம் தவறாமல் ஆட்சி ஆள்வதோ மிக மிக அரிது. அப்படிப் பட்ட உங்களுடைய குழப்பத்தைத் தீர்க்க நாங்கள் அல்லவா பேறு பெற்றிருக்க வேண்டும்?'

'நான் இப்போது என்ன செய்ய வேண்டும் சொல்லுங்கள் துறவிகளே!'

'இந்த வாழ்க்கை நிலையாதது அரசரே. இறந்தே பிறக்கலாம், பிறந்து படிக்கும்போது இறக்கலாம், வாலிபப் பருவத்தில் போர்களில் இறக்கலாம், வயதாகியும் இறக்கலாம். இறப்பு எப்போதும் வரலாம். வரும் என்பது ஒன்றுதான் நிச்சயமான உண்மை. எவ்வளவோ போர்களில் வெற்றிபெற்று நல்லாட்சி கொடுத்த மன்னர்கள் எல்லோரும் இப்போது எங்கே?'

'சொல்லுங்கள். இறப்புக்குப் பின் என்ன நடக்கும்?'

'அவரவர் வினைக்கேற்ப நடக்கும் அரசரே. உலகத்தில் செய்த தீவினைகளுக்குத் தகுந்தபடி நரகத்தில் தண்டனை இருக்கும். பிற உயிர்களைத் துன்புறுத்தியவர்கள், முள் படுக்கையில் தீமூட்டி வாயில் உருகும் செப்புப் பாளத்தைப் போட்டு, இலவ மரத்தில் தலைகீழாகத் தொங்கவிடப்படுவார்கள். பிறன் மனை நோக்கியவர்களுக்குக் கொதிக்கும் பெண் சிலை புணரக் கிடைக்கும். பலவிதமான தண்டனைகள் காத்திருக்கின்றன தீவினையாளர்களுக்கு.'

'விலங்காகப் பிறந்திருந்தால்?'

'விலங்குகளுக்கும் அதற்கேற்ப நரகங்கள் காத்திருக்கின்றன. சிங்கங்களை யானைகள் வருத்தும், புலிகளை மான்கள் முட்டியே கொல்லும்.'

'பெண்கள்?'

'பெண்கள் மட்டும் தீவினை செய்யாதவர்களா? போர்க்களத் திலே கொல்வதும் ஆண்கள், சாவதும் ஆண்கள் என்றாலும் தூண்டுவது யார்? வேடன், விலங்கைக் கொன்றாலும் சமைப்பது யார்? அவர்கள் விருப்பத்துக்காக கிளியையும் புறாவையும் கூண்டில் அடைத்துத் துன்புறுத்துவதில்லையா? அவர்களுக்கும் கொடிய நரகம்தான் வாய்க்கும்.'

'அப்படியென்றால்?'

'எந்தவிதப் பிறப்பும் நிலையற்றது. பிறவாமை மட்டுமே நிலையானது. அதைப் பெறும் வழிகளைத்தான் நீ யோசிக்க வேண்டும். அது உன் முன் ஜென்ம வினை.'

'என் முன் ஜென்ம வினையா? நான் என்னவாக இருந்தேன் முன் ஜென்மத்தில்?'

'பூமிமாதிலகம் என்ற நகரத்தில், பவணமாதேவன் என்ற அரசனுக்கு மகனாக நீ பிறந்திருந்தாய். அசோதரன் என்பது உன் பெயர். நல்ல படிப்புடனும் ஒழுக்கத்துடனும் உன் மனைவி யுடன் வாழ்ந்து வந்தாய்.'

'அப்படி இருந்துமா எனக்கு இந்தப்பிறவி கிடைத்தது?'

'முழுக்கக் கேள். உன் மனைவியுடன் நீ ஒரு சோலைக்குச் சென்றிருந்தாய். அப்போது அன்னப்பட்சிகள் கூட்டமாகக் குளத்தில் நீந்தும் அழகைக் கண்டாள் உன் மனைவி. அவளுக்கு ஒரு அன்னப்பட்சி வேண்டும் என்று கேட்டாள். நீயும் அந்தக் கூட்டத் தில் இருந்து ஒரு பட்சியை எடுத்துப் பரிசளித்தாய். அன்னப் பட்சியை உன் மனைவியின் கையில் பார்த்த உன் தந்தை கோபமடைந்தான்.'

'பிறகு?'

'அவன் உன்னை அழைத்துவரச் சொல்லி அறிவுரை சொன்னான். நம்மைத் தாக்காத ஓர் உயிரை வதைத்து, பிடித்து ஏன் சிறை

செய்யக் கூடாது என்பதை விளக்கினான். உயிர்களிடத்தில் அன்பு வேண்டுபவன்தான் தெய்வத்தை அடையமுடியும் என்பதைச் சொன்னான். உடனே உனக்கும் புத்தி தெளிந்தது.'

சீவகன் யோசித்தான். அந்த நேரத்தில் அசோதரனாக நான் என்ன பரிகாரம் செய்திருப்பேன்?

'அசோதரன் சிந்தித்துத் தீர்வு கண்டான். இல்லறத்தில் இருந்ததால்தானே மனைவி பேச்சுக்காகப் பெரிய தீவினை செய்வோம். இதை உணர்ந்து, அரச வாழ்விலிருந்து துறவு பெற்றான். துறவிகளுக்குச் சொல்லப்பட்ட அனைத்து ஆகமங்களையும் மிகச் சரியாகப் பின்பற்றி முக்தி அடைந்தான். இருந்தாலும்...'

'இருந்தாலும்?'

'அன்னப்பட்சியை அதன் சுற்றத்தாரிடம் இருந்து பிரித்த பாவத்துக்காக, அவன் இன்னொரு பிறவி எடுக்கவேண்டியதாகியது. அதனால்தான், நீ உன் தாய் தந்தையரைப் பிரிந்து வாழ வேண்டி இருந்தது. அன்னப்பட்சியை கூண்டில் அடைத்ததால்தான் நீயும் சிறையில் வாடவேண்டியதாக இருந்தது.'

'இனி எனக்குப் பிறவிகள் இல்லையா?'

'அது உன் கருமவினையைப் பொருத்தது. இப்போதும் நீ சரியான முறைமைக்குத் திரும்பினால் முக்தி அடையலாம்.'

சீவகனுக்குப் புரிந்துவிட்டது.

79

ஆட்சி மாற்றம்

அரச சபைக்குள் இதுவரை சச்சந்தன் நுழைந்ததில்லை. ஏன் அப்பா இன்று அழைத்திருக்கிறார்?

'வா சச்சந்தா!' அரச சிம்மாசனத்தில் உட்கார்ந்திருந்த சீவகன் அன்பாக வரவேற்றான். 'இங்கே உட்கார்!' என்றான் ஒரு சமமான ஆசனத்தைக் காட்டி.

சச்சந்தனுக்கு இன்னும் குழப்பம் தீரவில்லை. சித்தப்பா நந்தட்டன், குறுநில அரசர்கள் பதுமுகன், புத்திசேனன், ஸ்ரீதத்தன், அமைச்சர்கள் எல்லோரும் கூடியுள்ள அவையில், தனக்கு மன்னனுக்குச் சரிநிகர் ஸ்தானமா? அவையில் இருந்த சிலர் மகிழ்ச்சியோடு இவனைப் பார்த்தார்கள். அதே சமயம், பலர் முகங்கள் கவலை தோய்ந்திருந்தன.

சீவகன் தன் குரலைக் கனைத்துக்கொண்டான். 'நியாயப்படி நந்தட்டன்தான் தேர்ந்தெடுக்கப்பட்டிருக்க வேண்டும். அவன் தானே இளவரசன்!' என்று சொல்லி வாய்மூடும் முன் நந்தட்டன் எழுந்தான்.

'சின்ன வயதில் இருந்து நான் சீவகரை என்றும் பிரிந்ததில்லை. இப்போது என்னைப் பிரிக்க நீங்கள் முயற்சி செய்தால் விட்டு விடுவேனா?'

'நாங்களும் அப்படித்தான்' என்றார்கள். பதுமுகன் முதலான குறுநில மன்னர்கள்.

'சரி சரி. அதுதான் ஒப்புக்கொண்டுவிட்டேனே!' என்றான் சீவகன்.

சச்சந்தனுக்கு ஒன்றும் புரியவில்லை. நந்தட்டன் அதை உணர்ந்து 'சச்சந்தர் புரியாமல் விழிக்கிறார்' என்றான். சித்தப்பா ஏன் தன்னை மரியாதையாக அழைக்க வேண்டும்?

'சொல்லிவிடுகிறேன். சச்சந்தா, கவனமாகக் கேள்! நான் இந்த நாட்டை முப்பது ஆண்டுகளாக ஆண்டு வருகிறேன். என் காலம் முடியப்போகும் நேரம் இது.'

'அப்படியெல்லாம் சொல்லாதீர்கள் அப்பா!' சச்சந்தன் வேகமாக எழுந்தான்.

'சொல்லவேண்டியதைச் சொல்ல விடு. நான் என் முன்னைத் தீயவினைப் பயன்களையும், இந்த ஜென்மத் தீவினைகளையும் ஒழித்து, நாடும் மக்களும் நன்றாக இருக்கச் செய்வதற்கு ஒரே வழிதான் இருக்கிறது. அருகன் தாள் பணிந்து துறவு மேற் கொள்ளப் போகிறேன்.'

சச்சந்தனுக்கு முதலில் வந்த உணர்ச்சி துக்கம்தான். 'எங்களை யெல்லாம் விட்டுவிட்டுப் போக எப்படி அப்பா மனம் வந்தது உங்களுக்கு?'

'எப்படியும் ஒருநாள் போகவேண்டிய உயிர்தான் சச்சந்தா இது. நமக்கு அருகன் கொடுத்த ஒரே வாய்ப்பு, உயிர் போகும் முன் அவன் தாள் பணிவதுதான். துறவு என்பதில் தவறு என்ன இருக் கிறது? நீயும் அரசாள எல்லாத் தகுதிகளும் பெற்றுவிட்டாய். உனக்கு முடிசூட்டிவிட்டால் என் இல்லறக் கடமையும், இந்த நாட்டுக்கான கடமையும் செவ்வனே முடியும்.'

சச்சந்தனுக்குப் பேச்சு வரவில்லை.

'உன்னைத் தனியாக விட்டுச் செல்லவில்லை. உன் சகோதரன் சுதஞ்சணன் உன்னுடன் இளவரசனாக இருப்பான். கோவிந்தன் உனக்குப் பிறகு ஆட்சி செய்யும் வாய்ப்பைப் பெறுவான். என் நண்பர்களின் மகன்கள் அனைவரும் உன்னுடன் கூட இருந்து உனக்கு நல்வழி காட்டுவார்கள். கவலை வேண்டாம்!'

'இந்த விஷயம் அம்மாக்களுக்கு தெரியுமா?'

'இன்னும் தெரியாது.' சிரித்தான் சீவகன்.

சச்சந்தன் மனத்துக்குள் கலவரம் மூண்டது. அவன் அன்னையர் இந்தப் பேரிடியை எப்படி எடுத்துக்கொள்வார்கள்?

80

சிந்தாமணியான சீவகன்

முடிசூட்டு விழாவின் கோலாகலத்திலும் நாட்டு மக்கள் மகிழ்ச்சியாக இல்லை. சீவகனின் ஆட்சியில் எல்லா வளங் களையும் பெற்று வாழ்ந்த மக்களுக்கு, சீவகனைப் பிரிவது பெரிய துக்கத்தை உண்டாக்கி இருந்தது.

பதினெட்டு தேர்களில், சீவகனும் நந்தட்டனும் அவன் நண்பர்களும் துறவு மேற்கொள்ளச் சென்றார்கள். அவர்களுக்குப் பின்னால், பல்லக்கில் சீவகனுடைய மனைவியர் எட்டு பேரும் பயணம் செய்துகொண்டிருந்தார்கள். அவர்களும் துறவறம் மேற்கொள்ள இருந்தார்கள்.

'அரசிகளுமா துறவறம் மேற்கொள்ளப்போகிறார்கள்?' நாட்டு மக்கள் அதை எதிர்பார்க்கவில்லை.

'துறவு' என்ற செய்தி கேட்டதுமே அத்தனை அரசியரும் சீவகனைப் பிடித்துக்கொண்டு கேட்ட கேள்விகளும் அவர்கள் அழுத அழுகையும், அந்தப்புரத்தில் பணிசெய்த பணிப்பெண்களுக்கு மட்டும் தெரிந்திருந்தது.

சீவகன் அவர்களுக்கு அறவுரை சொன்னதில் மனம் தேறினார்கள். தாங்களும் துறவு மேற்கொள்ளப்போவதாக அறிவிப்புச் செய்தார்கள். அதற்குப் பிறகுதான் அந்தப்புரத்தில் ஓரளவு அமைதி நிலவியது.

அசோக மரம் சூழ்ந்த தவப்பள்ளியை நெருங்கியதுமே சீவகனுக்குப் பக்தி பெருக்கெடுத்தது. அசோக மரத்தில் இருந்து ஸ்ரீவர்த்தமான தீர்த்தங்கரரே அவன் கண்களுக்குத் தெரிந்தார்.

கணதரத் துறவியை அடைந்த சீவகன், நெடுஞ்சாண்கிடையாக வீழ்ந்து துறவளிக்க வேண்டினான்.

மன்னனின் ஆடைகளைக் களைந்து துறவி ஆடைக்குள் புகுந்தான். தலைமுடியையும் நீக்கினான்.

கணதரர் கோட்டத்தில், சீவகனின் மந்திர உச்சாடன ஒலியும், சுத்தமான துறவின் ஒளியும், நந்தவனத்தை இரவில் கூடப் பகலாகத் தோற்றமளிக்கச் செய்தன.

அரச சுகங்களையும் பதவி தந்த மகிழ்ச்சியையும் 'நிலையாமை' என நீக்கிய சீவகன், சிந்தாமணியாக ஒளிவிட்ட நட்சத்திரமாகத் திகழ்ந்தது, உலக மக்களின் கண்களை அறம் நோக்கித் திருப்பியது.

கிழக்கு பதிப்பக வெளியீடாக ஐம்பெருங்காப்பிய முத்துகள்